டாங்கோ

குணா கந்தசாமி

எதிர் வெளியீடு

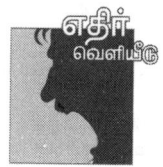

டாங்கோ
குணா கந்தசாமி

முதல் பதிப்பு: ஜனவரி 2025

எதிர் வெளியீடு,
96, நியூ ஸ்கீம் ரோடு, பொள்ளாச்சி – 642 002
தொலைபேசி: 04259 – 226012, 99425 11302

விலை: ரூ. 250

Tanko
Guna Kandasamy

Copyright © Guna Kandasamy
First Edition: January 2025

Published by
Ethir Veliyeedu, 96, New Scheme Road, Pollachi - 2
Email: ethirveliyedu@gmail.com
www.ethirveliyeedu.com

ISBN: 978-81-19576-47-0
Cover Design: Negizhan
Printed at Jothy Enterprises, Chennai.

All rights reserved. No part of this book may be reprinted or reproduced or utilised in any form or by any electronic, mechanical or other means, now known or hereafter invented, including Photocopying and recording, or in any information storage or retrieval system, without permission in writing from the Publisher.

குணா கந்தசாமி (1979)

திருப்பூர் மாவட்டம், கொடுவாய் வட்டம் நிழலி வஞ்சிபாளையம் கிராமத்தில் பிறந்தவர். தற்போது சென்னையில் மென்பொருள் துறையில் பணியாற்றுகிறார். கவிதைகள், சிறுகதைகள், நாவல் மற்றும் விமர்சனம் என இலக்கியத்தின் பன்முக வடிவங்களில் இயங்குகிறார். டாங்கோ இவருடைய இரண்டாவது நாவல்.

வெளியான நூல்கள்

கவிதைத்தொகுதிகள்

- சுவரெங்கும் அசையும் கண்கள் (தூரன் குணா) – சந்தியா பதிப்பகம், 2007
- கடல் நினைவு (தூரன் குணா) – தக்கை வெளியீடு, 2012
- மூக்குத்தி அணிந்த பெண் நடத்துனர் – காலச்சுவடு வெளியீடு, 2016

சிறுகதைகள்

- திரிவேணி (தூரன் குணா) – பாதரசம் வெளியீடு, 2013
- கற்றாழைப்பச்சை – தமிழினி வெளியீடு, 2018

நாவல்

- உலகில் ஒருவன் – தக்கை வெளியீடு, 2015

கட்டுரைகள்

- புலியின் கோடுகள் – தக்கை வெளியீடு, 2016

தொடர்புக்கு: gunakandasamy79@gmail.com

அகத்தின் இருண்ட பாதைகள்

இது என்னுடைய இரண்டாவது நாவல். டாங்கோ என்பது அர்ஜெண்டினா மற்றும் உருகுவே எல்லையான ரியோ தெ லா பிளாட்டா நதியினோரம் தோன்றிய ஆணுக்கும் பெண்ணுக்கும் இடையிலான காதலின் அணுக்க நடனம். இனிமையோ கசப்போ காதலுறவு எப்படிப்பட்டதாயினும் அடிப்படையில் இது நித்யமாய் விதிக்கப்பட்ட உயிரியல் விழைவு. இதில் இணக்கமும் முரணும் அவரவர் அனுபவங்களைப் பொறுத்தது.

விதிகள் ஏதுமில்லாமல் காதல் ஆகாயத்தில் கட்டற்றுப் பறக்கலாம். ஆனால் ஏதேனும் ஒரு தருணத்தில் தரையிறங்கத்தான் வேண்டும். அப்போது காதலின் ஆழத்தையும் உறவின் வலுவையும் உரசிப்பார்க்க காதலுக்குத் தொடர்பற்ற வேறு சமூக அலகுகள் காத்திருக்கின்றன. ஆகாயத்திலிருந்து தரையிறங்கிய காதல், பாதுகாப்பான வெளியாகவும் கண்காணிப்பு நிறுவனமாகவும் இயங்குகிற குடும்பம் என்ற அமைப்புக்குள் நுழையும்போது பெரும்பாலும் மண்ணுக்குள் புதையுண்டுவிடுகிறது. குடும்பம் என்ற தருவுக்கு காதல் உரமாகிறதா என்பது காதலின் நல்லூழைப் பொறுத்தது.

காதலையும் உள்ளிட்ட ஓர் உருமாற்றத்தின் கதை இது. தன் அகத்தின் இருண்ட பாதைகளினூடே நடக்க நேர்ந்துவிட்ட ஒருவனின் மனவெளிச் சலனங்கள் என்பதும் எழுதியவனாக என் உத்தேசங்கள். உயிர்த்திருத்தலைக் குறித்த எளிய மீபொருண்மையியல் விசாரத்தின் இழையொன்றும் உண்டு. ஆயினும் இந்த அனுமானங்களையெல்லாம் வாசகர் உருவாக்கும் பிரதியிடம் விட்டுவிடுவதே பொருத்தமானது.

ஆறாண்டுகளுக்குப் பின் அச்சில் வெளியாகும் என்னுடைய நூல் இது. இடைப்பட்ட காலத்தில் எதிர்மறை அழுத்தங்களின் காரணமாக எழுதமுடியாத உளத்தடையில் சிக்குண்டிருந்தேன். அந்த மனநிலையைக் கடப்பதற்கு நண்பர்கள் பாலசுப்ரமணியன் பொன்ராஜ் மற்றும் கே.என்.செந்தில் ஆகிய இருவருடனான உரையாடல்கள் உதவின.

இதன் முதல் வரைவை வாசித்துக் காய்தல் உவத்தலின்றி தங்கள் விமர்சனக் கருத்துக்களை வழங்கிய அவர்கள் இருவருக்கும் நன்றி. ஏதோவொரு விதத்தில் இலக்கியச் செயல்பாட்டில் இருப்பதின் உற்சாகத்தைப் புதுப்பித்துக்கொள்ள உதவிய எழுத்தாளர்கள் கோணங்கி, எம்.கோபாலகிருஷ்ணன், க.மோகனரங்கன், சு.வேணுகோபால், என்.ஸ்ரீராம் மற்றும் தமிழினி வசந்தகுமார் ஆகியோருக்கும் நன்றி. இந்த நாவலை வெளியிடும் நண்பர் அனுஷ் அவர்களின் எதிர் வெளியீடு பதிப்பகத்துக்கும் நன்றி.

குணா கந்தசாமி
சென்னை
28/07/2024

பாகம் - 1

01

மகிழ்ச்சியான காட்சிகள் அரங்கேறும் மேடையாகவே ராம்ப்லாவைக் கண்டான். கரையின் மணற்பரப்பில் கற்பனையான மைதானத்தை உருவாக்கிக்கொண்டு கால்பந்து விளையாடும் இளைஞர்கள், அரைநிர்வாணிகளாய்க் குளிர்கண்ணாடியோடு சூரியக்குளியல் எடுப்பவர்கள், வண்ணக்குடைகளுக்குக் கீழே சாய்வு நாற்காலிகளில் சரிந்திருப்பவர்கள், நீர்விளையாட்டில் விழுந்து புரளும் ஜோடிகள், உள்ளடங்கிய நீர்ப்பரப்பில் அலைச்சறுக்கு விளையாடும் சாகசவிரும்பிகள் எனப் பலவிதமான மனிதர்களால் வாரயிறுதிகளின் முற்பகல்களில் ராம்ப்லா உயிர்பெற்றுவிடுகிறது. பால்கனியில் அமர்ந்து மரியுவானா புகைத்தவாறு ஒரு திரைப்படத்தைக் காண்பதுபோல் பார்த்துக்கொண்டிருப்பான். போலவே, ஆளரவமற்ற இரவுகளில் அலைகளோடு தனித்திருக்கும் ராம்ப்லாவும் அலுத்ததேயில்லை.

வாரயிறுதிகளில் ராம்ப்லாவின் உயிர்த்தன்மையை இப்படி உணர்ந்தால் மற்ற நாள்களின் மாலைகளில் வேறுவிதமாக உணர்வான். இரவு எட்டோ ஒன்பதோ ஆனபின்னும் வெளிச்சம் முழுவதுமாக மறையாமல் இருக்கும். கரையின் திண்ணைச்சுவரில் அமர்ந்து முத்தமிட்டுக்கொள்ளும் ஜோடிகளாலும் பியர் அருந்துபவர்களாலும் ராம்ப்லாவுக்கு வேறொரு சோபை கிடைத்துவிடும். அவனுக்குள் ஆல்கஹாலின் கிடார் இசை தடதடத்து ஒலிக்கும் முன்னிரவுகளில் பால்கனியிலிருந்து தூரத்தில் ஒளிரும் கப்பல்களின் விளக்கொளிகளைப் பார்க்கும்போது உயிர்த்திருத்தலைக் குறித்த வினோத உணர்வுக் கிளர்ச்சிகளுக்கு ஆட்பட்டுவிடுவான்.

மாண்டிவீடியோவின் உள்விளிம்பில் அட்லாண்டிக் சமுத்திரமும் ரியோ தெ லா பிளாட்டா நதியும் ஒன்றுகலக்கும் முகத்துவாரத்தின் கரையில் பல கிலோமீட்டருக்குச் சாலையோடு நீண்டிருந்தது ராம்ப்லா. அவன் வசிக்கும் பொசிட்டோஸ் பகுதியில் கணினி விசைப்பலகையில் இருக்கும் இடது அடைப்புக்குறியின்

வடிவத்தை ஒத்திருந்த கடற்கரை, சாலைக்கும் நடைபாதைக்கும் மறுபுறத்தில் தடுப்புச்சுவரோடு கீழே தணிந்திருந்தது.

நடைபாதையின் கரைப் பக்க விளிம்பில் தடுப்புச்சுவர் தரையிலிருந்து இரண்டடி உயர்த்திக் கட்டப்பட்டு அமர்வதற்கு வாகான திண்ணையாகவும் இருந்தது. கரைக்குள் காலைத் தொங்கப்போட்டு அமர்ந்தால் கடலைப் பார்க்கலாம். திரும்பி அமர்ந்தால் சாலையையும் விண்ணுயர்ந்த அடுக்குமாடிக் கட்டடங்களையும் பார்க்கலாம். றாம்ப்லாவும் பொலிவாரா ஸ்பானியாவும் சந்திக்கும் முனையில் ஆறு தளங்கள் கொண்ட அப்பார்ட்மெண்டின் நான்காவது தளத்தில் ஆனந்த் வசித்தான்.

இரவுகளில் தூக்கம் பிடிக்க நெடுநேரமாகிறது. தூக்கமின்மை. வேறிடத்தில் வேர் பிடிக்க முனைகிறான். புதிய வெளிக்குத் தகவமையும் உருமாற்றத்தில் அவனுக்குள் நிகழும் மாற்றங்கள், உணரும் அச்சங்கள் மற்றும் புதிய தேசம் அளிக்கும் கட்டற்ற சுதந்திரவுணர்வு எனக் கலவையான உணர்வுகளால் நாள்கள் சூழப்பட்டிருக்கின்றன. தன்னுடைய இருப்பையும் அதன் நீட்சியாக மனித இருப்பையும் குறித்த கேள்விகள் அவனுக்குள் விரிந்துகொண்டே இருக்கின்றன.

சுவர்களுக்குள் இருப்பதின் அழுத்தத்திலிருந்து தப்பித்துக்கொள்ள முன்னிரவுகளில் றாம்ப்லாவின் நடைபாதையில் உலவும்போது முகத்தில் படரும் கடற்காற்று ஆசுவாசத்தைத் கொடுக்கும். கரைக்குள் இறங்கி அலைகளின் வருடலுக்குக் கால்களைக் கொடுத்து நிற்பான். காலடி மணலை அலைகள் அரிப்பதின் குறுகுறுப்பை அனுபவிக்கும்போது பரந்த நீர்த்திரளின் இன்னொரு நீர்ச்சொட்டாய் அவனும் மாறிவிடுவான்.

இன்றைய இரவிலும் அப்படியான மனநிலையோடுதான் கரையில் இருந்தான். சோடியம் வேப்பர் விளக்குகளின் மஞ்சள் வெளிச்சம் சாலையில் பரவியிருக்க வாகன நடமாட்டம் முழுவதுமாக அடங்கிவிட்டிருந்தது. எதிர்ப்புறக் கட்டடங்களில் காற்றுக்கு மெலிதாய் அசையும் ஜன்னல் திரைச்சீலைகளின் வழியே சதுரவெளிச்சங்கள் தெரிந்தன. அவன் அலைவதைப்போல உறங்கமுடியாமல் இரவில் விழித்திருக்கும் மனிதர்கள் இந்த உலகத்திற்குள் இருக்கும் வேறுவேறு உலகங்களுக்குள் அலைகிறார்கள்.

கால் பெருவிரல் நுனியை அலைகள் எட்டிப்பிடிக்கும் இடத்தில் நின்று நெடுநேரமாய்க் கடலைப் பார்த்திருந்தவன் பின்னகர்ந்து உலர்மணல் பரப்பில் அமர்ந்தான். தற்கணத்தின் நாடா நினைவுகளை ஊடுபாவி காலங்களுக்கு இடையில் மாறிமாறிச் சீறியது. தானே பேசுவதும் தானே கேட்பதுமாய் இடையறாத மனப்பேச்சு. எந்தவொரு பிரம்மாண்டத்திற்கும் உயிர் ஒரு சிறுபுள்ளிதானே? இந்தக் கடலின் உயிர்த்தலம் எங்கிருக்கிறது? பழையதென்று ஒன்றில்லாமல் கணத்துக்குக் கணம் புதிதாய்த் தோன்றி உடைந்து மறையும் அலைகளை இயக்கும் விசைதான் கடலின் உயிரா அல்லது தன் மையத்தின் ஆழத்தில் அது கொண்டிருக்கும் அமைதியும் மௌனமுமா? எல்லையற்ற திரளான கடல் தன் சமிக்ஞைகளின் வழியே வாழ்க்கைக்கான ரகசியக் குறியீடுகளைக் காட்டினாலும் எதையும் தெளிவாகப் புரிந்துகொள்ளமுடியவில்லை. எல்லாம் விளங்கிவிட்டது போலொரு கணம், அறிந்ததெல்லாம் திரிந்துவிட்டது போன்ற மறுகணம்.

தனக்குள் நிகழும் உருமாற்றம் ஏற்படுத்தும் அச்சத்திலிருந்து தப்பித்துவிட விரும்பினாலும் மனதின் ஆழத்தில் இந்த மாற்றத்தின் மீதொரு ரசிப்பும் உருவாகிவிட்டது. தன்னை ஒரு கதையின் பாத்திரமாக உணர்ந்தான். என்ன, வழக்கத்தின் சாயலுடைய சராசரியான கதாப்பாத்திரம். ஐந்து நூற்றாண்டுகளுக்கு முன்னர் பிறந்திருந்தால் பூமியும் உலகமும் பழையதாகாமல் இருந்திருக்கும். தன்னுடைய இக்கண அறிவில், தன்னைத் தானாக உணரும் உணர்வுக் குவியத்தில் எத்தனையோ மனிதர்களின் வாழ்க்கைச் சாயைகள் இருக்கின்றன. மொத்த மானுடத்திரளில் தானொரு வெளிறிய சாயை அல்லது நகல். தன் தசையில் துடிப்பவை மட்டுமே தன்னுடையவை.

மரியுவானா சுருட்டியிருந்த ஜாயிண்ட்டை* விரல்களால் வருடி லைட்டரை விசிறி நெருப்பைப் பொருத்தினான். நரம்புகளை முறுக்கிவிடும் முனைப்போடு புகையை ஆழ உள்ளிழுத்து இமைகளை மூடியபோது கடல் கண்களுக்குள் அலைவீசியது. வெளியில் சிறு ஓசைகூடக் கேட்கவில்லை. கண்களைத் திறந்தபோது தடயமின்றி கடல் வடிந்துபோய் வெளியில் அலைவீசியது. அலைகளின் ஓசையிலிருந்து அவற்றின் தாளகதியை யூகித்து முன்னும் பின்னும் தொட்டிலில்

★ கஞ்சா புகைத்தல்

ஆடுவதுபோல மனம் இயைந்தபோது தன் தொட்டில்சேலையின் வாசனையை நினைவுகூர முயன்றான். ஆனால் பலமுறை பிரயத்தனம் செய்தும் அந்த வாசனை கிடைக்கவில்லை.

நெடுநேரம் அப்படியே கிடந்தவன் விழித்தபோது கடலின் மீது நிலவு எழும் காட்சியை வாழ்க்கையில் முதல் முறையாகக் கண்டான். தகத்தகாயம். தமிழ் அப்படித்தானே சொல்கிறது? பாலெனச் சுரக்கும் தகத்தகாயம். கண்களின் மீது படரும் தகத்தகாயம். கள்வெறி மூட்டும் தகத்தகாயம். காமத்தையும் குருதியையும் கண்ட தகத்தகாயம். இருளிலிருந்து அச்சத்தை வெளியேற்றும் தகத்தகாயம். நள்ளிரவில் கரையெங்கும் மனிதர்களற்ற தனிமை.

கைகளைக் கோத்துத் தலைக்குக்கொடுத்து பின்னால் சரிந்தான். மூடிய கண்களுக்குள் நிலவு மறைந்துவிட்டது. அவன் இக்கணம் மண்ணிலில்லை. ஆயிரக்கணக்கான அடிகள் உயரத்திலிருந்து பூமியின் நகரங்களைப் பார்க்கிறான். மின்னொளிக்கோலங்கள் கண்களை நிறைக்கின்றன. கனமிழந்த உடல் சர்ரென்று கீழே இறங்குவதும் பின் வளைந்து மேலே எழும்புவதும் கரணங்கள் அடிப்பதுமாக ஒரு விண்வெளிப் பறவையாக மாறிவிட்டான்.

பிறகு மனம் மெல்லத் தணிய நிச்சலனத்தில் உறைந்திருந்தான். யாரோ ஒரு பெண் அருகிலமர்ந்து தன் கூந்தலால் கன்னத்தில் வருடுவது போன்ற கூச்சவுணர்வுக்குக் கண்விழித்து வெறித்தான். ஆனால் அதே கடல், அலைகள், ஏறும் நிலவு மற்றும் அவன் மட்டுமே. அந்தக் கூந்தல் இழைகள் தன் கற்பனை உருவாக்கிய மனமயக்கம் என்பதை உணர்ந்து கண்களை மூடியபோது எல்லையற்று நீளும் சமவெளிப் பிரதேசமொன்றில் ஏராளமான குதிரைகள் பாய்ந்தோடும் காட்சி விரிந்தது. பிடறி ரோமம் காற்றில் அளைய முடிவற்ற புல்வெளியில் பாயும் குதிரைகளின் முகங்கள் பெண்களின் முகங்களாய்ச் சட்டென்று உருமாறின.

உடல் முறுக்கிக்கொண்டபோது எழுந்து கடலைப் பார்த்தான். இப்போது குதிரைகள் சமவெளியைக்கடந்து நிலவொளி மிதந்த கடலுக்கு மேலே வந்திருந்தன. பெண்களின் முகங்கொண்ட குதிரைகள். கடலின் குரல் அவனை அழைத்தது. உடைகளைக் களைந்தபோது நிர்வாண உடலைக் குளிர்க்காற்று தழுவி உள்ளிருந்த வெக்கையை விசிறியது. இடுப்புயர நீரில்

முன்னும் பின்னும் உந்தும் அலைகளை எதிர்த்து விசையோடு காலூன்றினான். உடலெங்கும் ரோமாஞ்சனம்.

நிலவொளியில் திசைகளுக்கொன்றாய்ச் சிதறி குதிரைகள் பறக்கின்றன. நரம்புகளில் தினவு படர அவற்றின் திசைநோக்கி நீருக்குள் அலைந்தான். கடலெங்கும் குதிரைகள். கடலெங்கும் பெண்கள். உயிருக்குள் துடிக்கும் வலியினால் எழுந்த விசும்பல் பெருங்கேவலாய், கதறலாய் மாறியது. சட்டென்று குதிரைகள் மறைந்தன. பெண்கள் மறைந்தார்கள். உருக்கொண்ட பெருங்கடல் எல்லையற்ற அச்சத்தை ஊட்டியது. தலையை உதறிச் சுயநினைவை மீட்டபோது கழுத்து வரைக்குமான ஆழத்தில் மிதந்துகொண்டிருந்தான். சற்றே வேகமாக வந்த அலையொன்றின் ஊடே கரை மீண்டு ஈரம் உலரும் வரை கிடந்தபோது தன்னை அனாதையாக உணர்ந்தான்.

02

இருண்ட ஆகாயவெளியில் நெருப்புத்துண்டென உடல் மிதந்தது. ஆடைகள் கருகி உதிர்ந்துவிட்டன. உடலிலிருந்து ஜ்வாலைகள் எழுந்தாலும் உள்ளுக்குள் குளிர்ந்தது. இருளினிடையே மினுங்கத்தொடங்கிய ஒளிப்புள்ளி பலவாய்ப் பெருகியது. பரந்த பெருவெளி, இருள், நெருப்பு, ஒளிப்புள்ளிகள் என்று பலவும் கலந்த தோற்றமயக்கத்தில் கிடந்தவன் ஈரக்கம்பளியால் உடல் போர்த்தப்பட்ட கனத்த உணர்வுக்கு மூச்சுத்திணறி விழிப்படைந்தான்.

இமைகளின் விளிம்புகளில் படிந்திருந்த பீளையை நகத்தால் சுரண்டிவிட்டுக் கண்களைத் திறந்தபோது திரைச்சீலையின் கீழ் பக்கவாட்டு விளிம்புகளில் கசிந்த வெளிச்சம் தெரிந்தது. மயிர்க்கால்களெங்கும் வலி. திரைச்சீலையை விலக்கியபோது றாம்ப்லாவில் மனிதர்கள் குழுமுவது தெரிந்தது. ஏறுவெயிலில் கடல் தகதகத்தது. சாலையில் வாகனங்கள் அடர்வரிசையில் நகர்ந்தன. நோய்மையின் கசப்பான சலிப்பு மனதில் படர குறைவான வெளிச்சம் இருக்குமளவிற்குத் திரைச்சீலையை இழுத்துவிட்டான்.

மடிக்கணினியை இயக்கி நோய்விடுப்பைப் பொருள்வரியில் எழுதித் திறக்கத் தேவையில்லாத மின்னஞ்சலாக அனுப்பிவிட்டு குளியலறைக்குள் நுழைந்தான். கழிவுக் கிண்ணத்தின் ஸ்படிக நீரினுள் சிறுநீர் அடர்மஞ்சளாய்ப் பரவிக் கலந்தது. தொண்டையில் கோத்திருந்த சளியைக் கமறித் துப்பிவிட்டுக் குமிழை அழுத்த ஓசையோடு பரவிய நீர் திரும்பவும் கழிவுக் கிண்ணத்தில் ஸ்படிகமாய்த் துலங்கியது. குளியலறையின் சுவர்க்கண்ணாடியில் கண்களில் படர்ந்திருந்த சிவப்பை வெறித்தான். லாகிரி திரிந்து நோயூட்டுவதின் சிவப்பு.

வெந்நீர் அருந்தியதில் தொண்டையில் இதம் கூடியது. சுவரோரத்தில் அடுக்கியிருந்த புட்டிகளின் எண்ணிக்கை கூடிக்கொண்டே போகிறது. உடனுக்குடன் எடுத்துச்சென்று குப்பைத்தொட்டியில்

போடுவதில் சுணக்கம் ஏற்பட்ட தருணத்தில் கடந்துவந்த மனநிலைகளின் நினைவுச்சின்னங்களாய் நாள்வாரியாக அடுக்கும் வழக்கம் தொடங்கியது. சமையல் மேடையிலிருந்த விஸ்கி பாட்டிலை வருடியபோது குடிக்கத் தோன்றியது. மனதை மடைமாற்றும் எத்தனிப்பில் எண்களை எண்ணத்தொடங்கி ஐம்பத்தொன்பதில் உறுதியிழந்தவன் எழுந்துபோய்க் கலந்த லார்ஜை ஒரே மடக்கில் சரித்துக்கொண்டான். நோய்மைக் கசப்பு கொஞ்சம் குறைந்தது.

தலைக்கும் கால்களுக்கும் தலையணைகளைக் கொடுத்து வரவேற்பறையின் சோஃபாவில் சாய்ந்தபோது சாண்ட்லியர் விளக்கு மின்விசிறியாகச் சுழன்றது. கண்களைக் கசக்கிப் பிரமையைக் கலைத்தான். காதுமடல்களில் வெப்பத்தின் கணகணப்பு. சுவர் அலமாரியின் கண்ணாடிகளுக்குள் டாக்டர் கிறிஸ்டாஃப் போலந்திலிருந்து ஆஃப்ரிக்கா வழியாகத் தென்னமெரிக்காவை அடைந்த தன் நெடும்பயணத்தில் சேகரித்திருந்த சிறுசிறு அரும்பொருட்கள் நிறைந்திருந்தன. இரும்பு, மரம், கண்ணாடி, வெண்கலம், மண்சுதை, பீங்கான் என விதவிதமான மூலப்பொருட்களால் உருவாக்கப்பட்டவை. பூமியின் தாதுக்களும் அணுக்களும் அவற்றில் உறைந்திருக்கின்றன.

அலமாரிக்குப் பக்கவாட்டில் சுவரில் பொருத்தப்பட்டிருந்த மரத்தாலான மாயன் முகமூடி அவனையே பார்த்தது. முதற்பார்வைக்கு ஆணா பெண்ணா என்று அறுதியிட்டுத் தீர்மானிக்கமுடியாத தோற்றம் கொடுத்தாலும் அது ஆண்முகம் கொண்டதுதான். அதற்கு உயிர் இருக்கிறது என்பதைப் போதை மிகுந்த இரவொன்றில் அறிந்தபிறகு அடிக்கடி அதனோடு பேசுகிறான். மறுபேச்சுப் பேசாது. ஆனால், தன் பெரிய கண்களை அசைத்து ஆமோதிக்கவோ மறுக்கவோ செய்யும்.

முகமூடியை எடுத்து முகத்தில் பொருத்திக் கண்களை மூடிக்கொண்டான். விழிப்புக்கும் உறக்கத்திற்கும் இடைப்பட்ட நினைவுப்புலத்தில் காட்சிகள் தோன்றின. உருவங்களும் குரல்களும் தெளிவற்றவையாக இருக்க அவற்றை விளங்கிக்கொள்ளும் விழிப்புணர்வும் அகலொளியின் அளவில் அவனுள் மினுங்கியது. தற்கணத்தில் இருக்கும் தான், தன் கடந்த காலத்துக்குள் நடந்துபோவதைக் கண்டான். உள்முகப் பயணங்களில் காலிடறி விழாமல் தப்பிக்க விரும்பும் நினைவின் பள்ளத்தாக்கு ஒன்றுண்டு.

ஆனால், துரதிரஷ்டவசமாக ஒவ்வொரு முறையும் அதற்குள் விழவே செய்கிறான்.

பெற்றவர்களால் வளர்க்கப்படாத வாழ்க்கையில் அரவணைப்பு, பிரியம், பாதுகாப்புணர்வு எனப் பலவற்றையும் இழந்திருக்கிறான். பெற்றோர்களின் தேவை இருந்த பருவங்களை இன்மையோடு கடந்துவிட்டாலும் மனம் பலவீனமடையும் தருணத்தில் உரத்து எழுவதற்காக மறைந்து காத்திருக்கும் கேவலாக அந்த இன்மை புதைந்திருக்கிறது. தன்னையே தான் சுமந்துகொண்டு வாழ்க்கையில் எவ்வளவோ தூரத்திற்கு முன்னேறிவிட்டான். இத்தனை வருஷங்களில் அதுகுறித்த எந்த வெறுமையுணர்வையும் அடைந்ததில்லை. ஆனால் மாண்டிவீடியோவுக்கு வந்தபின்பு தனக்குள் தானே வேறுவேறு பூதங்களாய் உருக்கொண்டு அலைகிறான்.

நினைவு தெரியுமுன்னே அம்மாவும் அப்பாவும் இறந்துவிட்டார்கள். ஒற்றை வரியில் முன்கதை சுருங்கிவிட்டது. ஆனால் ஒற்றைவரியில் சொல்லக்கூடிய எதன் ஒன்றிற்குள்ளும் நீண்ட கதை உள்ளுறைந்திருக்கிறது. அந்த நீண்ட கதை அவனுக்குத் தெரியாது. நோய்வாய்ப்பட்டு மறைந்தார்களா? விபத்தா? தற்கொலை செய்துகொண்டார்களா? பலமுறை மாமாவிடம் கேட்டிருக்கிறான். கவலைப்படுவதற்கு அவருக்குப் பெரிய விஷயங்கள் இருந்தன. அவனுக்குச் சொல்லிப் புரியவைக்கவேண்டுமென்ற எண்ணமும் பொறுமையும் இருந்ததில்லை. இப்போது கேட்டால் சொல்லக்கூடும். ஆனால் கேட்கக்கூடாது என்கிற வைராக்கியம். ஓரிரு வார்த்தைகளுக்குள் பேச்சை நிறுத்திக்கொள்வான். இவ்வளவு உயரம் வருவான் என்று உணரும் திறன் அவருக்கு இருந்திருந்தால் தன்னுடைய வளர்ப்பில் கூடுதலான அக்கறை செலுத்தியிருப்பார் என்று தோன்றுவதுண்டு.

அம்மாவின் ஒரேயொரு கறுப்பு வெள்ளைப் புகைப்படம் மட்டுமே கிடைத்தது. அதில் அடையாளம் தெரியாத யாரோ ஒரு சிறுமியாய் இருந்தாள். ஆனால் வரைகலை மென்பொருளைக்கொண்டு அவளுடைய வெவ்வேறு வயதின் தோற்றங்களை உருவாக்கிவிட்டான். அப்பாவினுடையது அதுபோல எதுவுமில்லை. தன்னுடைய புகைப்படத்தின் மூலம் ஐம்பது வயதில் தான் எப்படித் தோற்றமளிப்போம் என்கிற உள்ளீட்டில் ஓர் உருவத்தை வரைந்து அதை அப்பாவின் முகமாகக் கருதிக்கொண்டான். புரிந்துகொள்ள முடியாத வகையில்

சிக்கலான காரணங்களோடு உலகத்தில் எத்தனையோ விஷயங்கள் நடக்கின்றன. அவற்றில் ஒன்றாகவே தன் பெற்றோர்களின் வாழ்க்கையையும் கருதிக்கொண்டான்.

அப்பா, அம்மா என்ற சட்டகத்திற்குள் மாமாவையும் அத்தையையும் வைத்துப் பார்க்க முடிந்ததில்லை. அன்பையோ ப்ரியத்தையோ துலக்கிக்காட்டும் ஒரு காட்சியும் நினைவில் இல்லாதது போலவே மிகுந்த துயரம் கொண்டதாகவும் எதுவுமில்லை. தேவைகள் எளியவிதத்தில் பூர்த்தி செய்யப்பட்டு முக்கியத்துவமற்ற நீட்சியாக வளர்க்கப்பட்டான். பசித்திருக்கிறான், அது ஆற்றப்பட்டிருக்கிறது. சாயம் போயிருந்தாலும் அணிந்திருந்த ஆடைகள் கிழியாதவை. சாயம்போன கிழியாத ஆடை. தன்னுடைய வளர்பருவத்தைக் குறித்த சுயசித்திரம் இப்படித்தான் இருக்கிறது.

கீழ் நடுத்தரவர்க்கக் குடும்பத்தில் இரு பெண்களை வளர்ப்பதின் பதட்டம் சூழ்ந்தவளாக இருந்த அத்தை எந்தப் பொருளையும் அதன் இறுதிப் பயன்பாடு வரை உபயோகிப்பவளாகவும் மாமாவின் எளிய சம்பாத்தியத்தை எண்ணி எண்ணிச் செலவிடுபவளாகவும் இருந்தாள். அவள் வறுமையை நிர்வகிக்கவேண்டியிருந்தது. மிச்சமிருப்பவையும் மட்டமானவையும்தான் அவனுக்குக் கிடைத்தவை. இன்றைய மனநிலையில் அவனால் அத்தையை முழுமையாகப் புரிந்துகொள்ளமுடிகிறது. அவள் மீதிருந்த கோபங்களும் வருத்தங்களும் வடிந்துவிட்டன. அத்தையின் பிசகாத நகலாக இருந்த மூத்தவள் ராஜி எப்போதுமே அவனிடம் ஒட்டியதில்லை. தீபாவிடம் அன்பின் இளக்கம் உண்டு. ஆனால் அதைத் தொடக்கத்திலேயே கண்டுபிடித்துவிட்ட அத்தை இடையில் வேலியைப் போட்டுவிட்டாள். எளிதில் அழிக்கமுடியாத வேலி.

பெற்றோர்கள் பெயர்களாக மட்டும் எஞ்சினார்கள் என்பது ஏராளமான கணங்களில் மனக்கஷ்டத்தை ஏற்படுத்தியிருக்கிறது. ஆனால், மகிழ்ச்சியும் துயரமும் இடைவெளிகளில் உருக்கொள்ளும் தற்காலிகங்கள் என்பதை ஆசிரமத்தின் உறைவிடப்பள்ளி வாழ்க்கையில் புரிந்துகொண்டான். மாமாவினால் அவனுக்கு நிகழ்ந்த நற்பேறான விஷயம் என்றால் அது அவனை அங்கே சேர்த்ததுதான். வாழ்க்கையின் நுட்பங்கள் பலவற்றைச் சீக்கிரத்திலேயே புரிந்துகொண்டதும், திறக்க மறுக்கும் கதவுகளுக்கான சாவிகளை எப்படிக் கண்டுபிடிப்பது என்பதையும் அங்கேதான் கற்றுக்கொண்டான்.

03

வலையின் நீலவெளியில் அலைந்தபோது அந்த ஓவியம் ஏதேச்சையாகக் காணக் கிடைத்தது. கஸ்தாவ் கோர்பர்ட்டின் உலகின் தோற்றம். வெளிறிய செவ்வண்ணத்தால் உருப்பெற்ற தசைத்திரட்சியில் அபூர்வமான குழைவு. மலைமுகடுகள், தொப்பூழ் பள்ளத்தாக்கு, கருத்த ரோம இழைகளிலான ஒற்றைத்தரு என நிலவெளியின் பிரதிமைகளை உயிர்த்ததும்பல் நிறைந்த அந்த ஓவியத்தில் கண்டபோது விழையத்தக்க லட்சிய வடிவமாக அப்பெண்ணுடல் தோற்றமளித்தது. சொற்களில் முழுமையாகக் கோத்துவிட முடியாத உணர்வு. நிர்வாணத்தில் துலங்கும் கலையின் சூட்சுமம். தூரிகையின் வழியே நித்யத்துவத்திற்குள் நுழைந்துவிட்ட முகமற்றவளின் கண்களைக் கண்டுவிடும் தாபத்தில் கண்ணீர் கோத்துவிட்டது.

ஓவியங்களைப் பற்றிப் பெரிதாகத் தெரியாது, நீலப்படங்கள் அறிந்தவைதான். ப்ரவுஸிங்சென்டரில் பகுதிநேர வேலையிலிருக்கையில் அறிமுகமாயின. வார நாள்களில் சாயங்காலம் ஐந்திலிருந்து எட்டுவரையும் வாரயிறுதிகளின் பகலிலும் சென்டரைப் பார்த்துக்கொண்டான். வார்டன் ஆர்.ஜே.எஸ்ஸின் பரிந்துரையில் கிடைத்த வேலை. அந்தச் சம்பளம் பெரிய ஆதாரம்தான். தமிழிலும் ஆங்கிலத்திலும் தட்டச்சு செய்வான். இறுதியாண்டு மாணவர்களுக்கான ப்ராஜெக்ட் டாக்குமெண்டேஷன் வேலைகள் நிறைந்த சமயங்களில் ஆர்.ஜே.எஸ்ஸின் அனுமதி வாங்கி இரவுகளிலும் வேலை செய்வான்.

இணையப் பரவல் அதிகரித்த தருணம். பெரும்பாலும் சக கல்லூரி மாணவர்கள் மின்னஞ்சல் பார்க்க வருவார்கள். வயது, பாலினம், வசிப்பிடம் ஆகிய மூன்றின் ஆங்கில வார்த்தைகளின் முதலெழுத்துக்களான ஏ.எஸ்.எல் முகமூடி அணிந்த உரையாடல் பெட்டிகளும், நிர்வாணப் புகைப்படங்களும் நீலப்படங்களும் புதிய பிரதேசங்களைத் திறந்துவிட்டிருந்தன.

ஜோடியாய் வருபவர்களின் கண்களைப் பார்த்தாலே இன்னவிதமென்று தெரியும். கேபின் மறைப்புக்குள் நிகழும் ஓசையற்ற தழுவல்களையும் முத்தங்களையும் வருடல்களையும் மனம் கற்பனை செய்யும். வெளியேறும்போது அந்த நான்கு கண்களிலும் சிவப்போடியிருப்பது தெரியும்.

கவனத்தைக் குலைக்கின்ற விஷயங்களில் ஒட்டாமல் இருக்கவேண்டும் என்று ராகவன் சொல்வார். ஆசிரமப்பள்ளியின் தமிழாசிரியரான அவருக்கு அவன்மீது தனித்த பரிவு உண்டு. பள்ளி வளாகத்தில் பின்புறத் தோப்பை ஒட்டிய பூங்காவில் மாலை நேரங்களில் அமர்ந்து படித்துக்கொண்டிருப்பார். சிலநாள்கள் வெளியை வெறித்தவாறு அமர்ந்திருந்துவிட்டு இருட்டுகிற நேரத்தில் கிளம்பிச்செல்வதை முதல்மாடியின் ஜன்னலிலிருந்து பார்ப்பான்.

அந்தப் பேச்சு எப்படித் தொடங்கியதென்று ஞாபகத்தில் இல்லை. படிப்பின் முக்கியத்துவம் குறித்தும் லௌகீக வாழ்க்கையின் நுட்பங்கள் குறித்தும் ராகவன் சொல்லிக்கொண்டிருந்தார். அவர் எப்போதுமே அப்படித்தான். விளங்குகிறதா என்பதைப் பற்றியெல்லாம் கவலைப்படாமல் கிரகிக்கச் சவாலான விஷயங்களையும் அவனிடம் பேசுவார். மனிதர்கள் கைவிட்டாலும் படிப்பு கைவிடாதென்ற அவருடைய பேச்சு கல்வெட்டு எழுத்தேதான். பிச்சை எடுத்தாவது படி, அதைக் கடைசிவரை செய். அறிவு என்பது முயன்றால் எல்லோரும் சம்பாதித்துவிடக் கூடிய சொத்து. நீ உனக்குள் இரண்டு மனிதனாக மாறிக்கொள், ஒருவன் இந்த வாழ்க்கைக் கடலை நீந்திக் கடக்கவேண்டிய லௌகீக மனிதன். அந்த லௌகீக மனிதனை ஆற்றுப்படுத்தி ஆன்மாவில் அழிக்கமுடியாத கறைகள் படிவதைத் தடுத்து மட்டுறுத்தவேண்டியவன் உன்னுள் இருக்கும் இன்னொரு தூயவன். புத்திமதியாக இல்லாமல் போகிறபோக்கில் பேச்சோடு பேச்சாய் அவர் அவனுக்குச் சொன்னவை.

தமிழை உணர்ந்துவிட்டால் ஒருவனுக்குத் தன் வாழ்நாளில் செய்யவேண்டியது என்னவென்று புரிந்துவிடும் என்பார். வாழ்க்கைக்குத் தமிழையும் வயிற்றுக்கு ஆங்கிலத்தையும் படிக்கும்படி போதித்த நடைமுறைவாதி அவர். அவன் வயதுக்கேற்ற தமிழ்ப் புத்தகங்களைத் தேர்ந்து கொடுத்திருக்கிறார். பெரும்பாலும் படித்துவிடுவான். சிரமமானவற்றை அரைகுறையாகப் படித்துவிட்டு நீட்டும்போது அந்தப் புத்தகத்தின் சாரத்தைப்

பேச்சில் சொல்வார். தன் வாழ்க்கையின் கஷ்டங்களைக் கடக்க புத்தகங்களே துணைநின்றதாய்ச் சொல்வார்.

உத்தரங்கள் உளுத்துக்கொண்டிருந்த அவருடைய வீட்டிற்குப் பள்ளிக்காலத்தில் பலமுறை சென்றிருக்கிறான். இருளை நோக்கிச் செல்லும் வீட்டின் சிதைவு வெளிப்படையாகத் தெரிந்தாலும் சாவித்திரியம்மாவின் ஒளி அந்த வீட்டைத் தாங்கியிருந்தது. வயோதிகத்தால் உடல் சுருங்கித் தோற்றம் சிறுத்திருந்தாலும் கண்களில் கூர்மை குன்றாத சாவித்திரியம்மாவும் ராகவனும் மட்டுமே அந்த வீட்டில் வாழ்ந்தார்கள். கூடத்துச் சுவரெங்கும் குழந்தைகள், ஆண்கள், பெண்கள் நிறைந்த கறுப்பு வெள்ளையிலான புகைப்படங்கள். அங்கிருக்கும் சமயங்களில் சாவித்திரியம்மாவும் ராகவனும் நேரிடையாகப் பேசிப் பார்த்ததேயில்லை.

போகும்போதெல்லாம் கால்களைக் கழுவிவிட்டு உள்ளே வரும்படி சாவித்திரியம்மா சொல்லும். செய்துவிடேன் என்ற பாவனையோடு ராகவன் பார்ப்பார். நெய்யில் செய்த பலகாரமும் அருமையான சுவையோடு காஃபியும் கிடைக்கும். கிளம்பும்போது சாவித்திரியம்மாவின் காலில் விழுந்து வணங்குவான். தளுதளுப்பான குரலில் ஆசிர்வாதம் செய்யும்.

மேல்நிலைப் பள்ளித் தேர்வில் நல்ல மதிப்பெண் எடுத்திருந்தான். அவருடைய நண்பர் ஆர்.ஜே.எஸ் பணிபுரிந்த கல்லூரியில் ராகவன்தான் சிபாரிசு செய்தார். பெரிய போட்டி இருந்தாலும் அவனுடைய மதிப்பெண்ணாலும் ஆதரவற்ற பின்புலத்தினாலும் கம்ப்யூட்டர் சயின்ஸில் இடம் கிடைத்தது. கல்லூரி விடுதியின் வார்டனாகவும் இருந்த ஆர்.ஜே.எஸ் அவனுடைய விடுதிக்கட்டணத்தையும் உணவுச்செலவுகளையும் ஏற்றுக்கொண்டார். அரசும், கல்லூரியின் புரவலர்களும் வழங்கும் உதவித்தொகைக்கும் அவரே ஏற்பாடு செய்தார். மாமா கார்டியன் கையெழுத்துப் போடுவதற்கு ஒருமுறை வந்ததோடு சரி. வாழ்க்கையில் நிறையபேருக்குக் கடன்பட்டுவிட்டான்.

கணினி இணையத் தொழில்நுட்பத்தில் எதிர்கால வேலைவாய்ப்புகள் குறித்த புரிதல் விரைவில் கிடைத்துவிட்டது. வகுப்புகளைக் கூர்ந்து கவனித்து உள்வாங்கித் திரும்பத் திரும்ப அசைபோடுவான். விரிவுரையாளர்களிடம் நிறைய கேள்விகள் கேட்பான். தன்னுடைய புரிதலைச் சொல்லி உறுதிப்படுத்துவான்.

ஆயிரக்கணக்கான மாணவர்கள் படிக்கும் கல்லூரியின் நூலகத்தில் மாதாந்திரக் கணினிப் பத்திரிகைகளை முதல் ஆளாய்ப் புரட்டுவான். ஆர்.ஜே.எஸ்ஸின் முயற்சியில் விடுதியில் ஏழெட்டுக் கணினிகளைக் கொண்டு சிறிய ஆய்வகம் தொடங்கப்பட்டபோது அதை நிர்வகிக்கும் பொறுப்பைக் கொடுத்தார். செயல்முறையாக நிறையக் கற்றுக்கொள்ள அது உதவியது.

கண்டிப்புக்குப் புகழ்பெற்றிருந்த கல்லூரிதான். இருந்தாலும் இளமையின் மகிழ்ச்சியையும் கொண்டாட்டங்களையும் அவனுடைய சக நண்பர்கள் இழக்கவில்லை. அந்த உலகத்தில் சஞ்சரிக்கவேண்டுமென்று விரும்பினாலும் அவர்களும் தானும் ஒன்றல்ல என்கிற மனத்தடை எப்போதுமே இருந்தது. சனிக்கிழமை மாலை ஃப்ரீ நைட். நான்கு மணிக்கு ஆளுக்கொரு ப்ரெட் பாக்கெட் மற்றும் காஃபியோடு மெஸ் அன்றைய தினத்துக்கு மூடப்படும். விடுதி மாணவர்களில் ஒரு குழு சினிமாவுக்குப் போய்விட்டு பரோட்டா சால்னா ஆம்லெட் உண்டுவிட்டு வருவார்கள். இன்னொரு குழு சாகசத்தின் பொருட்டு பார்களுக்கும் ஒயின்ஷாப்புகளுக்கும் செல்வார்கள். சென்டரிலிருந்து எட்டரைக்குத் திரும்பும்போது விடுதியின் வராண்டாக்கள் இருளில் உறைந்திருக்கும். பதினொரு மணிக்கு ஆஜர் எடுக்கும்போதுதான் விடுதிக்கு மீண்டும் உயிர் வரும். வெளியே செல்லாத மாணவர்கள் சிலர் மட்டும் விளையாட்டு அறையில் கேரம், செஸ், டேபிள் டென்னிஸ் என்று விளையாடிக்கொண்டிருப்பார்கள்.

சனிக்கிழமை இரவுகளில் அவனுக்குத் தனியாக மெஸ்ஸில் தோசையும் காஃபியும் கிடைக்கும். ஆர்.ஜே.எஸ்ஸின் வார்த்தை. வராண்டா விளக்குகளின் சோகையான வெளிச்சம் விழுந்தவாறிருக்கும் கூடைப்பந்து மைதானத்தில் தனியாக அமர்ந்து தூரத்தில் தெரியும் சுற்றுச்சுவரோர மரங்களையும் அவற்றினூடே புதைந்திருக்கும் இருளையும் வெறிப்பான். சமயங்களில் மரங்களினூடே மின்மினிகள் கொத்துக் கொத்தாக மிதக்கும்.

கோடை விடுமுறைக்கு விடுதியைக் காலி செய்யவேண்டும். மெஸ்ஸும் மூடப்பட்டுவிடும். முதல் வருஷம் மாமாவின் வீட்டுக்குப் போனான். முன்பிருந்த இறுக்கம் இப்போது இல்லைதான். அத்தைகூட கடுமை குறைந்திருந்தாள். ஆனாலும் சாவித்திரியம்மாவின் இறப்பு அந்தக் கோடையில் மனவாட்டத்தைக்

கொடுத்தது. ராகவனைச் சந்திக்க வீட்டுக்குப் போனபோது தன்னிச்சையாகவே கால்களைக் கழுவிக்கொண்டான். எப்படித் துக்கம் விசாரிக்கவேண்டும் என்று தெரியாமல் அவருடைய முகத்தையே பார்த்துக்கொண்டிருந்தான். சுவரில் சாவித்திரியம்மாவின் புகைப்படம் புதிதாகச் சேர்ந்திருக்கக் கீழே அகல் விளக்கு ஒளிர்ந்தது.

ராகவன் வேலையிலிருந்து நின்றுவிட்டிருந்தார். இந்த ஆறு மாதத்துக்குள் தளர்ந்துபோய் இதுவரை கண்டிராத வேறொரு மனிதராக இருந்தார். அவருக்குக் குடிப்பழக்கம் உண்டென்று தெரியும். ஆனால் அன்றைக்குத்தான் அதை நேரில் கண்டான். நீர் கலவாமலும் முகம் சுளிக்காமலும் விருப்பமான பானத்தைச் சுவைப்பதைப்போல் அவர் குடிப்பதைப் பார்க்கையில் இது அவருக்கு நீண்டகாலப் பழக்கமாகத் தெரிந்தது. பௌர்ணமி இரவில் வானம் பூரணத்தில் நிறைந்திருந்தது. வீட்டின் பின்பகுதியில் துணி துவைக்கும் கல்லில் அமர்ந்து அவர் பேசுவதைக் கேட்டுக்கொண்டிருந்தான். துளசிச்செடியிலிருந்து நறுமணம் வீசியது. ராகவனின் பேச்சில் ஆசிரிய பாவனை நீங்கியிருந்தது. உண்மையில் அவர்தான் பேசிக்கொண்டிருந்தார். சிறு கேள்விகளைக் கேட்டவாறு ஆமோதித்துக்கொண்டிருந்தவன் வெகுகாலமாகக் கேட்க நினைத்த கேள்வியைக் கேட்டான்.

"ஏங்க சார், நீங்க கல்யாணம் பண்ணிக்கல?"

அவரின் உதடுகளில் ஒரு புன்சிரிப்பு தோன்றியது.

"அடே ஆனந்த், நீ பெரிய பையனாயிட்டியே."

"அப்படி இல்லீங்க சார். சும்மா கேக்கத் தோணுச்சு."

துளசியைப் பறித்து முகர்ந்துவிட்டுச் சுண்டியவரிடமிருந்து நீண்ட பெருமூச்சு வெளியேறியது.

"அதொரு பெரிய காதல் கதை. இப்போதைக்கு இது மட்டும் உனக்குப் போதும். கேட்டுப் புரிஞ்சுக்கறதுக்கு உனக்கு வயசும் பக்குவமும் வரணும். அடுத்த தடவை சொல்றேன். நீ போய் படுத்துக்கோ. நான் தூங்கறதுக்கு இன்னும் நேரமாகும்."

வயதைப் பொருட்படுத்தாமல் பலவற்றையும் சொல்லிக்கொடுத்தவர் இப்போது வயதைக் காரணங்காட்டிச் சிலவற்றைத் தள்ளிப்போடுகிறார். விடிவிளக்கின் வெளிச்சத்தில் கூடத்தில்

உத்தரங்களின் நிழலைப் பார்த்துக்கொண்டு படுத்திருந்தபோது சுவர்ப் பல்லியின் குரலைக் கேட்டான். அவர் எந்நேரம் படுத்தார் என்று தெரியவில்லை. காலையில் அவர் செய்துகொடுத்த உப்புமாவைச் சர்க்கரையைத் தொட்டுக்கொண்டு உண்டபோது அமுதமாக இருந்தது. சில மாதங்களுக்குப் பிறகு அவர் காணாமல் போய்விட்டார். எங்கோ வடக்கே சென்றுவிட்டார் என்றார்கள். ஆர்.ஜே.எஸ்ஸிடம் கேட்டபோது வருத்தமான புன்னகையைக் கொடுத்துவிட்டுப் பதில் சொல்லாமல் நகர்ந்துவிட்டார். அவருக்குமே சரியான விவரம் தெரிந்திருக்கவில்லை. இந்த உலகத்தின் ஏதோவொரு இடத்தில் ராகவன் இருப்பாரென்று நினைத்துக்கொண்டான்.

அடுத்த வருஷத்தில் செமஸ்டர் விடுமுறையில் ஊருக்குப் போகவேண்டிய தேவை ஏற்படவில்லை. அசோக், மணி, வெற்றி, சரவணன் என நான்குபேரும் ஹாஸ்டலில் இருந்து வெளியேற்றப்பட்டு வெளியே வீடு எடுத்திருந்தார்கள். ஹாஸ்டலில் அவர்கள் நால்வருக்கும் ஒரே அறை. ஸ்டடி ஹவர் முடிந்ததும் கதவையும் ஜன்னலையும் தாழிட்டுவிட்டு அவர்கள் ரம்மி ஆடுவது விடுதியறிந்த ரகசியம். ஜன்னலை மூடக்கூடாது என்பது விதியென்றாலும் கொசு வருகிறது என்கிற பதிலை வைத்திருந்தார்கள்.

அன்றைக்குத் தற்செயலாக அவர்களுடைய அறைக்குப் போனவன் வேடிக்கை பார்க்க உட்கார்ந்துவிட்டான். ஜன்னலைச் சார்த்திக் கொக்கியைப் போட மறந்துவிட்டிருந்தார்கள். பூனை என்று பட்டப்பெயரில் அழைக்கப்பட்ட டெபுடி வார்டன் பழனிக்குமார் பிடித்துவிட்டார். ஜன்னல் கதவுகளை அரவமின்றி நீக்கிக் கம்பிகளில் தன் முகத்தை அழுத்தியிருந்தவர் அவனைத்தான் முதலில் கூப்பிட்டார்.

“ஆனந்த், வந்து டோர் லாக்க ஓப்பன் பண்ணுங்க.”

நான்குபேரும் எழுந்து அமைதியாக நின்றார்கள். கால்கள் பின்ன நடந்துசென்ற ஆனந்த் கதவின் தாழை நீக்கிவிட்டுச் சுவரோரமாக ஒண்டி நின்றான். தன் பிரத்யேக நடையோடு வந்த பூனை கட்டிலின் மீது உதிரியாகக் கிடந்த சீட்டுகளை அள்ளிக் குவித்து எடுத்தவிதத்தைப் பார்த்தபோது ஆட்டத்தில் பழகிய கையாகத் தெரிந்தது.

“இங்கே என்ன பண்றீங்க ஆனந்த்? எய்ட்டோ கிளாக்குக்கு மேலே ரூம் விட்டு ரூம் வரக்கூடாதுன்னு ரூல்ஸ் இருக்கில்ல?” பெண்மை கலந்த தன் குரலில் கேட்டபோது மெல்ல முனகினான்.

“இல்ல சார்... சும்மாதான் வந்தேன்.”

“நாளைக்கு மார்னிங் எய்ட் தேர்ட்டிக்கு ஆர்.ஜே.எஸ் சார் வருவார். நீங்க நாலு பேரும் வார்டன் ரூமுக்கு வந்துடுங்க. ஆனந்த், நீங்களுந்தான். இப்போ உங்க ரூமுக்குப் போங்க.”

வேகமாகத் தலையாட்டிவிட்டு அறைக்குத் திரும்பிவிட்டான். ஆர். ஜே.எஸ்ஸை நினைத்துப் பயமாகிவிட்டது. கண்டிப்பானவர். தன் மீதான அவருடைய நம்பிக்கையில் இதுவொரு கரும்புள்ளியாக இருக்கப்போகிறது. சீட்டாடவில்லை என்றாலும் ஆட்டத்தில் லயித்திருந்ததைப் பூனை கவனித்திருப்பார். போட்டுக்கொடுப்பதில் பூனைக்கு நிகர் அவரேதான்.

அவர்கள் நான்குபேரும் என்னவிதமான மனநிலையில் இருப்பார்கள் என்று குழம்பியவனுக்குத் தூக்கம் பிடிக்கவில்லை. தண்ணீர் குடிக்கப் போகிறவனைப்போல விடிவிளக்குகள் மட்டும் எரிந்த வராண்டாவில் நடந்து அவர்களுடைய அறைப் பக்கம் போனபோது அவர்கள் உறங்கிவிட்டிருப்பது தெரிந்தது. துர்க்கனவுகளும் விழிப்புமாய் அந்த இரவு அவஸ்த்தையோடு கழிந்தது.

காலையில் தன்னையே தள்ளிக்கொண்டுதான் வார்டனின் அறைக்குப் போனான். அவமானத்திற்குத் தான் எவ்வளவு பயப்படுகிறவன் என்பதை அன்றைக்குத்தான் உணர்ந்தான். போர்டிகோவில் ஆர்.ஜே.எஸ்ஸின் பைக் நிற்பதைப் பார்த்தவுடன் மனநடுக்கம் கூடிவிட்டது. இரட்டைக்கதவில் ஒன்று திறந்திருக்க பம்மியவாறு எட்டிப்பார்த்தான். நடுநாயகமாக வார்டன் நாற்காலியில் ஆர்.ஜே.எஸ் உட்கார்ந்திருந்தார். அவருக்குப் பின்புறப் பக்கவாட்டு ஸ்டூலில் பூனை. மூலையில் நால்வரும் ஒருவருக்குள் ஒருவர் புதைந்து நின்றிருந்தனர். ஆர்.ஜே.எஸ் நிமிர்ந்து அவனைப் பார்த்தபோது வணக்கம் வைத்தவாறு தயக்கத்தோடு உள்ளே நுழைந்தான்.

“வாங்க சார். எப்ப இருந்து இந்தப் பழக்கம்? நல்லாப் படிக்கற திமிரா? படிக்கறதுக்கு ஒண்ணுமே இல்லீன்னு

சீட்டாடப் போய்ட்டியா? நம்ம நிலைமை என்னன்னு நமக்குத் தெரியவேண்டாம்?"

நாக்கு எழும்பவில்லை. மனசுக்குள் எதுவோ உடைந்து கண்ணீர் வந்துவிட்டது. தான் விளையாடவில்லை என்பதைக்கூடச் சொல்லமுடியாமல் உறைந்துவிட்டான். நண்பர்களின் முன்னால் கண்ணீர் விடுவது இன்னும் அவமானமாக இருந்தது.

"அடச்சீ. அழுவறத நிறுத்து. அவனுக நாலுபேரும் எவ்வளவு அழுத்தமா நிக்கறானுக. நீ பொட்டப்புள்ள மாதிரி அழுவுற?"

ஆர்.ஜே.எஸ்ஸின் அதட்டலில் சற்று கனிவும் இருந்தது.

"சார் அவன் ஆடலீங்க, நோட்ஸ் கொடுக்கத்தான் வந்தான். நாங்க நாலுபேருந்தான் ஆடுனோம்" அசோக் தைரியத்தோடு சொன்னான்.

"த்தூ... நிறுத்துடா... சீட்டாடிட்டு சர்ட்டிஃபிகேட் வேற கொடுக்க வந்துட்டியா? நீங்க கெட்டதும் இல்லாம அவனையும் கெடுக்கப் பாக்கறீங்களாடா? இது ஹாஸ்டலா, இல்ல கிளப்பா? வேற யாரெல்லாம் சீட்டாடறது? இப்போ எல்லா டீட்டெயிலையும் எங்கிட்ட நீங்க நாலுபேரும் சொல்லியே ஆகணும்" விசாரணையை ஆரம்பித்துவிட்ட ஆர்.ஜே.எஸ் அவனிடம் சொன்னார்.

"போ...போய் எட்டுமணிக்குமேல ரூம்விட்டு ரூம் போனதுக்கு அப்பாலஜி லெட்டர் எழுதி பழனி ஸார்ட்ட கொடுத்துடு. இனிமே இந்த மாதிரி கம்ப்ளெய்ண்ட் வரக்கூடாது. ஒரு சுழி தப்பாப்போச்சுனா மொத்தமும் தப்பாயிடும். இவனுக நாலு பேருக்கும் எல்லாமே இருக்கு. உனக்கு? ப்ரின்ஸிப்பல் உன்ன ரொம்பத் திறமையானவனா நினைக்கறார். பேர கெடுத்துக்கக்கூடாது. புரியுதா?".

அவனுக்கு மன்னிப்பு கிடைத்தாலும் அவர்கள் நாலுபேரும் ஹாஸ்டலைக் காலிசெய்யவேண்டும் என்பதில் ஆர்.ஜே.எஸ் உறுதியாக நின்றுவிட்டார். நண்பர்கள் அலட்டிக்கொள்ளவில்லை. மனம் குன்றிப்போனவனை அவர்கள்தான் சமாதானப் படுத்தினார்கள். பணத்தை எண்ணாமல் செலவு செய்யும் வளங்கொண்ட குடும்பங்களைச் சேர்ந்த அவர்கள் ஆளுக்கொரு விலையுயர்ந்த இருசக்கர வாகனம் வைத்திருந்தார்கள். பிரதானமான குடியிருப்புப் பகுதியில் வாடகைக்கு வீடு எடுத்து

மளிகை சாமான்கள் வாங்கிப்போட்டு சமைப்பதற்கு ஆளையும் அமர்த்திவிட்டார்கள்.

செமஸ்டர் ஸ்டடி லீவில் இன்னும் நான்கைந்து நண்பர்கள் சேர்ந்துகொள்ள ஆனந்த்தின் தலைமையில் குரூப் ஸ்டடி நடந்தது. படிப்புக்குத் துணையாய்ச் சதாநேரமும் சூடான தேநீரும் சிகரெட்டும் வீட்டுக்குள் புழங்கின. யாராவது புகைத்தால் வாங்கி ஒரே ஒரு பஃப் புகைப்பான்.

சொல்லிக் கொடுப்பதின் மூலம் கற்றுக்கொள்வது அவனுக்கும் மகிழ்ச்சியாக இருந்தது. தொடர்ச்சியாகக் கேட்கப்படும் பாடப்பகுதிகளைப் பழைய கேள்வித்தாள்களிலிருந்து குறித்துக்கொண்டு உள்ளுணர்வின் அடிப்படையில் சில கேள்விகளையும் சேர்த்துக் கொடுப்பான். முதல்சுற்றில் எல்லோரும் அதைப் படித்து முடிப்பார்கள். ஒரு விடையில் எந்தெந்த வாக்கியங்கள் தவறாமல் இருக்கவேண்டும் என்பதையும் ஏன் அப்படி என்பதையும் விளக்குவான். மூன்றாம் செமஸ்டரில் நண்பர்கள் எல்லோரும் கௌரவமான மதிப்பெண்களோடு அப்படித்தான் தேர்ச்சி பெற்றார்கள். பஞ்சாபி ஹோட்டல் பாரில் நடந்த பார்ட்டியின்போது அவனுக்கு இரண்டு செட் பேண்ட் சட்டையும் நோக்கியா 1100 செல்போனும் பரிசளித்தார்கள். விதவிதமாகச் சமைக்கப்பட்ட கோழி, ஆடு மற்றும் மீன்கறிகளோடு முதன்முறையாக அன்றைக்கு பியர் அருந்தியபோது லாகிரிதான் வாழ்க்கைக்குச் சுவைகூட்டும் உப்பு என்பதை அவன் உணர்ந்தான்.

04

ஒரு மூன்றாம் உலக நாடு என்கிற எண்ணத்துடன் உருகுவேக்கு வந்திருந்தாலும் மாண்டிவீடியோ நகரத்தையும் மக்களின் வாழ்க்கைத் தரத்தையும் கண்டபோது அது ஐரோப்பிய நாடுகளுக்கு இணையானதாக இருந்தது. தென்னமெரிக்காவின் சுவிட்சர்லாந்து என்ற பட்டத்தை இந்த நாடு ஒருகாலத்தில் தாங்கியிருந்திருக்கிறது. புறநகர்ப் பகுதிகளில் மட்டும் மூன்றாம் உலக நாட்டின் தடயங்களைக் கண்டான்.

விண்ணுயர்ந்த நவீனக் கட்டடங்களோடு பழமையின் சின்னங்களும் ஊடுபாவியிருந்தன. ஆனந்த் வசிக்கும் பொசிட்டோஸ் பகுதியிலிருந்து அலுவலகம் இருக்கும் தொழில்நுட்பப் பூங்காவுக்குச் செல்ல அரைமணி நேரத்திற்குக் கூடுதலாக எடுக்கும். ஷட்டில் பயணம் நகரத்தை ஊடறுத்துச் செல்லும். முழுமையாக நவீனமடைந்துவிட்ட பகுதிகள், பழமையோடு புதுமை கலந்த இடங்கள், புறநகர்ப் பகுதிகளில் மூடிக்கிடக்கும் தொழிற்சாலைகள், புற்கள் முளைத்துக்கிடக்கும் தரிசு நிலங்களின் வழியே செல்லும் சாலைகள், சிறிய கிராமங்களைப்போலத் தோற்றமளிக்கும் எளிய குடியிருப்புகள், மரங்களடர்ந்த ராணுவப் பயிற்சி மையம் என வேடிக்கை பார்த்தவாறு போகும் தினசரி ஷட்டில் பயணங்கள் கலவையான உணர்வுகளை அளித்தன.

துபாயிலிருந்து பிரேசிலின் சாவ் பாவ்லோ மார்க்கமாக மாண்டிவீடியோ வந்து தரையிறங்குகையில் முன்னிரவாகிவிட்டது. லக்கேஜ்கள் வந்து சேரவில்லை. புகார் எழுதிக் கொடுத்துவிட்டு வெளியே வந்தபோது ஆங்கிலத்தில் அவனுடைய பெயர் எழுதப்பட்டிருந்த தாளை விரித்தவாறே நின்றிருந்த டாக்ஸி டிரைவரைக் கண்டான். நெருங்கும்போது வெகுநாள் பழகியதுபோலப் புன்னகையோடு ஹோலா சொன்னார். அது விருந்தோம்பல் நிரம்பிய வெள்ளந்திப் புன்னகை.

டாக்ஸியின் உட்புறத்தில் முன்னிருக்கையையும் பின்னிருக்கையையும் பிரித்துப் பொருத்தப்பட்டிருந்த

கம்பிவலையின் இடையில் கையகலச் சதுர இடைவெளி இருந்தது. தன் நிலத்திற்கு வரும் புதியவர்களிடம் ஏற்படும் இயல்பான ஆர்வத்தின் காரணமாக ஸ்பானிஷிலும் உடைந்த ஆங்கிலத்திலும் சளசளவென்று பேசியவாறே வந்தார் டிரைவர். அவனுக்காகப் பதிவு செய்யப்பட்டிருந்த விடுதி பொஸிட்டோஸில் இருந்தது.

வழித்தடத்தில் ஆங்காங்கே மழை தூறியது. சாலையோரத்தில் ஒற்றையாய் நின்றிருந்த பெண்ணொருத்தியைச் சுட்டி அவளொரு சீக்கா என்றார். அது பாலியல் தொழிலில் இருக்கும் பெண்களைச் சுட்டும் கொச்சையான விளி. தேவைப்பட்டால் தன்னிடமிருக்கும் எண்களைத் தருவதாகச் சொன்னபோது பேச்சைத் தொடரவிரும்பாமல் தவிர்த்துவிட்டான். இறங்கும்போது கொடுத்த கூடுதலான டிப்ஸ் தொகையை மகிழ்ச்சியோடு வாங்கிக்கொண்டு எந்த உதவி தேவைப்பட்டாலும் தன்னை அழைக்குமாறு சொல்லிவிட்டுப் போனார்.

மறுநாள் பகலில் மழை பெய்தது. கிடைத்த சிறிய இடைவெளியில் றாம்ப்லாவுக்குச் சென்று அலைகளைப் பார்த்தபோது அவை கலங்கலாகத் தெரிந்தன. சிவப்பும் வெண்மையுமாகச் சதுரக் கட்டங்கள் கீறப்பட்டிருந்த நடைபாதையில் மழையின் ஈரம் படிந்திருந்தது. காற்றில் நீரின் கவிச்சி வாடை வீசியது. சில நிமிஷங்களில் மழை கூடிவிடுமென்பதைக் கண்டு அறைக்குத் திரும்பி லக்கேஜக்குக் காத்துக்கிடந்தான்.

சொந்த வீடென்று ஒன்றை உணர வாய்ப்பில்லாதவனுக்கு அதன் நீட்சியாகச் சொந்த ஊர், சொந்த நாடு என்பதிலும் பிடிப்பற்ற தன்மையே இருந்தது. தான் ஒரு உலக மனிதனாக முதிரவேண்டுமென்று நினைப்பான். உலக மனிதன் யார்? அடையாளங்கள் கொடுக்கும் அர்த்தப்பூர்வங்களைப் புரிந்துகொள்கிற அதே தருணத்தில் அவை உருவாக்கச் சாத்தியமுள்ள துவேஷத்தை மறுதலிப்பவர்கள்தான் உலக மனிதர்கள் என்றும் நினைத்தான். 'யாதும் ஊரே யாவரும் கேளிர்' என்ற வாக்கியம் மனதில் மேலெழுந்தது. ஆமாம், அப்படி நினைக்க முடிகிறவர்கள்தான் உலக மனிதர்கள்.

தன்னால் எந்த ஊரிலும் இருந்துவிடமுடியும் என்பது அவனுடைய நம்பிக்கை. நிலத்தைக் குறித்தும் இடங்களைக் குறித்தும் எப்போதுமே பெரிய கற்பனாவாதம் இருந்ததில்லை. அப்படியான கற்பனாவாதம் நிலப்பிரபுத்துவ மனநிலையின் எச்சம்

என்று அவனுடைய நண்பரான எம்கே சொல்வார். அவருடைய கருத்தை அவன் முழுமையாக ஏற்றுக்கொள்ளவில்லை. இயற்கையின் அழகியலையும் ரகசியத்தையும் மனித மனம் விழைவதிலுள்ள வாழ்க்கைச்செறிவை உணர்ந்தே இருந்தான்.

வந்து நிலைகொண்ட நாள்களில் பிரதேசத்தைப் புரிந்துகொள்ளும் முயற்சி இயல்பாகவே நிகழ்ந்தது. இந்தக் கண்டத்தில் துயரார்ந்த மானுடப் பரிசோதனை நிகழ்ந்திருக்கிறது. நூற்றாண்டுகளுக்கு முன்னர் நுழைந்த ஸ்பானியர்களும் போர்த்துக்கீசியர்களும் பூர்வகுடிகளை வேட்டையாடி நிலத்தின் உயிர்த் தாதுக்களைக் கொள்ளையடித்திருக்கிறார்கள். ஆப்பிரிக்காவிலிருந்து அட்லாண்டிக் கடல்வழியே அடிமை வணிகம் நடந்திருக்கிறது. அடிமைகளாய்க் கடத்தப்பட்டவர்களுக்குக் கல்லறையை நோக்கியவையாக அப்பயணங்கள் இருந்திருக்கின்றன.

மனிதப் பேராசை உருவாக்கிய அழிவின் தடயங்களைக்கண்டு மனம் விதிர்த்துவிட்டது. சமீப நூற்றாண்டிலும் இந்த நிலத்தைப் பழைய துர்விதியே தொடர்ந்திருக்கிறது. மனிதனுக்கு விடுதலை உயிரைவிட மேலானதாக இருந்திருக்கிறது, விடுதலையின் பொருட்டே நிலமெங்கும் மனிதர்கள் உயிரைப் பகடையாக வீசியிருக்கிறார்கள். அதன் சாட்சியம் இந்தக் கண்டம் முழுக்க இருக்கிறது.

ரத்தக்கறைகளையும் துயர அழிவுகளையும் தனக்குள் புதைத்திருக்கும் பூமி ஒன்றுமே நிகழாததுபோலச் சமத்காரத் தோற்றம் கொடுக்கிறது. மனித வாழ்க்கையைக் கடவுளின் கனவு என்று யாரோ சொல்லியிருக்கிறார்கள். அவன் அப்படி நம்பவில்லை. அப்படி இருந்திருந்தால் இத்தனை பிறழ்ச்சிகள் நிகழ்ந்திருக்காது. வாழப் பழகியதில் மனிதன் செய்த பிழைகள்தான் வரலாறு நெடுக நிறைந்திருக்கின்றன.

கண்ணெதிரே பிரத்யட்சமாக இருப்பது ஒரு சிறிய நாடு. முப்பத்திரண்டு லட்சமும் சொச்சமும் எனக் குறைவான மக்கள்தொகை. பெரும்பாலும் ஐரோப்பிய பாரம்பரியத்தைக் கொண்டவர்கள். குற்ற விகிதம் குறைவான சமூகம். நாட்டின் அதிபர், அறுபதுகளில் வீரியமாக இருந்த மார்க்சிய லெனினியக் குழுவான தூப்பமாரோஸைச் சார்ந்த முன்னாள் கொரில்லா போராளி. மரியுவானா, கருக்கலைப்பு போன்ற விஷயங்களைச் சட்டப்பூர்வமாக்கும் முற்போக்கான முன்னகர்வு நடப்பதைக்

கண்டான். தனிமனிதச் சுதந்திரம் இருந்தாலும் மனிதர்களைச் சமூகத்தோடு விலகலின்றி கோத்திருக்கும் கலாச்சார வெளியும் இருப்பதாகத் தோன்றியது. எல்லாவற்றையும்விட றாம்ப்லாவும் ரியோ தெ லா பிளாட்டாவும் முடிவின்றி வசீகரித்தன.

05

காலை நடை போகும் தருணங்களில் றாம்ப்லாவில் அடையும் புத்துணர்ச்சி இரவின் மயக்கங்களிலிருந்து முற்றிலும் வேறுபட்டது. அவ்வப்போது இடைவெளி ஏற்பட்டாலும் வாரத்தில் இரண்டு மூன்று நாட்களேனும் நடைபோகிறான். நடந்துவிட்டுத் திரும்பும்போது உறக்கமின்மையின் களைப்பு உடலிலிருந்து முழுவதுமாக வடிந்திருக்க இரவின் சலனங்கள் தடயமின்றி மறைந்திருக்கும். ஆரோக்கியம் மிளிரும் உறுதியான உடற்கட்டோடு றாம்ப்லாவில் ஓட்டப் பயிற்சி செய்யும் மனிதர்கள் ஆரோக்கியத்தின் மீதான விருப்பவுணர்வை ஊட்டினார்கள்.

மனிதர்களின் தோற்றத்தைக் கணித்து அவற்றின் வடிவத்தை அவதானிப்பான். அந்நியர்களை உற்றுப்பார்ப்பது நாகரீகமான விஷயமல்ல என்பதால் அனிச்சையான பார்வையில் உருவத்தைப் புகைப்படம் போல மூளைக்குள் பதிந்துகொள்வான். நிறம், பருமன், உயரம், வளைவுகள், எல்லாவற்றிற்கும் மேலே கண்களின் உயிர்த்தன்மை என இவற்றையெல்லாம் கவனிப்பதில் ஒரு அலாதியான சுவாரசியம்.

ஸ்டேடியத்தில் உள்ளூர்க் கால்பந்தாட்டப் போட்டி நடந்தது. ஆயிரக்கணக்கான மக்களைத் திரளாகப் பார்ப்பது அதுதான் அவனுக்கு முதல்முறை. திருவிழா போலத்தான் இருந்தது. முழுவதும் நிரம்பியிருந்த ஸ்டேடியத்தில் உடல்களும் குரல்களும் ஆர்ப்பரித்தன. வெரோனிகா, ரொமோன், சலோமி, அவன் என்று நால்வராகப் போயிருந்தார்கள். போட்டியின் சுவாரசியத்தில் மற்றவர்கள் மூழ்கியிருக்க விளையாட்டைவிடவும் பந்தின் நகர்வுக்குத் தகுந்தாற்போல் பார்வையாளர் திரளில் துடிகொண்டிருந்த உடல்களைத்தான் அதிகமும் கவனித்தான் ஆனந்த்.

உயிரின் பொருண்மையாக உடல் இருக்கிறது. உடலின் வழியே லாகிரியைத் துய்ப்பது சிற்றின்பமாக வைக்கப்பட்டிருக்கிறது. அதை ஏன் பேரின்பம் என்று சொல்லவில்லை? பேரின்பத்தைப்

போலவே பெருவலியும் உடலுக்குள் இருப்பதால் உடலினால் அடையப்படும் இன்பம் பேரின்ப வகைப்பாட்டில் வரவில்லை என்று யூகித்தான். வலியே இல்லாத புலத்தில் அனுபவிக்கும் இன்பம்தான் பேரின்பம்.

உள்ளூர்வாசிகள் பலருக்கும் மத்தே பானம் குடிப்பதில் ஒருவித இன்பம். வெந்நீர் கொண்ட தெர்மோஸ் புட்டியைக் கக்கத்தில் வைத்திருப்பார்கள். சிறிய உறிஞ்சுகுழாயோடு இருக்கும் கோப்பைக்குள் மத்தே பொடியையும் வெந்நீரையும் கலந்து தேநீரைப்போலக் குடிக்கிறார்கள். வெரோனிகா கையிலேயே வைத்திருப்பாள். ஒருமுறை சுவைக்கச்சொல்லிக் கோப்பையை நீட்டினாள். ஒரு மிடறுதான் உறிஞ்சியிருப்பான். சுவை அந்நியமானதாக இருந்தது. பிடிக்கவில்லை என்றவாறு திருப்பிக்கொடுத்துவிட்டான். சுவைகள் நிலப்பரப்போடு இணைந்தவை போல. மத்தே பிடிக்காமல் போய்விட்டாலும் மரியுவானா அளித்த லாகிரியை மிக விரும்பினான்.

றாம்ப்லாவில்தான் மரியுவானா அறிமுகமானது. அன்று வெள்ளிக்கிழமை. அலுவலகத்திலிருந்து வரும்போதே அவெனிதா ப்ரெஸிலில் வழக்கமாக வாங்கும் பேயோஷாப்பில் இரவுக்கும் மறுநாளுக்குமாக அரை கிலோ கறி வாங்கினான். பதப்படுத்தப்பட்ட இறைச்சியை வாங்குவதில்லை. ஜாக் டேனியல்ஸ் விஸ்கியைச் சுவைத்துகொண்டு அன்றைக்குச் சமைத்த கோழிக்கறியில் அபூர்வமான சுவை கூடிவிட்டது. உண்ட நிறைவைப் பூரணமாக்க சிகாரைப் பற்றவைத்துக்கொண்டு பத்தரை மணிக்குக் கீழே இறங்கி றாம்ப்லாவுக்கு நடந்தான்.

கடற்காற்று மெலிதாக வீச கோழிக்கறியும் ஜே.டியும் கொடுத்திருந்த மிதமான வெப்பம் உடலுக்குள் கனன்றது. திண்ணைச் சுவரில் வழக்கமான இடத்தில் அமர்ந்திருந்தான். சாலையில் போக்குவரத்து குறைந்துவிட்டிருந்தது. ஐம்பது வயது சொல்லத்தக்க பெண் அவனைக் கடக்கையில் அவருடைய புசுபுசு நாய்க்குட்டி காலை முகரவந்தது. சங்கிலியைச் சுழற்றி இழுத்தவர் மன்னிப்பு கேட்கும் சிரிப்போடு கடந்துபோனார். சுருட்டுப்புகையோடு நினைவுகளில் தோய்ந்திருந்தபோது சைக்கிள்களை உருட்டிக்கொண்டு அந்தக் குழு வந்தது.

“ஹோலா... ஹோலா...”

இருபதுகளின் தொடக்க வயதுள்ளவர்களாகத் தோற்றமளித்த மூன்று இளைஞர்களும் பெண்ணொருத்தியுமாய் நால்வர் சூழ்ந்து அமர்ந்தார்கள். அவர்கள் ஸ்பானிஷில் ஆரம்பித்தபோது ஆங்கிலத்தில் இவன் பதில் சொன்னான். சாண்டியாகோ என்று தன்னை அறிமுகப்படுத்திக்கொண்டவனின் ஆங்கிலம் சரளமாக இருந்தது. மற்றவர்களின் துண்டு துண்டான வார்த்தைகளிலிருந்து அர்த்தங்களைக் கோத்துக்கொண்டான். அறிமுகமற்றவர்களுடன் தொடங்கும் எல்லா உரையாடலையும் போலவே அவர்களுடைய பேச்சும் நாட்டைப் பற்றியே தொடங்கியது.

“மும்பை, கோவா போன்ற நகரங்கள் உன் நாட்டில் பிரபலமானவை. சரிதானே?” சாண்டியாகோ கேட்டான்.

“ஆமாம்.”

“டூர் வந்திருக்கிறாயா?”

“இல்லை. வேலை செய்கிறேன்.”

“வேலை?”

“ஆமாம். கம்ப்யூட்டரில்.”

“எங்கே?”

“டெக் பார்க்.”

“உனக்கு கோலிமாரின் நடனம் பிடிக்குமா?”

”கோலிமார்?”

“உன் நாட்டில் அவர் பெரிய டான்ஸர்தானே?”

“அப்படியான பெயரில் டான்ஸர் யாரும் இந்தியாவில் இல்லையே?”

விநோதமாகப் பார்த்துவிட்டு மற்றவர்களிடம் ஸ்பானிஷில் வேகமாகப் பேசினான். அவர்களின் முகமும் பிரகாசமாகி ஆனந்தைப் பார்த்தார்கள். சில வினாடிகள் யோசித்த சாண்டியாகோ திரும்பவும் சொன்னான்.

“இண்டியன் மைக்கேல் ஜாக்சன், முக்காலா... முக்காபுலா, உனக்குத் தெரியுமா?” சொன்னதோடு நிற்காமல் ஆடியும் காண்பித்தான்.

“ஓ... யெஸ்யெஸ்... கோலிமார்... ஹீ இஸ் ஏ வெரி ஃபேமஸ் டான்ஸர்” சொல்லிவிட்டுக் கட்டைவிரலை உயர்த்திக்காட்டிப் புன்னகை செய்ததை சந்தோஷமாக ஏற்றுக்கொண்டான்.

“உன் ஊரில் கால்பந்து விளையாடுவார்களா?”

“இல்லை, அங்கெல்லாம் கிரிக்கெட்தான். அதைப்பற்றி ஏதாவது தெரியுமா?”

மூவரும் மறுப்பாகத் தலையசைத்தார்கள். அந்தப்பெண் காமீலா தன்னையே வெறித்ததில் ஆனந்த் கூச்சமானான். சுருட்டின் சாம்பலை உதிர்த்துவிட்டுப் புகையை ஆழ உள்ளிழுத்துத் தணலை மீட்டினான். கண்ணைச் சிமிட்டியவாறு மெல்லிய புன்னகையோடு அவள் சாண்டியகோவிடம் ஏதோ சொன்னாள். குறும்புத்தனமான வாக்கியம் என்பது மட்டும் உடல்மொழியிலிருந்து தெரிந்தது.

”என்ன சொல்கிறாள்?”

“ஹா ஹா.. நீ ரொம்ப அழகனாய் இருக்கிறாயாம்.”

சொல்லியவாறு பாலீத்தின் பையிலிருந்த மரியுவானாவை அள்ளிக் காகிதத்தில் பரப்பிச் சுருட்டினான் சாண்டியாகோ.

“யூ ஸ்மோக் மரியுவானா?” காமீலா கேட்டாள்.

மறுப்பாகத் தலையசைத்தான். நெருங்கி அவனுடைய தொடையோடு உரசி அவள் உட்கார்ந்தபோது வீசிய பர்ஃபியூம் வாசனை தூக்கலாக இருந்தது. வேண்டுமா என்ற பார்வையோடு சுருட்டியிருந்த ஜாயிண்டை நீட்டினான் சாண்டியாகோ. அவன் காகிதத்தை எச்சிலில் நனைத்து சுருட்டியதைப் பார்த்து அருவெறுப்பு அடைந்திருந்தாலும் கணநேரத் தயக்கத்திற்குப்பின் அதை வாங்கிச் சிகாரிலிருந்து நெருப்பைப் பொருத்திக்கொண்டு சிகாரை அவனிடம் நீட்டினான். சாண்டியாகோ அதை வாங்கிப் புகைக்க ஆரம்பித்தான்.

“பர்ஸ்ட் டைம்? ஹவ் ஈஸ் இட்?” காமீலா கேட்டாள்.

வித்தியாசமாக எதையும் உணராதபோதும் ஆமோதிப்பாய்த் தலையாட்டிவிட்டுப் பொதுவான திசையில் ஜாயிண்டைத் திரும்பவும் நீட்டினான்.

"நோ. யூ ஒன்லி ஸ்மோக்" நீட்டிய கையைத் தடுத்துவிட்டு கட்டளையாகச் சொன்னாள் காமீலா.

சிரித்தவாறு சாண்டியாகோ அடுத்த ஜாயிண்டைச் சுற்ற ஆரம்பித்திருந்தான். உதட்டில் சூடுபடும்வரை ஜாயிண்டைப் புகைத்துவிட்டுக் காலடியில் மிதித்து நிமிர்கையில் காமீலா சட்டென்று தாவி மடியில் உட்கார்ந்துவிட்டாள். விலக முயற்சி செய்தவனுடைய கழுத்தில் கைகளைக் கோத்து உடும்புப் பிடியாய் இறுக்கியவாறு அவள் சொன்னதின் அர்த்தம் புரியாமல் விழித்தபோது சாண்டியாகோவும் மற்றவர்களும் குறும்பாகச் சிரித்தார்கள்.

"அவளோடு உறங்குவதற்கு உனக்கு விருப்பமா என்று கேட்கிறாள்."

சாண்டியாகோ சொன்னதைக் கேட்டு அதிர்ச்சியும் வெட்கமும் ஒருசேர எழுந்தன. மடியிலிருந்து இறங்குமாறு காமீலாவிடம் கெஞ்சினான். அவளோ கழுத்தை மென்மையாகக் கடித்தபடி கையை அவனுடைய வயிற்றில் படரவிட்டாள்.

"ப்ளீஸ். நோ...நோ..."

அவனுடைய இறைஞ்சலைக் கண்டு புன்சிரிப்போடு மடியிலிருந்து சரிந்து மீண்டும் தொடையோடு ஒட்டியவாறு உட்கார்ந்தாள். விளையாட்டு பொம்மையைப் போல அவளால் கையாளப்பட்டது வெட்கமூட்டினாலும் கிளர்ச்சியாகவும் இருந்தது. மரியுவானாவின் லாகிரி நரம்புகளில் மெல்லக் கிளர்ந்தபோது அவர்கள் கிளம்பத் தயாரானார்கள்.

பல சுற்றுப் போயிருந்த சுருட்டு இன்னும் மிச்சமிருந்தது. சாண்டியாகோ அதை ஆனந்திடம் நீட்டியபோது அவர்களையே புகைக்கச் சொல்லிவிட்டான். கைகுலுக்கி விடைபெற்று சாண்டியாகோவும் மற்றவர்களும் முன்னால் நகர எதிர்பாராத கணத்தில் ஆனந்தை இழுத்து உதடுகளைக் கவ்வி முத்தமிட்டாள் காமீலா. சட்டென்று தன் கைகளை அவளுடைய கழுத்தோடு கோத்து இழுத்து அந்த முத்தத்தைத் தன்னுடையதாகவும் மாற்றிக்கொண்டான். விலகிய காமீலா புன்சிரிப்போடு கையசைத்துவிட்டு மற்றவர்களோடு இணைந்துகொண்டாள்.

நாவில் முத்தச் சுவை ஊடுருவிப் படிந்துவிட்ட உணர்வு. வேகமாகச் சுரந்த எச்சிலை விழுங்கினான். சாலையிலிருந்து உட்பிரிந்த தொகுதி ஒன்றுக்குள் அவர்கள் சென்று மறைந்தார்கள்.

மனதில் ஏற்பட்ட கிளர்ச்சிக்குக் காரணம் மரியுவானாவா அல்லது காமீலாவின் முத்தமா என்ற குழப்பத்தோடு உதடுகளை விரலால் வருடிக்கொண்டபோது மனதின் ஆழத்தில் புதைத்திருந்த நினைவு மீண்டெழுந்தது.

மூன்றாம் வருஷ செமஸ்டர் விடுமுறையில் மாமாவின் வீட்டிற்குப் போயிருந்தான். அத்தையின் கடுமை முழுமையாக மறைந்துவிட்டிருந்தது. அசைவம்கூடச் சமைத்தாள். அவளுடைய பேச்செல்லாம், குடும்பத்தின் பொறுப்பு அவனுக்கும் இருக்கிறது என்பதை வார்த்தையாகச் சொல்லாமல் குறிப்பால் உணர்த்துவது போலிருந்தது.

மற்றவர்கள் காரியமாய் வெளியே சென்றிருக்க அவனும் தீபாவும் மட்டும் வீட்டிலிருந்தார்கள். அரட்டை மௌனத்திற்குள் விழுந்த கணத்தில் இருவரும் தன்னியல்பாக நெருங்கியிருந்தார்கள். அவளுடைய கைகளை எடுத்துத் தன் கைகளோடு கோத்தபோது அது குளிர்ச்சியிலிருந்து வெம்மைக்கு மாறியது. அவளுடைய முகத்தை நோக்கிய அவனுடைய முகத்தின் நகர்வை அவள் முகந்தாழ்த்தி ஏற்றாள். அமைதிகூடிய ஆழ்ந்த முத்தம் ஒருகணம். மறுகணம் கிளைபிரிந்த நதிகள் மீண்டும் ஒன்றுகலவும் வேகம். சில நிமிஷங்களில் சுதாரித்து இருவருமே விலகிவிட்டார்கள். அந்த முத்தத்தின் விதை இருவருக்குமான ரகசியமாக அவர்களுக்குள் புதைந்திருக்கிறது.

06

டாக்டர் கிறிஸ்டாஃப் அழைத்தபோது வேலையில் ஆழ்ந்திருந்ததால் அந்த அழைப்பை எடுக்கவில்லை. சில நிமிஷங்கள் கழித்துவந்த இரண்டாவது அழைப்பையும் எடுக்காமல்விட்டான். மூன்று நாள்களுக்கு முன்னர்தான் வாடகை வாங்கிக்கொண்டு போனார். தேவையில்லாமல் அழைக்கமாட்டார். மாதத்தின் முதல் வாரத்தில் வாடகை வாங்கவரும் நேரத்தை உறுதிப்படுத்த ஒருமுறை அழைப்பார், அவ்வளவுதான். வரும்போதெல்லாம் அப்பார்ட்மெண்டில் ஏதேனும் அசௌகரியங்கள், சரிசெய்யவேண்டிய விஷயங்கள் இருக்கிறதா என்பதைத்தான் முதலில் கேட்பார்.

பத்து நிமிஷங்கள் கழித்துத் திரும்பவும் அவர் அழைத்தபோது தவிர்க்கமுடியாமல் எடுத்தான். தொந்தரவுக்கு மன்னிக்கவேண்டும் என்று ஆரம்பித்தவர் வாடகை வாங்க அன்று மாலை வருவதாக நடுங்கும் குரலில் சொன்னபோது குழப்பமாகிவிட்டது. இந்த மாதத்திற்கான வாடகையை அவர் ஏற்கெனவே வாங்கிப்போய்விட்டதைக் குரலை உயர்த்தி அழுத்திச்சொன்னான். அவருக்குக் காது மந்தம். நேரில் பேசும்போதே எந்திரம் பொருத்தியிருக்கும் காதோரத்தில் உட்கார்ந்துதான் பேசவேண்டும். அப்படிப் பக்கத்தில் அமரவேண்டிய சமயங்களில் அவருடைய வாசனைத் திரவியத்தையும் மீறி அவரிடமிருந்து வயோதிகத்தின் வாசனை எழும்.

மறுமுனையில் மௌனமாக இருந்தார். அவர் வந்துபோன தேதியையும் நேரத்தையும் திரும்பவும் சொன்னான். தனக்குக் குழப்பமாக இருக்கிறதென்றும் யோசித்துவிட்டு மறுபடியும் கூப்பிடுவதாகச் சொல்லி இணைப்பைத் துண்டித்தார். டாக்டரின் மறதியைக் குறித்து மார்த்தா ஏற்கெனவே கோடிட்டுக் காட்டியிருப்பதால் இதனைப் பொறுமையாகக் கையாளவேண்டும் என்று தோன்றியது.

அப்பார்ட்மெண்டுக்கு அறுநூறு டாலர்கள் வாடகை. ஒவ்வொரு மாதமும் அவருடைய வங்கிக் கணக்குக்கு அனுப்புவதாகக் கூறியதை மறுத்தவர் நேரிடையாகக் கையில் வாங்கிக்கொள்வதே தனக்கு வசதியானது என்றார். புதிய விஷயங்களில் தங்களைப் பொருத்திக்கொள்வதில் வயதானவர்களுக்கு இருக்கும் மனத்தடைகளைக் கருதி தொகையாகக் கொடுப்பதற்கு அவனும் ஒப்புக்கொண்டான்.

பீஸோவாக வேண்டாமென்றும் டாலரிலேயே கொடுத்துவிடும் படியும் ஆரம்பத்திலேயே சொல்லியிருந்தார். எப்போதும் ஆறு நூறு டாலர் நோட்டுகளாகக் கொடுப்பான். வாடகை வாங்கியதற்கான அத்தாட்சி எதையும் அவர் தருவதில்லை. ஆன்லைனில் அனுப்பியிருந்தால் இந்தச் சிக்கலே இருந்திருக்காதென்று தன் அலட்சியத்தை நொந்துகொண்டான்.

மாண்டிவீடியோ வந்தபோது அவனை அனுப்பிய கன்சல்டன்சியே அவர்களுடைய செலவில் பதினைந்து நாள்கள் தங்கிக்கொள்வதற்கு அறை ஏற்பாடு செய்திருந்தது. றாம்ப்லா காந்தியிலிருந்து உள்ளே பிரியும் 21 செப்த்தியாம்பரே சாலையில் அந்த மூன்று நட்சத்திர பொட்டிக் ஹோட்டல் இருந்தது. எட்டாவது தளத்தில் இதமான வாசனை கமழும் அறை. கண்ணாடிச் சுவரின் திரைச்சீலையை விலக்கிப்பார்த்தால் றாம்ப்லாவும் ரியோ தெ லா பிளாட்டாவும் அட்லாண்டிக் சமுத்திரமும் ஒன்றுகலந்த நீர்த்திரள் ஓவியக்காட்சியைப்போல் தெரியும். தரையிலிருந்து கடலைப் பார்ப்பதைவிட உயரத்திலிருந்து கடலைக் காண்பது இனிமையானதாக இருந்தது.

அவ்வளவு சொகுசான அறையில் தங்குவது அதுதான் முதல் தடவை. செவ்வண்ணம் கலந்த வழவழப்பான பிளைவுட்தளம். அறைக்குள் நுழையும்போது இடப்பக்கம் இருந்த 'ப' வடிவத் தடுப்புக்குள் ஓவன் பொருத்தப்பட்டிருந்தது. சிறிய குளிர்பதனப்பெட்டிக்குள் பியர், விஸ்கி, குளிர்பானங்கள் என எல்லாமே சிறிய புட்டிகளில் இருந்தன. உடலைப் பொதித்துக்கொள்ளும் மெத்தையும் மென்மையான பூந்துகில் விரிப்பும் கொடுத்த அனுபவம் புதுவிதம்.

கன்சல்டன்சி கொடுத்திருந்த ரியல் எஸ்டேட் ஏஜெண்ட்டான மார்த்தாவை அழைத்து அப்பார்ட்மெண்ட் தேவைப்படுவதைச் சொன்னான். எந்த இடத்தில் வேண்டும், அதிகபட்ச வாடகை

எவ்வளவு கொடுக்கமுடியும் என்பது போன்ற விவரங்களைக் கேட்டுக்கொண்டவள் மறுநாள் மாலை வருவதாகச் சொன்னாள். சொன்ன நேரத்திற்கு இம்மியும் பிசகாமல் காரோடு ஹோட்டலுக்கு வந்துவிட்டாள். முப்பதுகளை ஒட்டிய வயதில் ஐரோப்பியக் கலப்புடைய முகம். அழகாக இருந்தாள். ஸ்பானிஷ் உச்சரிப்பின் தாக்கத்தோடு சரளமாக ஆங்கிலம் பேசினாள். அவள் உபயோகித்த வாசனைத் திரவியம் ஒரு குறிப்பிட்ட தூரத்தில் இதமாகவும் நெருக்கத்தில் தொந்தரவூட்டும் அடர்த்தியான வாசனையோடும் இருந்தது.

மார்த்தாவின் கன்வெர்ட்டிபிளில் றாம்ப்லா காந்தியில் கடலைப் பார்த்தவாறு சென்றபோது மனம் ஹாவென்று விரிந்தது. பொசிட்டோஸ் பகுதிதான் அவனுடைய தேர்வாக இருந்தது. அன்றைக்கு அவள் காட்டிய அப்பார்ட்மெண்ட்டுகள் றாம்ப்லாவிலிருந்து பத்து நிமிஷ தூரத்தில் ஏழெட்டு தொகுதிகள் உள்ளடங்கியிருந்தன. சில அப்பார்ட்மெண்டுகள் நீண்ட நாள்களாகக் காலியாக இருப்பது உள்ளிருந்த வாசனையில் தெரிந்தது. தனிமையில் வாழவிரும்பும் ஒருவருக்குப் போதுமான விதத்தில் முந்நூறு டாலரை ஒட்டிய வாடகையோடு அவை இருந்தன. ஆனால், அவனுக்கு அவை குகை போன்ற உணர்வை ஏற்படுத்தத் தன் திருப்தியின்மையை வெளிப்படையாகவே மார்த்தாவிடம் கூறினான். இன்னும் சிலவற்றை மறுநாள் காட்டுவதாக உறுதி கூறினாள்.

பிரதானச் சாலைக்குத் திரும்பியபோது விடுதியிலேயே இறக்கிவிடுவதாகச் சொன்னாள். அறைக்கு நடந்துசெல்லும் விருப்பத்தைச் சொல்லிவிட்டு ஏதேனும் அருந்தலாமென்று அவளைக் கஃபேக்கு அழைத்தான். கடிகாரத்தைப் பார்த்தவள் ஏற்பாகத் தலையைக் குலுக்கியவாறு காரை பார்க் செய்தாள். அவன் பியர் சொன்னபோது தனக்கு காஃபி மட்டும் போதுமென்றாள். அந்த முனையிலிருந்து பார்த்தபோது றாம்ப்லாவும் கடலும் மாலைச் சூரியனின் ஆரஞ்சு வெள்ளத்தில் தகதகத்தன. கடலை நோக்கிய அப்பார்ட்மெண்டுகளில் ஒன்றையே தான் விரும்புவதாகவும் வாடகை பிரச்சினையில்லை என்பதையும் வற்புறுத்திச் சொன்னான்.

காஃபியை அவசரமாக அருந்தியவள் மறுநாள் மாலை வருவதாகச் சொல்லிவிட்டுக் கிளம்பினாள். அவள் நாளைக்குக் காட்டவிருக்கும் அப்பார்ட்மெண்டுகள் பிடிக்காவிட்டால்

தாமதிக்கமுடியாது, வேறு ஏஜெண்டைப் பார்க்க வேண்டியதுதான் என்று முடிவெடுத்தவன், பியரைச் சுவைத்துக்கொண்டு கடலைப் பார்த்தவாறு அமர்ந்திருந்தான். கூட்டம் அதிகரித்தபோதுதான் அங்கு தான்மட்டும் உடன்துணையின்றி இருப்பது புரிந்தது.

விடுதியறைக்குத் திரும்பி திரைச்சீலையை இழுத்து மூடிவிட்டு மெத்தையில் விழுந்து அதன் இதத்தைக் கண்கள் மூடி அனுபவித்தான். இமைகளைத் திறந்தபோது அறையின் இருட்டு பழகியிருந்தது. சொந்தவீடு என்று இதுவரை மனம் எதையுமே உணர்ந்ததில்லை. மாமாவுக்கு இருந்த ஒரே சொத்தான அவருடைய வீடு பரிச்சயமானதுதான், ஆனால் அதனுடன் உடைமையுணர்வும் பிணைப்பும் ஏற்படவேயில்லை. ஆசிரமப் பள்ளியில் அறை என்பதே கிடையாது. நீண்ட ஹால், ஐம்பது அறுபது பேருக்கானது. கல்லூரி விடுதியிலோ அறைக்கு நான்கு பேர். கோவையிலும் பெங்களூருவிலும் வேலையில் இருந்தபோதும் தனியாக இருந்ததில்லை.

கல்லூரிக் காலத்தில் இரவுநேரக் கொண்டாட்டங்களின் காரணமாக நண்பர்கள் தங்கியிருந்த வீட்டுக்கு அக்கம்பக்கத்தினர் புகார் சொல்லியபோது எதற்குப் பிரச்சினையென்று காய்கறி மார்கெட்டின் பின்புறத்தில் கூடுதலாக ஒரு அறையை எடுத்துவிட்டார்கள். கீழ்த்தளத்தில் சிறுசிறு கடைகளோடிருந்த வணிக வளாகத்தின் மாடியில் வாடகைக்கு விடப்பட்டிருந்த ஏழெட்டு அறைகளில் அதுவும் ஒன்று. குடிப்பதற்கும் சீட்டாடுவதற்கும், நண்பர்களின் நண்பர்கள் என்று பலரும் வந்து தங்கிப்போவதற்கும் அந்த அறை ஆகிவிட்டது. கிட்டத்தட்ட சத்திரந்தான். இரண்டாம் மற்றும் மூன்றாம் வருடங்களின் செமஸ்டர் விடுமுறைகளில் ஹாஸ்டல் மூடப்பட்டபோது அந்த அறையில் அவன் மட்டும் தனியாகத் தங்கியிருந்தான். வீட்டில் இருக்கும்படி நண்பர்கள் வற்புறுத்தினாலும் ப்ரவுசிங் சென்டரின் அண்மையைக் கருதி அறையிலேயே தங்கிக்கொண்டான்.

சென்டரில் கோடை வகுப்புகள் ஆரம்பித்தன. பள்ளி மாணவர்களும் கம்ப்யூட்டர் பழகவேண்டிய கட்டாயத்திலிருந்த நிறுவன ஊழியர்களுமே அதிகமாக வகுப்பில் இருந்தார்கள். காலையும் மாலையும் வகுப்புகள். எம்.எஸ் ஆபிஸ், எக்ஸெல் பயன்பாடு, இமெயிலை எப்படி உபயோகிப்பது, ஆப்பரேட்டிங் சிஸ்டம் என்று அடிப்படைகளைப் பற்றிய பாடங்கள்தான். வகுப்புகளுக்குத் தனியாகச் சம்பளமும் கிடைத்தது. காலையில்

சென்றால் இரவுதான் அறைக்குத் திரும்புவான். புழுக்கமும் கொசுத்தொல்லையும் இருந்தாலும் சமாளித்துக்கொண்டிருந்தான்.

அப்படியான நாள்களின் இரவொன்றில்தான் அந்தச் சம்பவம் நேரிட்டது. ஆழ்ந்த உறக்கத்திலிருந்தவன் செல்ஃபோன் அழைப்பிற்கு விழித்தான். மணி ஒன்றாகியிருந்தது. மறுமுனையில் சரவணன். செல்ஃபோனை எடுத்துக்கொண்டு விளக்கைப் போடாமல் சத்தமின்றி இறங்கி வரும்படி சொன்னான். குழப்பத்தோடு போனபோது இருட்டான பகுதியில் நிறுத்தப்பட்டிருந்த காரிலிருந்து இறங்கிய சரவணன் காருக்குள் கண்ணைக் காட்டிச் சொன்னான்.

"ஸாரிடா மாப்ள... இப்போதைக்கு வேற வழி தெரீல... தப்பா எடுத்துக்காத... அப்படியே ஒரு வாக் போய் டீ சாப்டுட்டு ஒரு மணிநேரம் கழிச்சு வாயேன்."

கண்ணாடி ஏற்றிவிடப்பட்டிருந்த காரைப் பார்த்தான். சுரிதார் அணிந்து மல்லிகைப்பூ வைத்திருந்த பெண்ணின் நிழலுரு தெரிந்தது.

"சரி மச்சா... நான் போய் சில்லற எடுத்துட்டு வந்துடறேன்" அவசரமாக மறித்த சரவணன் பத்தும் இருபதுமான ரூபாய் நோட்டுகளை எடுத்து பாக்கெட்டில் திணித்தான். எதுவும் பேசாமல் சாவியைக் கொடுத்துவிட்டுத் திரும்பிப் பார்க்காமல் மார்க்கட் பக்கமாக நடந்தான். 407 வேன்களிலிருந்து இறங்கிக்கொண்டிருந்த பச்சைக் காய்கறிகளின் வாசனை சூழ்ந்திருந்தது. அவற்றின் வாசனையை ஆழ நுகர்ந்தவாறே டீக்கடையோரம் ஒதுங்கினான்.

"என்னப்பா இந்நேரத்துல, ஆச்சரியமா இருக்கே?"

வெந்நீரில் கண்ணாடி கிளாஸைக் கழுவிக்கொண்டே மாஸ்டர் கேட்டார்.

"இல்லேண்ணா... படிக்க வேண்டியிருந்தது. இப்பத்தான் முடிஞ்சது. தூக்கமும் வரலை... கொஞ்சம் லைட்டாவே கொடுங்க."

டீ குடித்துவிட்டு இரண்டு கடைகள் தள்ளி ஷட்டர் இறக்கப்பட்டிருந்த கடையின் படிக்கட்டில் அமர்ந்துகொண்டான். நண்பர்கள் வட்டத்தில் இப்படியான காரியங்கள் நடப்பதை நினைத்து அதிர்ச்சியாக இருந்தது. ஒரு பக்கம் அவமான உணர்வு.

வெளியே போய்விட்டு வரும்படி சரவணன் சொன்னதை மறுக்கும் நிலையில் வாழ்க்கை இல்லாததை நினைத்துக் கசப்பாக இருந்தது. அறைக்குள் பிணையும் உடல்களின் மீதே எண்ணங்கள் திரும்பச் சென்று மொய்க்க அவற்றைக் கட்டுப்படுத்தச் சிரமப்பட்டான். தலையை உதறிக்கொண்டு எழுந்துபோய் சிகரெட் வாங்கிப் பற்ற வைத்துக்கொண்டு மார்க்கட் காட்சிகளில் மனதைத் திருப்ப முயற்சி செய்தான். லோடு இறக்குபவர்கள் உற்சாகமாக வேலை செய்கிறார்கள். சரவணனோ பெண்ணோடு இருக்கிறான். இவன் அகாலத்தில் இப்படி நிற்கிறான்.

சரவணன் குறுஞ்செய்தி அனுப்பிய பிறகு அறைப் பக்கமாக நடந்தான். வளாகம் நிசப்தத்தில் உறைந்திருந்தது. அறையைப் பூட்டாமல் வெறுமனே சாத்திவிட்டுப் போயிருந்தான் சரவணன். உள்ளே நுழைந்தபோது வாசனை வேறொன்றாக இருந்தது. பாயின் விரிப்பில் மல்லிகை இதழ்கள் உதிர்ந்து கிடந்தன. குப்பைக்கூடைக்குள் தெரிந்த ஆணுறை குமட்டலைக் கொடுத்தது. பாயின் மீதிருந்த விரிப்பை வெறுப்போடு காலில் எத்தவும் அது அறையின் மூலைக்குச் சென்று சுருண்டு குவிந்தது. காற்றோட்டத்திற்குக் கதவையும் ஜன்னலையும் நீக்கி வைத்துவிட்டு கழிவிரக்கத்தோடு அன்றைய இரவைக் கழித்தான். இந்த நட்சத்திர விடுதியின் படுக்கை இதத்தில் அந்த இரவின் ஞாபகம் புன்சிரிப்பைக் கொடுத்தது. அதுவொரு அவமானமே அல்ல என்று நினைத்துக்கொண்டான்.

டாக்டர் கிறிஸ்டாஃபின் அப்பார்ட்மெண்டை மார்த்தா மறுநாள் காட்டினாள். றாம்ப்லா காந்தி சாலை, பொலிவாரா ஸ்பானியாவுக்குள் திரும்பும் முனையில் கடலை நோக்கிய பால்கனியோடு இருந்தது. பார்த்தவுடன் இதுதான் என உள்ளுணர்வு சொல்லிவிட்டது. சகலவிதத்திலும் எதிர்ப்பார்ப்புகளுக்குப் பொருந்தியிருந்தது. நிச்சயம் ஓரிரவுக்குள் புதிதாகக் கண்டுபிடித்திருக்க மாட்டாள். ஏற்கெனவே அவளது பட்டியலில் இருந்திருக்கக்கூடும். ஆனால் இன்றுதான் காட்டுகிறாள்.

“ஐ லைக் இட், நான் எடுத்துக்கொள்கிறேன். ஆனால், இதை நேற்றே காட்டியிருக்கலாமே?” தவிர்க்க நினைத்தும் கேட்டுவிட்டான்.

“யெஸ்... அது சரிதான்... ஆனால் உன்னை அழைத்துவந்து காட்டுவதற்கு உரிமையாளரிடம் அனுமதி பெறவேண்டியிருந்தது. அவர் தொண்ணூற்றாறு வயதானவர், அவ்வளவு வேகத்தில் விஷயங்களைத் தீர்மானிக்க முடியாது.”

“புரிகிறது” விஷயங்களுக்குப் பல கோணங்கள் இருக்கின்றன, தன் கண்ணுக்குத் தெரிவது மட்டுமே முழுமுற்றானது அல்ல. அவசரப்பட்டுக் கேட்டதை நினைத்து வெட்கினான்.

அறுநூறு டாலர்கள் வாடகையைப் பற்றி அலுவலகத்தில் வெரோனிகாவிடம் விசாரித்தான். அவள் சிலரிடம் விசாரித்துவிட்டு அந்த இடத்திற்கு அவ்வளவு கொடுத்துத்தான் ஆகவேண்டுமென்றாள். தலைநகரத்தின் பிரதானப் பகுதியில் அதுவும் கடற்கரை ஓரமாக வசிக்கும் மேல்தட்டு வர்க்கத்தில் தானும் ஒருவனாக மாறுவது மகிழ்ச்சியாக இருந்தது. பல காலம் ஒட்டுண்ணி வாழ்க்கை வாழ்ந்தவன் வாழ்க்கையைக் கொண்டாட வேண்டிய தருணம் இது. மார்த்தாவிடம் ஒப்பந்தத்தைத் தயாரிக்கச் சொன்னான். பாஸ்போர்ட்டின் நகலை மின்னஞ்சலில் அனுப்பிவைக்கக் கேட்டவள் மறுநாள் ஒப்பந்தத்தில் கையெழுத்து போட்டுவிடலாமென்றாள்.

அடுத்தநாள் மாலை பொலிவாரா ஸ்பானியாவில் இறங்கி றாம்ப்லாவில் மார்த்தாவின் அழைப்புக்காகக் காத்திருந்தான். மாலை ஐந்து மணிக்கான உயிர்ப்போடு றாம்ப்லா இருந்தது. உட்கார்ந்திருந்த இடத்திலிருந்து அப்பார்ட்மெண்ட் பார்வைக்குத் தெரிந்தது. இருபது நிமிசம் கழிந்திருக்கும். மார்த்தா காரை பார்க் செய்வதைக் கண்டு எழுந்தான். செல்ஃபோனில் அவனை அழைத்தவாறு அவள் நிமிரும்போது அவனே நெருங்கிவிட்டான். அழைப்பைத் துண்டித்தவாறு புன்னகைத்தாள்.

அப்பார்ட்மெண்டில் காத்திருந்த டாக்டரையும் அவரது மனைவி அலெக்ஸாந்தராவையும் அறிமுகப்படுத்தினாள் மார்த்தா. வயதில் நல்ல ஆகிருதியோடு இருந்ததின் தடயங்கள் டாக்டரிடம் மிச்சமிருந்தாலும் வயோதிகம் தோற்றத்தைச் சுருக்கியிருந்தது. அலெக்ஸாந்தராவுக்கு முப்பத்தைந்து வயதிருக்கலாம். டாக்டர் சரளமாகவும் அலெக்ஸாந்தரா தடுமாற்றத்தோடும் ஆங்கிலம் பேசினார்கள்.

ஒப்பந்தத்தின் விதிகளைப் படித்துக் காட்டினாள் மார்த்தா. வாடகையை முதல் ஐந்து தேதிக்குள் கொடுத்துவிட

வேண்டும், முன்பணம் தேவையில்லை, இப்போதைய ஒப்பந்தம் ஆறுமாதத்திற்கானது, அப்பார்ட்மெண்டிற்குள் எதனையும் மாற்றி அமைக்கக் கூடாது என வரிசையாகச் சொல்லிக்கொண்டே போனாள். ஏற்கெனவே மின்னஞ்சலில் படித்துவிட்டிருந்ததால் உடனடியாகக் கையெழுத்துப் போட்டாயிற்று. ஒப்பந்தத்தின் மூன்று நகல்களில் டாக்டருக்கும் அவனுக்கும் ஒவ்வொன்றைக் கொடுத்துவிட்டுத் தன்னிடம் ஒன்றை வைத்துக்கொண்டாள் மார்த்தா. சாவிகளைக் கொடுத்தவள் தரைத்தளத்தின் வாசலிலுள்ள தானியங்கித் தாழின் கடவு எண்கள் எழுதப்பட்ட துண்டுத்தாளையும் நீட்டினாள். முதல் மாதத்தின் வாடகையை டாக்டரிடம் கொடுத்தான். அவர் எண்ணி முடித்து திருப்தியடையும்வரை காத்திருந்தார்கள்.

கைத்தடியை இறுக்கமாகப் பிடித்தவாறே டாக்டர் எழுந்துகொள்ளும்போது மெல்லத் தடுமாறினார். அவரது தோளைப் பிடிக்கப்போன அலெக்ஸாந்தராவின் கைகளை அவர் தட்டிவிட்டபோதும் அவளிடம் புன்னகை மாறவில்லை. விடைபெறுவதற்காக அவர் நீட்டிய கையை ஒற்றிவிட்டு விலக்கிக்கொண்டான்.

வரவேற்பறையின் திரைச்சீலையை விலக்கிக் கீழே பார்த்தான். அலெக்ஸாந்தரா டிரைவர் சீட்டில் அமர்ந்திருக்க முன்பக்கச் சீட்டில் மெல்ல கிறிஸ்டாஃபை அமரவைத்து காரின் கதவைச் சாத்தினாள் மார்த்தா. கண்களை விலக்கி நிமிர்ந்தபோது விரிகடல் கண்களில் நிறைந்தது. மார்த்தாவுக்கான கமிஷன் தொகை முன்னூறு டாலர்களைத் தனியாக எடுத்துவைத்தான்.

07

வாடகை வாங்குவதற்காக டாக்டர் அப்பார்ட்மெண்டிற்கு வந்த நேரம், அணிந்திருந்த உடையின் நிறம், எவ்வளவுநேரம் பேசிவிட்டுக் கிளம்பினார் என்பது போன்ற விவரங்களை அலெக்ஸாந்தராவிடமும் மார்த்தாவிடமும் விளக்கிவிட்டு டாக்டரைப் பார்த்தபோது அவர் முழுமையாகச் சமாதானம் அடையாதது முகக்குறிப்பில் தெரிந்தது. அவன் சொல்லும் தேதியில் வெளியே எங்கும் செல்லாமல் தான் வீட்டிலேயே இருந்ததாகத் திரும்பத் திரும்பச் சொன்னார். ஆனால், எங்கு போகிறேன் என்பதைச் சொல்லாமல் அன்று வீட்டிலிருந்து கிளம்பிய விஷயத்தை அலெக்ஸாந்தரா நினைவூட்டினால், அவர் கோபப்படுவதாக மார்த்தா தாழ்ந்த குரலில் சொன்னாள்.

மார்த்தாவும் அலெக்ஸாந்தராவும் மாறி மாறி அவருக்குச் சமாதானம் கூறினாலும் டாக்டர் இருவரையும் மறுத்து முனகினார். அவரிடமிருந்து விலகி வந்த மார்த்தா பணத்தைக் கைமறதியாக எங்கேனும் வைத்திருப்பாரென்றும் இன்னொருமுறை தேடிப் பார்க்கச் சொல்லியிருப்பதாகவும் கூறினாள். எவ்வளவு சொல்லியும் கேட்காமல் டாக்டர் முரண்டுபிடித்து இருவரையும் அழைத்து வந்திருக்கிறார். தொண்ணூற்றாறு வயதிலும் விஷயங்களின் மீதான அவருடைய பிடிமானம் ஆச்சரியமாக இருந்தது.

இந்தப் பிரச்சினையை அவமானமாக நினைத்தான். அடுத்த மாதத்திலிருந்து வாடகைப் பணத்தை ஆன்லைனில் அனுப்பப் போவதாகவும், கிறிஸ்டாஃப் அதனை விரும்பாதபட்சத்தில் வாடகையைப் பெற்றுக்கொண்டதற்கான ஒப்புதலைக் கையெழுத்திட்டுத் தரவேண்டுமென்றும் சற்று கடுமை கலந்தே சொன்னான். அவன் சொல்வதை டாக்டரும் கேட்டுக்கொண்டுதானிருந்தார். ஒருவேளை பணத்தைக் கண்டுபிடிக்க முடியாமல் டாக்டரின் சந்தேகம் தொடர்ந்தால் வாடகையைத் திரும்பவும் கொடுத்துவிட்டு ஒப்பந்தத்தை ரத்து செய்துகொள்வதாகக் கோபத்தோடு சொன்னான். அவனுடைய

உணர்வுகளைப் புரிந்துகொள்வதாகவும் டாக்டருக்கு மறதி புதிய விஷயமல்ல என்றும் அவருக்குக் கேட்காத குரலில் சமாதானப்படுத்தினாள் மார்த்தா. எப்போதுமே கைகுலுக்கி விடைபெறுகிற டாக்டர் அன்று எதுவுமே சொல்லாமல் நகர்ந்துவிட்டார்.

மூன்று மணிநேரம் கழித்து டாக்டரிடமிருந்து அழைப்பு வந்தது. மன்னிப்போடுதான் அவர் ஆரம்பித்தார். பணத்தைக் கண்டுபிடித்துவிட்டதாகவும் தான் உண்டாக்கிய மனஉளைச்சலுக்காக மன்னிக்கவேண்டுமென்றும் கமறிய குரலில் திரும்பத் திரும்பக் கூறியவரை சமாதானப்படுத்துவது சிரமமாக இருந்தது. பத்து நிமிடங்கள் கழித்து அலெக்ஸாந்தரா அழைத்தாள். டாக்டரின் சார்பாக மன்னிப்புக் கேட்டுவிட்டு அவன் சூழ்நிலையைப் புரிந்துகொள்வான் என்று தான் நம்புவதாகக் கூறினாள். பிறகு மார்த்தாவும் அழைத்தாள். அடுத்த மாதத்திலிருந்து வாடகையைப் பெற்றுக்கொண்டதற்கான ஒப்புதலைக் கையெழுத்திட்டுக் கொடுக்கும்படி டாக்டருக்கு அறிவுறுத்தி இருப்பதாகச் சொன்னாள்.

உண்மையில் டாக்டரின் மீதான வருத்தத்தையும் கோபத்தையும் அவருடைய வயதைக் கருதி மறந்துவிட்டான். இந்த வயதிற்கு அவருடையது அசாத்தியமான ஆரோக்கியம்தான். வாடகை வாங்குவதற்காக மாதத்தின் முதல் சனிக்கிழமை மாலைகளில் தன் வீட்டிலிருந்து இரண்டு கிலோமீட்டர் தூரத்துக்கு நடந்தே வருவார். டைனிங் டேபிள் நாற்காலியில் கைத்தடியின் முனையில் கைகளைக் கோத்து வைத்தவாறு அமர்வார். ஒவ்வொரு தாளாக எண்ணிக் கொடுப்பதைச் சேர்த்துச் சுருட்டித் திருப்தியோடு கோட்டுக்குள் வைத்துக்கொண்ட பிறகுதான் சோபாவுக்கு வருவார்.

பேசுவதற்காக நிறைய விருப்பப்பட்டார். குறைந்தபட்சம் ஒரு மணி நேரத்திற்குக் குறையாமல்தான் ஒவ்வொரு முறையும் பேசிவிட்டுப் போவார். அவருடைய சுற்றத்தில் பேசுவதற்கான வாய்ப்பு கிடைக்காமல் அவர் தனிமைக்குள் உழல்வதாக யூகித்தான். வயோதிகர்களுடன் பேசுவது சற்று பிரயத்தனமான வேலைதான் என்றாலும் டாக்டருடன் உரையாடுவது சுவாரசியமானதாகவே இருந்தது. இந்த உலகில் கிட்டத்தட்ட தனக்கு எழுபதாண்டுகளுக்கு முன்னால் பிறந்த ஒருவரை அறியும் வாய்ப்பைத் தவறவிட விரும்பவில்லை. செவித்திறன் குறைவையும்

சொல்லியதையே திரும்பச் சொல்லும் பழக்கத்தையும் இயல்பாக எடுத்துக்கொண்டதால் அவருடன் பேசுவது அயற்சியூட்டும் விஷயமாக இருக்கவில்லை. மேலும் அத்தருணங்களில் அவன் விஸ்கி அருந்துவான்.

முதல்முறை வாடகை வாங்க வந்தபோது மேசையின் மீதிருந்த விஸ்கி புட்டியைப் பார்த்துவிட்டுத் தரமானது என்றார். அவர் வயதைக் கருதி கேள்வியைத் தவிர்த்திருக்கவேண்டும் என்றாலும் கேட்பது அடிப்படையான மரியாதை என்பதால் விஸ்கி அருந்த விரும்புகிறாரா என்று கேட்டான். ஒரு காலத்தில் விஸ்கியின் பெரிய விரும்பியாக இருந்ததாகவும் ஆரோக்கியத்தின்பொருட்டு குடிப்பதை விட்டு வருஷங்கள் வெகுவாகிவிட்டதாகவும் புன்சிரிப்போடு சொன்னார். ஆனால், அவன் அருந்த விரும்பினால் தனக்கு ஆட்சேபணையில்லை என்றார். ஆன் தி ராக்ஸாக ஒரு லார்ஜ் ஊற்றிக்கொண்டு அவரோடு அமர்ந்தான்.

அவனைப் பற்றி அவர் கேட்டபோது கடந்தகால வாழ்க்கையை சாதாரணமான தொனியில் சொல்லியிருக்கலாம். ஆனால் ஏனோ அப்படித் தோன்றவில்லை. நெடிய வாழ்க்கையோடு இருப்பவரின் முன்னால் அமர்ந்திருக்கும்போது அப்படிச் செய்வது அபத்தமானதாகத் தோன்றியது. ஆழத்துள் உணரும் தனிமையை அவனுடைய பேச்சில் வெளிப்படுத்திவிட்டான். ஒருவேளை விஸ்கி அருந்தாமல் இருந்திருந்தால் அதுவொரு சம்பிரதாயமான பேச்சாக முடிந்திருக்கும்.

“பையா, நான் முதல் உலகப்போருக்கு மத்தியில் பிறந்தேன். இரண்டாம் உலகப்போரை ரத்தமும் சதையுமாகப் பார்த்தேன், இந்த நீண்டகால வாழ்க்கையில் மனித இருப்பின் பல வகையான முகங்களைப் பார்த்துவிட்டேன். ஒரு மனிதனுக்கு மட்டுமான தனிமாதிரியான துயரமென்று ஒன்று கிடையவே கிடையாது. எல்லா வகையான துயரங்களுக்கும் இந்தப் பூமியில் உனக்குப் பங்காளிகள் இருப்பார்கள். என் அனுபவத்தில் இருந்து ஒன்றைச் சொல்ல முடியுமென்றால் மனித வாழ்க்கையில் நீடித்த துன்பம் என்ற ஒன்று கிடையவே கிடையாது. காரணம் மனிதமனம் ஏற்றுக்கொள்ளப் பழக்கப்படுத்தப்பட்டது. விதிவிலக்குகள் உண்டுதான். அப்படி ஏற்றுக்கொள்ள முடியாதவர்கள் ஒன்று தற்கொலை செய்துகொள்வார்கள் அல்லது மனப்பிறழ்வுக்கு உள்ளாவார்கள். ஆகவே, உன் சூழ்நிலை உனக்கு உருவாக்கியிருக்கும் புதிய தடங்களைப் பார், உனக்குப் புதிய

அனுபவங்கள் கிடைக்கும், உன் திறனை யூகிக்க முடிகிறது, நீ படித்திருக்கிறாய், நல்ல வேலையில் இருக்கிறாய், இவ்வளவு தூரம் பயணித்திருக்கிறாய்.”

முதல் உரையாடல் உணர்வுப்பூர்வமாக இருந்தது. டாக்டரின் பேச்சு அந்த நேரத்தில் ஆறுதலைக் கொடுத்தது. அவர் சொன்ன கோணத்தில் இதுவரை யோசித்ததில்லை. அவனுடைய தொண்ணூற்றாறு வயது மாதிரியாக அவர் தெரிந்தார். நிச்சயமாக அவ்வளவு காலம் தான் வாழமாட்டோம். ஆயிரம் பிறைகண்டு முழுச்சுற்று வந்துவிட்ட அவருடைய வாழ்க்கைக்கும் இப்போதுதான் சுழலத் தொடங்கியிருக்கும் தன்னுடையதற்கும் சில இணைகோடுகள் இருப்பதாகவே நினைத்தான்.

அடுத்தடுத்த சந்திப்புகளில் பேச்சு வேறுதிசைகளுக்கு நகர்ந்துவிட்டது. முந்தையமுறை பேசியதில் பெரும்பாலானவை அவருக்கு ஞாபகத்திலேயே இருப்பதில்லை. ஒவ்வொரு முறையும் அவனுடைய குடும்பப் பின்னணியை அவர் விசாரிப்பதில் சலிப்பாகிவிட்டான். பழைய நினைவுகளைத் துல்லியமாக நினைவுகூர்பவராகவும் அண்மைய நினைவுகளை மறந்துவிடுகிறவராகவும் இருந்தார். தவிரவும் வயோதிகம் குறித்தோ அவரது வயதைக் குறித்தோ பேச்சு வந்தால் அவர் சுவாரசியப்படவில்லை. பேச்சில் அதைக் கவனமாகத் தவிர்க்கவேண்டியிருந்தது. வயதைக் குறைத்துக்காட்டும் எல்லாப் பிரயத்தனங்களையும் செய்தார். பெண்களைக் குறித்துப் பேசும்போது அவரது கண்களில் ஒளிகூடியது. பெண்கள் என்கிற விஷயத்தில் இந்த வாழ்க்கை தனக்கு சிங்கத்தின் பங்கைக் கொடுத்திருப்பதாகச் சொன்னபோது அவர் முகத்தில் பெருமிதம் தெரிந்தது.

“பையா, நான் எட்டு மொழிகள் பேசுவேன், கிட்டத்தட்ட எல்லாக் கண்டங்களிலும் பயணித்திருக்கிறேன். என் வாழ்க்கையின் மகத்தான போதைகளாகப் பெண்ணும் விஸ்கியும் இருந்திருக்கின்றன. நீ ஒரு மொழியைச் சீக்கிரமாகக் கற்றுக்கொள்ள விரும்பினால் அந்த மொழிபேசும் பெண்களுடன் பழகவேண்டும், அவர்களை அறியவேண்டும். ஆனால், அதற்கான விலையும் உண்டு, அத்துடன் உனக்குள் கொஞ்சம் பைத்தியக்காரத்தனமும் இருக்கவேண்டும். பெண்ணுறவு என்பது தீராத மர்மத்தைக்கொண்ட முடிவுறாத விளையாட்டு. அதில் வெற்றியும் தோல்வியும் முக்கியமல்ல, ஆடுவதின் மகிழ்ச்சிதான் முக்கியமானது. ஜெயித்தால் ஆட்டத்தின் மகிழ்ச்சி இரட்டிப்பாகிறது, தோற்றால் ஆடுவதின் வேட்கை இரட்டிப்பாகிறது. அதே சமயம் நீ முன்னூகங்கள்

இல்லாதவனாகவும் மனிதர்களிடம் பலவீனங்களின் இருப்பை ஏற்றுக்கொள்பவனாகவும் இருக்கவேண்டும், அது இருக்கட்டும், உன்னுடைய எண்ணிக்கை என்ன?"

ஒருகணம் புரியாமல் விழித்துப் பின் புரிந்தவனாய்ப் பூஜ்ஜியம் என்றபோது வினோதமாகப் பார்த்தார்.

"வாழ்க்கையை வீணடிக்காதே பையா, உனக்கொன்று தெரியுமா, மனிதனின் பெரிய பிரச்சினையே கடந்தகாலத்தின் மீதான ஏக்கம்தான். அது அனுபவங்களால் முழுமையாக நிரம்பி வழிந்திருந்தாலுங்கூட முழுமையாகச் செலவழிக்கப்படாததாகவே பிற்கணத்தில் தோன்றும். வாழ்வின் தாதுக்களை உண்ணாமல் வீணடிப்பது பெரிய பாவம், பொதுவாகவே மனிதர்கள் நிறைய மனிதர்களை அறியவேண்டும், நீ ஆண் என்பதால் நிறைய பெண்களை அறியவேண்டும்."

"டாக்டர், கிழக்குக்கும் மேற்குக்கும் கலாச்சாரத்தில் வேறுபாடுகள் இருக்கின்றன. என்னுடைய கலாச்சாரம் இறுக்கமானது, அது இவ்வகையான உறவுகளை முறை தவறியதாகவும் அறம் சார்ந்த குற்றமாகவும் கருதும்."

"இதோ பார் பையா, இந்த விஷயத்தில் கிழக்கு, மேற்கு, கலாச்சாரம் என்றெல்லாம் எதுவும் கிடையாது, அதன் பெயரில் புழங்கும் பாசாங்குத்தனம்தான் உலகம் முழுக்கவும் இருக்கிறது. கலாச்சாரத்தின் இடுப்புத் துணியை விலக்கிப்பார், எல்லாம் உனக்கு விளங்கும். இந்த விஷயங்களில் உன் சுயதார்மீகம்தான் முக்கியம், வாழ்க்கையில் எத்தனையோ பெண்களோடு பழகியிருக்கிறேன். ஆனால், நான் யாருக்கும் துரோகம் செய்ததில்லை. நான் சொல்வதின் உள்ளர்த்தம் புரிகிறதா?"

"டாக்டர், இது சிக்கலான விஷயம், என்னால் உங்களுக்கு முழுமையாக விளக்க முடியவில்லை, எனது கலாச்சாரத்தில் ஒன்றிரண்டு விதிவிலக்குகளைத் தவிர ஒரு சுதந்திரமான ஆணும் பெண்ணும் திருமண உறவில் இல்லாதபட்சத்தில் சேர்ந்து உறங்குவதை ரகசியச் செயலாகத்தான் செய்யமுடியும். நீங்கள் சொல்வதைப் பார்த்தால் உங்கள் கருத்து குடும்ப அமைப்புக்கு எதிரானதாக இருப்பதைப் போல் தெரிகிறது."

"பையா, நீ ஏன் ஆணுக்கும் பெண்ணுக்கும் இடையேயான இந்த விஷயத்தைப் பாலுறவோடு மட்டும் முடிச்சுப் போடுகிறாய்?

பெண்ணின் மனதைக் கலவுவதுதான் மிகப்பெரிய லாகிரி. மனங்களில் இணைவு ஏற்பட்டுவிட்டால் மற்ற எல்லாவற்றுக்கும் மனம் ஆயிரம் வழிகளைக் கண்டுபிடிக்கும். அப்புறம் ஒன்று சொல்கிறேன் கேள்... குடும்பங்கள் என்பது சமூக அமைப்பு, அவை பாலியல் அமைப்புகள் அல்ல" அவர் சொன்னது குழப்பமாக இருந்தது.

"இங்கே பார்... நான் ஆப்பிரிக்காவில் இருந்தபோது எனக்கு முதல் திருமணம். அவள் உடல்நலக் குறைவால் இறந்துபோனாள். பிறகு ப்ரான்ஸுக்குப் போனேன். இரண்டாவது திருமணம் ஒரு ப்ரெஞ்ச் பெண்ணோடு. அது சீக்கிரத்தில் சலித்துப்போனது. பிறகு வெகுநாள்கள் தனியனாகத்தான் வாழ்ந்தேன். அதன் அர்த்தம் பெண்கள் இல்லாமல் இருந்தேன் என்பதல்ல. என்னுடைய முப்பத்தெட்டாவது வயதில் புயனஸ் ஏரிஸ் வந்தேன். அங்கே மூன்றாவது திருமணம், அதுதான் என் வாழ்வில் சற்றே நிலைகொண்ட திருமணம். எட்டு வருஷங்கள். அவள் மனஅழுத்தத்தால் தற்கொலை செய்துகொண்டாள். அந்த மரணத்திலிருந்து விடுபட நான் மாண்டிவீடியோ வந்துவிட்டேன். என் மகனும் மகளும் என் மனைவியின் பெற்றோரிடம் வளர்ந்தார்கள். இதோ இப்போது என் பேத்தி வயதுடைய அலெக்ஸாந்தரா என் நான்காவது மனைவி. ஒரு மோசமான முதல் திருமண அனுபவத்திற்குப் பிறகு அவளுக்கு இது இரண்டாவது திருமணம். நான் பாலியல் உறவுக்கான வயதைக் கடந்துவிட்டேன். எனக்குத் தாதி போல இருந்து என்னைக் கவனித்துக்கொள்வதில் எந்தக் குறையும் வைப்பதில்லை. இந்த உறவு எப்படி சாத்தியமாகிறது? ஆகவேதான் குடும்பம் என்பதை சமூக அமைப்பு என்கிறேன்."

அவ்வளவு எளிதில் தன் அந்தரங்கத்தைப் பகிர்வார் என்று எதிர்பார்க்கவில்லை. அவருடைய வயதைக் கணக்கில்கொண்டு கிறிஸ்டாஃபைக் குறித்த உறுதியான கருத்துகள் எதையும் அவன் உருவாக்கிக்கொள்ளவில்லை. இருவரும் வெவ்வேறு காலத்தவர்களாகவும் பூகோளத்தின் எதிரெதிர் பிரதேசத்தைச் சார்ந்தவர்களாகவும் இருந்தது உரையாடலைச் சுவாரசியப்படுத்தியது.

08

வட அமெரிக்காவில் டெக்ஸாஸைத் தலைமையிடமாகக் கொண்டு வங்கி மற்றும் கடன் அட்டைச் சேவைகளை வழங்கும் நிறுவனத்தின் தகவல் தொழில்நுட்பப் பிரிவில் வாடிக்கையாளர் சேவைக்கான மென்பொருளில் ஆனந்த் பணியாற்றினான். இந்த நிறுவனத்திற்கு முப்பதுக்கும் மேற்பட்ட தகவல் தொழில்நுட்ப நிறுவனங்கள் சேவையை வழங்கின. எல்லாவிதமான நேரமண்டலங்களிலும் அலுவலகங்கள் இருந்தன. டெக்ஸாஸ் தொழில்நுட்பப் பிரிவின் அண்மைக் கிளையாக மாண்டிவீடியோ அலுவலகம் ஏற்படுத்தப்பட்டிருந்தது. புனேவிலிருக்கும் கன்சல்டிங் நிறுவனத்தால் அவுட்சோர்ஸ் செய்யப்பட்டு அவன் மாண்டிவீடியோ வந்திருந்தான்.

பலருக்கும் அமெரிக்கக் கனவு இருந்த நேரத்தில் அவன் அதிகம் அலட்டிக்கொள்ளவில்லை. என்றாலும் தன்னம்பிக்கை இருந்தது. அவ்வளவு உழைப்பைச் செலுத்தித் தொழில்நுட்ப அறிவைத் தினமும் வளர்த்திருக்கிறான். பி.எஸ்.சி முடிந்தபோது ஆர்.ஜே.எஸ்தான் வேலைக்கும் வழிகாட்டினார். கோவையில் இருந்த சிறிய மென்பொருள் நிறுவனத்தில் வேலையில் சேர்ந்தான். அது சிங்கப்பூர் ப்ராஜெக்ட். வேலையின் மூலம் கற்றுக்கொள்வது பிடித்தமானதாக இருந்தது. அங்கே இரண்டு வருஷம்.

கூடுதல் சம்பளத்திற்காகவும் பயன்படுத்தப்படும் மென்பொருளின் சந்தை முக்கியத்துவத்தின் பொருட்டும் பெங்களூருவுக்கு மாறினான். அந்த நிறுவனத்தில்தான் ஆத்மார்த்தமான நட்பாகக் கனிந்த எம்கே என்றழைக்கப்படும் முத்துக்குமாரைச் சந்தித்தான். பெங்களூரு நிறுவனத்தில் சில வருஷங்களை நிறைவு செய்தபோது இந்த வாய்ப்பு வந்தது.

இப்போது அவனிருக்கும் பணியிடம் அன்றைக்கு உடனடியாக நிரப்பப்பட வேண்டியிருந்தது. இண்டர்வியூவைச் சிறப்பாகவே செய்தான். அவனுடைய அனுபவத்தாலும் தொழில்நுட்பத் திறமையினாலும் கவரப்பட்ட நிறுவனம் இரண்டு வாய்ப்புகளைக்

கொடுத்தது. அவன் விரும்பினால் உடனடியாக மாண்டிவீடியோவில் சேரலாம் அல்லது விசா நடைமுறைகளுக்காகச் சில மாதங்கள் காத்திருந்தால் நேரடியாக டெக்ஸாஸ் அலுவலகத்தில் சேரலாம். மாண்டிவீடியோ போன்ற நகரங்களில்கூட மென்பொருள் சார்ந்த வேலைகள் உருவாகி வருவதை நினைத்து ஆச்சரியமாக இருந்தது.

இரண்டு இடங்களிலும் வழங்கப்படும் சம்பளத்தைக் கணக்கிட்டபோது உருகுவேயில் முப்பது சதவீதம் குறைவுதான். ஆனால், வட அமெரிக்கா விசா நடைமுறைகள் முடிய எப்படியும் நான்கைந்து மாதங்களாவது ஆகும். வாழ்க்கைத்தரம், வரலாறு, அரசியல் நிகழ்வுகள், தட்பவெப்பம், குற்ற விகிதங்கள் எனப் பலவற்றை இணையத்தில் அலசிவிட்டுக் கடைசியாக எம்கேவிடம் ஆலோசனை கேட்டான்.

"நீ எப்போ வேணும்னாலும் யு.எஸ் போலாம். சவுத் அமெரிக்காவப் பாக்கறதுக்கு இந்தமாதிரி வாய்ப்பு கிடைக்குமா? டூரிஸ்ட்டா வேணா போலாம்... ஆனால் அங்கேயே வாழ்ந்துபாக்கறது வேறவிதமான அனுபவமா இருக்கும். நீ போய் ஒரு வருஷம் இருந்து பார்... புடிக்கலன்னா அங்கயிருந்து விசா ப்ராசஸ் பண்ணச்சொல்லி அப்படியே யு.எஸ்க்கு ஜம்ப் அடிச்சிடு, உனக்குத்தான் இங்க பெரிய கமிட்மெண்ட் எதுவும் இல்லியே?"

அதன் பிறகு அவன் யோசிக்கவில்லை. மாண்டிவீடியோவுக்கே பயணித்துவிட்டான். இங்கே அவனுக்குக் கீழே வெரோனிகா, அலெஹேண்ட்ரோ, தியாகோ, ஆண்ட்ரியாஸ் என ஓர் அணி அமைந்தது. வெரோனிகா அர்ஜெண்டினாவைச் சேர்ந்தவள். மற்றவர்கள் உருகுவேயர்கள். வாடிக்கையாளர் சேவைக்கு உதவும் மென்பொருளின் பயன்பாடுகளை உறுதிப்படுத்துவதோடு தொடர்ச்சியாகத் தேவைப்படும் மாற்றங்களை உள்ளமைத்துப் பயன்பாட்டுக்குக் கொண்டுவருவது இந்த அணியின் பிரதானமான பணியாக இருந்தது.

இந்தியாவில் இருக்கும் மூன்று மென்பொருள் நிறுவனங்களைச் சேர்ந்த நூற்றுக்கும் மேற்பட்டோர் வெவ்வேறு அணிகளாக இந்த ஒற்றை மென்பொருளில் பணியாற்றினார்கள். அந்த நிறுவனங்கள் குர்கான், பெங்களூரு மற்றும் சென்னையில் இருந்தன. இந்த அணிகளின் டெக்னிக்கல் லீட் பொறுப்பில் டெலிவரியை ஒருங்கிணைப்பது இவனுடைய பிரதானப் பொறுப்பு. துறைசார் அறிவும் ஆங்கிலப் புலமையும் தொழில்முறை ஒழுங்கும் இந்த

மென்பொருள் அணிகளின் சங்கிலித்தொடரில் விரைவில் அவனுக்கு நல்ல செல்வாக்கை ஏற்படுத்தின, முக்கியமாக இந்த மென்பொருளின் தலைமைப் பொறுப்பாளரான கால்வினிடம்.

உள்ளூர்க்காரர்களால் வேலையில் ஆனந்தின் வேகத்திற்கு ஈடுகொடுக்க முடியவில்லை. பலமுறை சொல்லிக்கொடுத்துத்தான் இழுத்துப்போக வேண்டியிருந்தது. இதுபோன்ற புதிய சந்தைகளில் இந்தியாவைப்போல் திறமையாளர்கள் உருவாகி வருவதற்கு இன்னும் காலம் பிடிக்கக்கூடும். தொழிலாளர் நலச் சட்டங்களும் கடுமையானவை. வேலை நேரத்திற்குப் பின்னும் அலுவலகத்தில் அமர்ந்து கற்றுக்கொள்வதெல்லாம் அவர்களுக்குப் பழக்கப்படாத விஷயங்கள். எதுவாக இருந்தாலும் மறுநாள் வரை காத்திருக்க வேண்டும்.

தகவல்தொழில்நுட்பப் பூங்கா மாண்டிவீடியோவுக்கு வெளியே இருந்தது. நாற்பது ஏக்கர் பரப்பளவில் விஸ்தாரமான இடைவெளிகளில் அதிகபட்சம் மூன்று தளங்களோடு அலுவலகங்கள் இருந்தன. பொதுவாகவே உயரமான கட்டடங்கள் தவிர்க்கப்பட்டிருந்தன. பசுமையான புல்வெளிகளின் இடையில் பேஷியோ குடைகளும் நாற்காலிகளும் ஒற்றையடிப் நடைபாதைகளோடு அமைக்கப்பட்டிருந்தன. மதிய உணவு நேரத்தைத் தவிர மற்றநேரங்களில் கண்ணை உறுத்தாத எண்ணிக்கையிலேயே வெளியே மனிதர்களைப் பார்க்கமுடியும்.

மாலை நான்கு மணியிலிருந்து ஆறு மணி வரையில் அரை மணிக்கு ஒருமுறை இலவச ஷட்டில் வசதி உண்டு. அவன் பெரும்பாலும் கடைசி வண்டியில்தான் கிளம்புவான். பொஸிட்டோஸுக்கும் அலுவலகத்திற்கும் இடையேயான பயணம் முப்பதிலிருந்து நாற்பது நிமிடங்கள் பிடிக்கும். ஜன்னலோரத்தில் அமர்ந்து அந்திச் சூரியனின் செவ்வொளி படர்ந்த பொட்டல்வெளிகளை வெறித்தவாறு திரும்பும்போது ஏக கணத்தில் மூன்றாம் உலகத்திலும் முதல் உலகத்திலும் இருப்பதின் வினோதமான மனஉணர்வு எழும்.

பொசிட்டோஸிலிருந்து நாற்பது பீஸோ பயணக் கட்டணத்தில் அரை மணிக்கு ஒரு பேருந்தும் உண்டு. முற்றூற்றைம்பது பீஸோ மதிப்புள்ள டாக்ஸி கூப்பனை மாதத்திற்கு இரண்டுமுறை இலவசமாக வாங்கிக்கொள்ளலாம். அமைதி அறை, சியாஸ்டா உறக்கப் படுக்கைகள் என இதுவரை அறிந்திராத விஷயங்களை

இந்த அலுவலகத்தில் கண்டான். உள்ளூர்க் கலாச்சாரங்களை அனுசரித்துக்கொள்வது முதலாளித்துவத்தின் பெரிய பலம்.

அணியில் நால்வரும் வேலையில் முன்பின்னாக இருந்தாலும் பழகுவதற்கு இனிமையானவர்கள்தான். இங்கே வந்து இணைந்த முதல்நாள் தியாகோ ஒரு ஹவானா சுருட்டை நீட்டினான். குழப்பமாகப் பார்த்தபோது அது விருந்தாளிகளை வரவேற்கும் அவர்களுடைய பிரத்யேக முறைகளில் ஒன்றெனச் சொல்லிச் சிரித்தான்.

"புகைக்காதவர்களாக இருந்தால் இந்த வழக்கம் அர்த்தப் படாதுதானே தியாகோ? அவர்களை நீ எப்படி வரவேற்பாய்?"

சுருட்டை முகர்ந்து பார்த்துவிட்டு பைக்குள் வைத்தவாறு ஆனந்த் கேட்டான்.

"அதற்கெல்லாம் வேறு வழிமுறைகள் உள்ளன. ஆனால் உன் விஷயத்தில் இது பொருந்திவிட்டதே? உயர்தரமான இந்த ஹவானா சுருட்டு உன்னை மகிழ்விக்கும் என்று நம்புகிறேன்."

சிரிப்போடு சொன்னவனை ஆமோதித்தான். அணியில் மற்றவர்களோடு ஒட்டியிருக்கவுமில்லை, விலகியிருக்கவுமில்லை. சீரான இடைவெளி இருந்தது. உள்ளூர் நடைமுறைகளில் தோன்றும் சந்தேகங்களைத் தீர்க்க அவர்களுடைய ஆலோசனைகள் உதவின. பொழுதுபோக்க சிறந்த இடங்கள் எவை, எதை எங்கே வாங்கலாம், நகரத்தின் எந்தெந்த இடங்கள் எதன்பொருட்டுப் புகழ்பெற்றவை, நல்ல உணவும் மதுவும் எங்கே கிடைக்கும், கைவினைப் பொருட்களை எங்கே வாங்கலாம் என்று அவர்கள் சொல்லும் தகவல்கள் பலவிதமானவை.

மதிய உணவுக்கு அவர்கள் வெவ்வேறு குழுக்களோடு போனார்கள். சரியாகப் பன்னிரண்டு மணிக்கு எழுந்துவிடுவார்கள். அவன் பெரும்பாலும் தாமதமாகத்தான் செல்வான். உணவுக்குப் பிறகு சியஸ்டா படுக்கையில் அரை மணி நேரமாவது தூங்குவார்கள். வெரோனிகாவுடனான பழக்கம் மட்டும் சில வாரங்களுக்குள் தொழில்முறை உறவிலிருந்து நட்பாகவும் முதிர்ந்தது. பெண், நால்வரில் சற்று திறமையானவள் என்ற காரணங்களைத் தாண்டி புகைப்பிடிக்கும் தோழமையாக மாறியதுதான் நட்பை வலுப்படுத்தியது. கோல்ஃப், மது, சிகரெட் ஆகிய மூன்றும் தொழில்முறை உறவை வலுப்படுத்தும் ஊக்கிகள் என்று

கேள்விப்பட்டிருந்தான். அது உண்மைதான்போல. ரகசியக் குழுவின் உறுப்பினர்களுக்கு இடையிலிருக்கும் விசுவாசத்திற்கும் கடப்பாட்டிற்கும் இணை வைத்துச் சொல்லக்கூடியதுதான் நிக்கோடின் சகோதரத்துவமும்.

காதில் ஹெட்ஃபோனை மாட்டிக்கொண்டு மத்தே கோப்பையுடன் புகைக்கப் போய்விடுவாள். மழை தூறிய முற்பகலொன்றில் அவன் போனபோது மத்தே பானத்தை உறிஞ்சியவாறு பேஷியோ குடையின் கீழ் தனியாக அமர்ந்திருந்தாள். ஜெர்கின் பாக்கெட்டைத் தடவியபோதுதான் லைட்டரை மறந்துவிட்டிருப்பது தெரிந்தது. நிமிரும்போது புன்னகையோடு தன்னுடையதை நீட்டினாள். தூறலின் அழகையும் இதுபோன்ற கணங்களில் புகைப்பதில் கிடைக்கும் இன்பத்தையும் அன்றைய பேச்சில் பகிர்ந்துகொண்டார்கள்.

அடுத்தநாள் புகைக்கப் போகும்போது அவளே அழைத்தாள். வேலையைப் பற்றிய சிறுசிறு பேச்சுகளாகத் தொடங்கி ஆர்வங்களையும் ரசனைகளையும் பேசத் தொடங்கினார்கள். அவளிடம் போலியான பாவனைகளோ முன்னூகங்களோ துளியும் இல்லை. பேச்சுகளின் வழியே கடந்தகால வாழ்க்கையையும் எதிர்காலத்தின் கனவுகளையும் பகிர்ந்துகொண்டார்கள். தனித்தனியே புகைக்கச் சென்றுகொண்டிருந்தவர்களின் தருணங்கள் பிறகு ஒன்றாகிவிட்டன.

நேரில் அறிமுகமாவதற்கு முன்னமே அடிக்கடி வெரோனிகா பேச்சில் குறிப்பிட்டதின் வழியே சலோமியும் ரொமோனும் மானசீகமாக அறிமுகமாகிவிட்டார்கள். நண்பன் என்றே சொல்லியிருந்தாலும் ரொமோன் அவளுடைய காதலன் என்பதைக் கண்டுகொண்டான். மாண்டிவீடியோவில் குடும்பத் தொழிலான கட்டுமானத் தொழிலில் இருந்தான். சலோமி சூப்பர் மார்க்கெட்டில் பகுதிநேர வேலை பார்த்தவாறு பல்கலைக்கழகத்தில் அரசியல் விஞ்ஞானம் படித்துக்கொண்டிருந்தாள். வெரோனிகாவும் சலோமியும் புன்த்த கரத்தாஸில் அப்பார்ட்மெண்ட் எடுத்துத் தங்கியிருந்தார்கள்.

மாண்டிவீடியோ ஷாப்பிங்கில் சந்திக்க நேர்ந்தபோது சலோமியை அறிமுகப்படுத்தினாள் வெரோனிகா. ஐரோப்பிய மற்றும் மெஸ்ட்டிஸொ இனக்கலப்புடைய முலாட்டோவான சலோமியின் பேச்சில் ஆழமான மனமுதிர்ச்சியைக் கண்டான். ரொமொனைச்

சந்தித்தது டாங்கோ பாரில்தான். அது ஏற்கெனவே திட்டமிட்ட சந்திப்பு. வெள்ளிக்கிழமை மாலை நால்வரும் சென்றிருந்தார்கள். அவனுக்கும் ஆனந்தின் வயதுதான் இருக்கும். ஆறடி உயரத்தில் வலுவான உடற்கட்டோடு இருந்தவனுக்குச் சாம்பல் நிறக் கண்கள். சுருளான தலைமுடியையைக் கழுத்துவரை வளர்த்து ரப்பர் பேண்டில் முடிச்சிட்டிருந்தான். ஓயாமல் பேசினான். மௌனமாக இருக்கும்போது வெளிப்படும் ரொமோனின் ஆகிருதியில் பாதி பேசும்போது குறைந்துபோய் விடலைத்தனம் தலைகாட்டியது.

வாரயிறுதியில் அப்பார்ட்மெண்டுக்கு வருமாறு வெரோனிகா அழைத்தாள். அன்றைக்கு ரொமோனும் வருவதாக ஏற்பாடு. கறுக்கலாக இருந்த சனிக்கிழமை பின்மதியத்தில் இரண்டு ஒயின் பாட்டில்களோடு புன்த்த கரத்தாஸுக்கு டாக்ஸி ஏறினான். ஒருகாலத்தில் சிறைச்சாலையாக இருந்து ஷாப்பிங் மாலாக மாறியிருக்கும் இடத்திலிருந்து வெரோனிகாவின் அப்பார்ட்மெண்ட் இரண்டு தொகுதிகள் உள்ளடங்கியிருந்தது. அந்த மதியத்தில் தெருவை நிசப்தம் சூழ்ந்திருந்தது.

பஸ்ஸரில் அழைத்தபோது எதிர்முனையில் சலோமி வந்தாள். சில நொடிகளில் சிறிய சத்தத்துடன் இரும்புக்கதவு திறந்தது. கட்டடத்தின் வரவேற்பறையில் போடப்பட்டிருந்த காஃபி வண்ண சோபாக்களுக்குப் பின்புறச் சுவரில் பிக்காஸோவின் மிகப்பெரிய ஓவியநகல் பதிக்கப்பட்டிருக்க சமீபத்தில் கட்டப்பட்ட கட்டடம் என்பது வடிவமைப்பிலிருந்தும் தூய்மையிலிருந்தும் தெரிந்தது. லிப்ட்டில் மேலேறி அழைப்பு மணியை அழுத்தும்வரை இரண்டாம் மனிதர் எவரையும் காணமுடியவில்லை.

"ஹே மேன்"

கதவைத் திறந்த ரெமோன் கையைக் குலுக்கி வரவேற்றுவிட்டு வைன் பாட்டில்களை வாங்கி மேசையில் வைத்தான். அப்பார்ட்மெண்ட் சீராகப் பராமரிக்கப்படுவது தெரிந்தது. சலோமி கைகுலுக்கியும், வெரோனிகா தோளை அணைத்தும் வரவேற்றார்கள். வரவேற்பறையின் சுவர்களில் பொருத்தப்பட்டிருந்த ஓவியங்கள் பார்வையை ஈர்த்தன, அதிலும் குறிப்பாக வெரோனிகாவின் போர்ட்ரெயிட் ஓவியம்.

“வெரி நைஸ். இதை யார் வரைந்தது?” வலது கீழ்முனையில் இருந்த புரியாத கையெழுத்தை உற்றுநோக்கியவாறே வெரோனிகாவின் ஓவியத்தைக் காட்டிக் கேட்டான்.

“எங்களை ஜோடியாக வரையும்படி கேட்டுக்கொண்டிருக்கிறேன், இன்னும் நடக்கவில்லை” சலோமியைச் சுட்டிச் சிரிப்போடு சொன்னான் ரொமோன். சலோமியின் ஓவியத் திறமையை வியந்தவாறு அவளை நோக்கியபோது புன்சிரிப்போடு ஆமோதித்தாள்.

“இவற்றைப் பார்க்கும்போது உனக்கு ஏதாவது தோன்றுகிறதா? உன்னுடைய மனப்பதிவு என்ன?” சலோமி கேட்டாள்.

“எனக்கு அவ்வளவு பயிற்சியில்லை. ஆனால் பல ஓவியங்களும் ஒரே தீம்மைக் கொண்டிருக்கின்றன என்பதை மட்டும் யூகிக்க முடிகிறது.”

“கைஸ், கம் ஆன். லெட்ஸ் ஹேவ் சம் ஃபன், தீவிரமான விஷயங்களைப் பிறகு பேசிக்கொள்ளலாமே?”

ரொமோன் குறுக்கிட்டு அழைத்தான். கௌச்சிற்குத் திரும்பியபோது ட்ரேவில் ஒயின் புட்டிகளையும் ஒயினுக்கான கண்ணாடிக் குவளைகளையும் வெரோனிகா அமர்த்தியிருந்தாள். தனக்காகச் சொல்லப்பட்ட டோஸ்ட்டைக் கோப்பையை உயர்த்தி ஏற்றுக்கொண்டான் ஆனந்த். போர்சீலின் கிண்ணத்திலிருந்து தூளைச் சுருட்டி ரொமோன் ஜாயிண்ட் தயாரிக்கத் தொடங்கியபோது வெரோனிகா கேட்டாள்.

“மரியுவானா புகைத்திருக்கிறாயா?”

காமீலாவின் குறும்புகளைத் தவிர்த்துவிட்டு சாண்டியாகோ குழுவுடன் ராம்ப்லாவில் ஏற்பட்ட அனுபவத்தைச் சொன்னான்.

“அவர்களிடம் புழங்குவதெல்லாம் இரண்டாந்தரமானவை. இது அடர்த்தியாக இருக்கும்.”

ஜாயிண்டைச் சுருட்டியவாறு சொன்னான் ரொமோன். முதல் பாட்டில் ஒயினை நால்வரும் பகிர்ந்துகொண்டார்கள். சலோமிக்குப் புகைக்கும் பழக்கமில்லை. ஒயின் கிண்ணத்தை நிறைத்துக்கொண்டு பால்கனிக்குப் போய்விட்டாள். மூவரும் ஜாயிண்ட்டைப் பொருத்திக்கொண்டார்கள். வீரியம் உடனடியாகவே தெரிந்துவிட்டது. கண்களைமூடி சௌகரியமாகச்

சாய்ந்துகொண்டான். வழக்கம்போல் ஆகாயத்திற்குத்தான். எல்லாமுமே இருக்கும் பூமிக்கு எப்படி எதுவுமே இல்லாத ஆகாயம் மாற்றாக இருக்கிறது? என்பது தீராத ஆச்சரியம்தான். அதில் இன்னொரு புதிர், அவன் ஆகாயத்திற்குச் செல்லும்போதெல்லாம் அங்கே ஏன் இரவாகவே இருக்கிறது?

நட்சத்திரங்கள் புள்ளியாய் மின்னுகின்றன. யாரோ ஒருவன் நடனமாடுகிறான். அருகில் சென்று பார்க்கிறான். அது அவனேதான். தொலைவில் ரொமோனும் வொரோனிகாவும் ஜோடியாய் ஆடுகிறார்கள். அது டாங்கோ. அதே நேர்க்கோட்டில் இன்னும் வெகுதூரத்தில் கார்ட்டூன் பொம்மையைப்போல் சலோமியின் உருவம் உறைந்திருக்கிறது. பிறகு காட்சி மறைந்துவிட்டது. உடல் எடையற்று மிதக்கிறது. புலன்களின் இயக்கம் மெதுவாகி யாவும் ஒரே மெல்லிய தாளத்தில் குவிகின்றன. தலைக்குள் குமிழியிட்ட குதூகலத்தில் திளைத்திருந்தவன் தொடுவுணர்வுக்கு விழித்தான். வெரோனிகா சாண்ட்விட்ச் தட்டோடு நின்றிருந்தாள். அவர்கள் இருவரும் போதையின் தடயமின்றி சாதாரணமாகவே தெரிந்தார்கள்.

“ஆனந்த்.. எப்படி இருந்தது?” ரொமோன் கேட்டான்.

“ம். வெரி ஸ்ட்ராங். பட், யூ போத் ஸீம்ஸ் டூ பீ நார்மல்.”

“அப்படியில்லை, இது ஒரு மாதிரி பழக்கப்பட்ட விஷயம். உள்ளே தேக்கிக்கொண்டு வெளியே சாதாரணமாய்த் தோற்றமளிப்பது. உனக்கும் விரைவில் பழகிவிடும்.”

கோப்பையில் ஒயினை நிறைத்துக்கொண்டு திரும்பவும் பால்கனிக்குச் சென்றுவிட்டாள் சலோமி. டிவியில் பென்டிரைவைச் சொருகி நடனத்துக்குத் தோதான ராப் பாடல்களை மிதமான ஓசையில் ஒலிக்கவிட்டாள் வெரோனிகா. உடலுக்குள் இசை குதுகுதுவென்ற உணர்வை ஏற்படுத்தியது. இரண்டாவது ஜாயிண்டை மூவரும் பகிர்ந்துகொண்டார்கள். நெல்லியின் “ஹாட் இன் ஹியர்” ஒலித்தபோது எழுந்த வெரோனிகா ஆடிக்கொண்டே ரொமோனை அழைத்தாள். அவர்களின் நடனத்தில் நெடுநாள் பயிற்சி தெரிந்தது. அவர்கள் அவனை அழைத்தபோது தனக்கு ஆடத்தெரியாதென்று சைகை காட்டிவிட்டுத் திரும்பவும் தன்னுடைய ஆகாயத்திற்குத் திரும்பிவிட்டான்.

நேரம் குறித்து பிரக்ஞை நழுவிவிட்டது. ஆடிமுடித்த இருவரும் மூச்சு வாங்கியவாறே கௌச்சிற்கு வந்தமர்வதின் ஓசைகளாலும் அசைவுகளாலும் விழித்தான். எழுந்து பால்கனிக்குச் சென்று அதன் கண்ணாடிச் சுவர்களினூடே பார்த்தபோது வானம் மழைக்கு ஆயத்தமாவது தெரிந்தது. நிச்சயம் மழை வருமென்றாள் சலோமி. வரவேற்பறைக்குத் திரும்பியபோது ரொமோனின் செல்ஃபோன் ஒலித்தது. சலிப்போடு பேசியவனின் முகத்தில் அதிருப்தி வெளிப்படவும் வெரோனிகா கேட்டாள்.

"என்ன? உன்னுடைய காஃப்காவியன் தந்தை அழைத்துவிட்டாரா? நீ இப்போது கிளம்பிப் போகவேண்டுமே?"

"ஸாரி மேன். அவசரமாகப் போகவேண்டும். இன்னொருநாள் சந்திக்கலாம்."

ரொமோன் கிளம்ப நேர்ந்தது அந்தத் தருணத்தின் ஒருங்கமைவில் குலைவை ஏற்படுத்திவிட்டது. ஆனந்திற்குக் களைப்பு கூடி கட்டுப்படுத்த முடியாத வகையில் உறக்கம் வந்தது. அவனுடைய கண்களைப் பார்த்த வெரோனிகா படுக்கையறையைக் காட்டினாள். நுழைந்து படுக்கையில் விழுந்தவுடன் உறக்கத்தின் பிடியில் நினைவிழந்துவிட்டான்.

காலை ஆறு மணிக்குப் புதிய இடத்தில் விழித்தெழுவதின் சிறு குழப்பத்தோடு எழுந்தான். இன்னொரு படுக்கையறையில் வெரோனிகாவும் சலோமியும் ஆளுக்கொரு திசையில் சுருண்டு உறங்கிக்கொண்டிருந்தார்கள். வரவேற்பறை மிகச் சுத்தமாக இருப்பது திரும்பவும் புலப்பட்டது. ஓசைப்படாமல் வெளியேறி கீழே வந்தபோது காற்றில் லேசான குளிர் இருந்தது. டாக்ஸியை அழைக்கும் யோசனையைத் தவிர்த்துவிட்டு ஜெர்கினை கழுத்துவரை நன்றாக இழுத்துவிட்டவாறு பொலிவாரா ஸ்பானியாவை நோக்கி நடக்கத் தொடங்கினான்.

09

மனதில் சலனங்கள் குறைவுபட்டிருந்தன. ஏற்ற இறக்கங்களோடு நிகழும் மனநிலையின் சுழற்சியில் இக்கணத்தில் அமைதி மேலெழுந்திருக்கிறது. குடிக்கும் எண்ணம் எழவில்லை. மரியுவானாவையும் தொடவில்லை. எதையும் புதிதாகச் செய்யாமல் வழக்கத்தைப் பின்பற்றுவதின் மூலம் கிடைக்கும் லகுத்தன்மை தேவைப்பட்டது.

காலையில் றாம்ப்லாவில் வியர்க்குமளவுக்கு ஓடுகிறான். அலுவலகத்தில் கவனக்குலைவுக்கு இடம் கொடுக்காமல் மாலைவரை வேலைகளில் மூழ்கிவிடுகிறான். கடந்த சில நாள்களாக அவன் அமைதியாகவும் மௌனமாகவும் இருப்பதாக வெரோனிகா சொன்னபோது புன்சிரிப்போடு ஏற்றுக்கொண்டான். தன்னுடைய நிலையற்ற மனநிலை மாற்றங்களை அவன் உணர்ந்திருந்ததால் இந்த அமைதியான மனநிலையை எவ்வளவு நாள்கள் தற்காத்துக்கொள்ளமுடியுமோ அவ்வளவு நாள்களுக்கு நீடிக்க விரும்பினான்.

அலுவலகத்திலிருந்து திரும்பிய பின் கறுப்புத் தேநீரை அருந்திவிட்டு றாம்ப்லாவில் நடைபோவான். குளியலுக்குப் பின் இசை கேட்டவாறு வரவேற்பறையில் அமர்ந்திருப்பான். யாருடனும் பேசவேண்டுமென்ற கட்டாயம் எதுவுமில்லை. பிரபஞ்சச் சுழற்சியில் மனஅமைதியை ஆசிர்வதிக்கும் தேவதைகளும் அவனும் அன்றைய நாள்களில் நேருக்கு நேர் சந்திப்பது வழக்கமாகியிருந்தது.

தன்னைக் குறித்த யோசனை மனிதர்களைக் குறித்ததாகவும் விரிந்தது. பகலுக்கானவர்கள், இரவுக்கானவர்கள் என்று மனிதர்களுக்கு இருவித தன்மைகளுண்டு. எண்ணிக்கையில் இரவின் மனிதர்கள் குறைவுதான். இரவின் கருப்பொருளான இருள் யாவற்றிற்கும் கனத்தையும் அடர்த்தியையும் கொடுப்பதால் இரவின் மனிதர்களைக் குறித்த மர்மம் இயல்பாகவே கூடிவிடுகிறது. மனநிலை சுழற்சியின் முந்தைய சுற்றில்

கொந்தளிப்பான உணர்வுகள் தகித்த முன்னிரவுகளில் பொசிட்டோஸின் உட்தெருக்களில் அலைந்தபோது கார்லோஸ், ஸலாம் அலைக்கும், பெயர் தெரியாத சீக்கா போன்ற இரவின் மனிதர்கள் அறிமுகமானார்கள்.

காலியான பில்சன் பியர்பாட்டிலைப் பக்கவாட்டில் வைத்துவிட்டு றாம்ப்லாவில் அமர்ந்திருந்த முன்னிரவில் கார்லோஸ் வந்தான். அழுக்கான முழுக்கை டீ சர்ட்டும் சாயம்போன த்ரீ ஃபோர்த்தும் அணிந்திருந்தான். ஓரங்களில் கிழிந்து பிசிறுகள் பறந்த பேஸ்பால் தொப்பியைப் பின்பக்கமாகத் திருப்பிவிட்டிருந்தான். ஒட்டுப்போட்ட ஷுக்கள். கையில் கோணிப்பை போன்ற ஒன்று. பியர் பாட்டிலைச் சுட்டிக் கேட்டான். எடுத்து நீட்டியபோது பணிவோடு முஜா க்ராஸியஸ் சொன்னவன் புகைத்துக்கொண்டிருந்த சிகரெட்டைச் சைகையால் கேட்டான். நான்கைந்து இழுப்புகளுக்குப் பின் அவன் சிகரெட்டைத் திரும்ப நீட்டியபோது அவனையே புகைக்கச் சொல்லிவிட்டான்.

அதன் பிறகும் பலமுறை எதிர்ப்பட்டிருக்கிறான். கார்லோஸுக்கு ஆங்கிலம் தெரியாததும் ஆனந்திற்கு ஸ்பானிஷ் தெரியாததும் பேச்சுக்குத் தடையாக இருந்ததில்லை. உடல்மொழியாலும் சைகையாலும் அர்த்தத்தைப் பரிமாறிக்கொண்டார்கள். பதினேழு வயதாகும் கார்லோஸுக்கு வீடு கிடையாது, சிதறுண்ட குடும்பம். பியர் பாட்டில்களைப் பொறுக்கி விற்பது அவனுடைய வருமானத்திற்கான பல வேலைகளில் முக்கியமான ஒன்று. அவனைப் போல் நண்பர்களோடு குழுவாக வாழ்வதாகச் சொன்னாலும் அவன் சொல்லும் நண்பர்களை ஆனந்த் ஒருநாளும் கண்டதில்லை.

றாம்ப்லாவில் பார்த்தால் சிகரெட் கேட்பான். எப்போதும் இரண்டு சிகரெட்டுகளும் சில்லறையாக இருபது முப்பது பீஸோக்களும் கொடுப்பான். உடையும் நிலையில் ஒட்டுகள் போட்ட ஒரு செல்ஃபோனை கார்லோஸ் வைத்திருந்தான். அதற்கு மூவி ஸ்டார் ரீசார்ஜ் கூப்பன் வாங்கித் தரமுடியுமா என்று ஒருமுறை கேட்டான். அதையும் செய்தான். கேட்கத் தயங்காதவனாகவும் இருந்தான். ஆனால் எப்போதும் பணிவோடுதான் கேட்டான். மறுத்த சில சமயங்களிலும் அதே பணிவோடு விலகிப்போனான்.

இன்னொரு நாள் மணி இரவு பதினொன்றுக்குப் பக்கமாக இருக்கும். நடைபாதை பெஞ்சில் கடலை வெறித்தவாறு ஆனந்த்

உட்கார்ந்திருந்தான். நடமாட்டம் அருகிவிட்டது. அவனைவிட ஓரிரு வயது குறைவான இளம்பெண்ணோடு வந்தவன் சிகரெட் கேட்டான். அந்தச் சிறுமியைக் காட்டி உடலுறவைச் சங்கேதப்படுத்தும் சைகையோடு நமட்டுச் சிரிப்பு சிரித்தபோது எரிச்சலாகி மறுப்பாகத் தலையசைத்தான்.

“கடைசியில நீ இந்த வேலையும் செய்யறயா?”

தன்னையுமறியாமல் ஆனந்த் தமிழில் சொன்னது புரியாமல் விழித்தான் கார்லோஸ். சாவி கொடுத்தால் இயங்கும் பொம்மையைப் போல் நின்றிருந்தவள் அரைக்கால் ஜீன்ஸ் பாக்கெட்டிலிருந்த ஆணுறையை எடுத்துக் காட்டினாள். பரிதாபமும் எரிச்சலும் பெருகக் கடுமையைக் காட்டிவிட்டு முகத்தை விலக்கிக்கொண்டான். ‘லொசியாந்த்தோ, லொசியாந்த்தோ’ என்று மன்னிப்புக் கேட்டுவிட்டு அவளை நூறடிகள் தள்ளி அழைத்துப்போய் கார்களைப் பார்த்தவாறு கட்டை விரலைக் காட்டிக்கொண்டிருந்தான். நான்கைந்து கார்கள் கடந்த பிறகு ஒரு கறுப்பு வண்டி நின்றது. கார்லோஸ் குனிந்து அவளைக் காட்டிப் பேசவும் அவள் காரில் ஏறிக்கொண்டாள். இவனுடைய திசையில் திரும்பிய கார்லோஸ் கையசைத்துப் போனான். பிறகொரு நாள் மரியுவானா பொட்டலத்தை நீட்டிக் கொஞ்சம் பீஸோக்கள் கேட்டான். அதை வாங்கிக்கொண்டு கொடுத்தான்.

அப்படியான சமயங்களில்தான் அந்த முலாட்டோவும் அறிமுகமானார். அவருக்கு ஐம்பது வயதிருக்கும். பொலிவாரா ஸ்பானியாவை அடுத்த இவான் மரியா பெரேஸ் தொகுதியில் கார்களுக்கான இரவுக் காவலாளியாக இருந்தார். துபாயில் கொஞ்ச காலம் வேலை செய்தவர். தென்னிந்தியனைப்போலத் தெரிவார். அப்பார்ட்மெண்ட்டுக்குக் கீழே இருக்கும் கியோஸ்க்கிலோ பெனிட்டோ ப்ளாங்கோவில் சூப்பர் மார்க்கெட்டுக்கும் கஃபேக்கும் மத்தியிலிருக்கும் செய்தித்தாள் கடையிலோ பார்க்கும்போதெல்லாம் சலாம்அலைக்கும் சொல்லிவிட்டுச் சிரிப்பார். பதிலுக்கு அலைக்கும்சலாம் சொல்வான். அவருக்குத் துபாயிலிருந்து அந்தப் பக்கம் உள்ளவர்கள் எல்லாம் இஸ்லாமியர்கள்தான். பரஸ்பரம் பெயர்களைக் கேட்டுக்கொள்ளவில்லை. அவருக்குச் சலாம்அலைக்கும் என்று மானசீகப் பெயர் சூட்டிக்கொண்டான். அவர், அவனுக்கு என்ன பெயர் சூட்டியிருந்தார் என்று தெரியவில்லை.

முன்னிரவு நடையில் சலாம்அலைக்குடன் பேசிவிட்டு இவான் மரியா பெரேஸ் தொகுதியிலிருந்து சாலையைக் கடந்து றாம்ப்லாவின் நடைபாதையில் ஏறியபோது பேருந்து நிறுத்தக் குடைக்குள் அவளைப் பார்த்தான். சீக்கா. முப்பத்தேழு முப்பத்தெட்டு வயதில் தோற்றம் உயரமாகவும் ஆகிருதியாகவும் இருந்தது. முழங்கால் உயரக் கறுப்பு நிற பூட்ஸுக்குப் பொருத்தமான விதத்தில் பின்புறத்தை எடுப்பாய்க் காட்டும் கறுப்பு நிறக் குட்டைக் காற்சட்டையும் முலைகளைப் பிதுக்கிக்காட்டும் கறுப்பு மேலாடையும் அணிந்திருந்தாள். நடையே சங்கேதம். இரண்டொரு கார்கள் நின்றுவிட்டுக் கிளம்பின. வாடிக்கையாளரைப் பிடித்து அவள் கிளம்பும்வரை அமர்ந்திருக்கலாம் என்று சிகரெட் பற்றவைத்தவாறு திண்ணைச் சுவரில் அமர்ந்துவிட்டான். சிகரெட்டை உதட்டில் பொருத்தியவள் கைப் பையைத் துழாவிவிட்டு அங்கிருந்து அவனைப் பார்த்தாள்.

சாலையைக் கடந்து ஹீல்ஸின் ஓசை எழும்ப அவனை நோக்கி வந்தபோது வாசனைத் திரவியத்தின் மணம் கடுமையாக இருந்தது. சிகரெட் பொருத்திய வாயோடு ஹோலா சொன்னவள் கையில் உருட்டிக்கொண்டிருந்த லைட்டரைக் காட்டினாள். அமர்ந்திருந்தவாறே லைட்டரைப் பொருத்தி அவளை நோக்கி உயர்த்தினான். குனிந்து அவனுடைய கைகளின் புறங்களில் தன் கைகளைக் குவித்து சிகரெட்டைப் பற்றவைத்தபோது நெருப்பின் ஒளியில் அவள் முலைகள் பொன்னிறமாய் ஒளிர்ந்தன.

“முஜா க்ராசியஸ்” புகையை ஊதிவிட்டுச் சொன்னாள்.

“நோ ப்ராப்ளம், யூ ஆர் வெல்கம்.”

“இங்கலீஸ்? நோ எஸ்பனேல்?”

“யெஸ்.”

“ஓ.கே, ஓ.கே.”

விடைபெறுதலுக்கான கையசைப்போடு நகர்ந்தவள் சாலையின் இருபுறமும் கவனித்துத் திரும்பவும் பேருந்து நிறுத்த நிழற்குடைக்குப் போனாள். அவ்வளவு அருகாமையில் அவளைப் பார்த்த பின்தான் அவள் உயர் ரகமான பாலியல் தொழிலாளியின் தோற்றத்தைக் கொண்டிருந்தாலும் ஏன் ஸ்ட்ரீட் ஹூக்கராக இருக்கிறாள் என்று புரிந்தது. ஒரு கோணத்தில் உற்றுப்பார்த்தால் மட்டுமே தெரியும் ஒரு திருகல் அவளுடைய முகத்திலிருந்தது. அது மட்டும்

இல்லாமலிருந்தால் நிச்சயம் அவள் இப்படிச் சாலையினோரம் நின்றிருக்கமாட்டாள். அவனுடைய கண்களிலும் மனதிலும் படிந்துவிட்ட மார்புகளின் பொன்னிற ஒளி பல நாள்கள் மறையாமல் சுடர்ந்தது.

10

அட்லாண்டிக் கடற்கரையோர நகரங்களின் வழியேயான ரூச்சா பயணத் திட்டம் மூன்றே நாள்களில் முடிவாகிவிட்டது. அந்தத் திட்டத்தை முதலில் ரொமோன்தான் கூறினான். அவனுடைய செவ்ரோலெட்டில் மாண்டிவீடியோவிலிருந்து சனிக்கிழமை காலையில் கிளம்பி அட்லாண்டியா, புந்த்தா தெல் எஸ்தே, லா பலோமா கடற்கரைகளின் வழியே பிரேசில் எல்லையான ச்சூய் வரை சென்று ஞாயிறு இரவு திரும்புவதாகத் திட்டம்.

ஆனந்திற்கு இந்தப் பயணம் புதிய அனுபவம். செலவுகளைப் பகிர்ந்துகொள்வதைத் தவிர பொறுப்பு எதுவுமில்லை. அவர்கள் மூவரும் உள்ளூர் கலாச்சாரத்தைச் சேர்ந்தவர்கள் என்பது சௌகரியமாக இருந்தது. பயணத்தில் குழந்தையைப் போல் மாறிவிட்டான். காணும் காட்சியில் எல்லாம் வியப்பு. நீலம், பச்சை, சாம்பல் என மாறி மாறித் தகதகத்த கடலைப் பார்த்துத் தீரவில்லை. கடல், மலை முதலான நிலவெளியின் உயிர்த் ததும்பல்களைக் காணும்போது காலத்தின் இருப்பும் அதற்கு முன்னால் மனிதனின் சிறிய வாழ்க்கையும் ஒரே கணத்தில் மேலெழுந்தன.

சிரித்துப் பேசிக்கொண்டு பயணத்தைச் சுவாரசியமாக அனுபவிப்பவனாகவும் இயற்கை கொடுக்கும் வியப்பின் முன்னால் குழந்தையைப்போல் தவழ்கிறவனாகவும் மாறிவிட்டான். காரிலிருந்து பார்க்கும்போது கண்களுக்கு மறைந்து தோன்றும் கடலின் விளிம்பைக் கண்டபோதெல்லாம் பழங்காலக் கடலோடிகளின் இரவுகளை நினைத்துக்கொண்டான். இருள் இன்னொரு கடல். இரண்டு கடல்களின் ஊடே மினுக்கும் நட்சத்திரங்களுக்குக் கீழே பிரியப்பட்ட மனிதர்களிடமிருந்து விலகி பாய்மரம் செலுத்தியவர்களின் மனநிலை என்னவாக இருந்திருக்கும்? கடலைக் கடப்பது என்பது அச்சத்தைக் கடப்பதும்தான்.

அட்லாண்டியா கடற்கரையில் கடலைப் பார்த்தவாறு கழுகு அமர்ந்திருந்தது. கழுகு என்றால் தத்ரூபமாகக் கழுகின் வடிவத்தில் உருவாக்கப்பட்ட சிறிய கட்டடம். கழுகின் கதை ஸ்பானிஷிலும் ஆங்கிலத்திலுமாகக் கல்வெட்டில் பதிக்கப்பட்டிருந்தது. கன்னிமேரியின் சொரூபத்தை ஸ்தாபிக்க நினைத்துத் தொடங்கப்பட்டு இடையில் ஏதோவொரு எண்ணத்தின் இடையூட்டினால் திட்டம் மாறி கழுகு பிறந்துவிட்டது. மூன்று தளங்களோடு இருந்த கழுகுக்குக் கண்களாக மேற்தளத்தில் இரண்டு கண்ணாடிகள் சுவரோடு பதிக்கப்பட்டிருந்தன. அந்தக் கண்களின் வழியே அலைகளின் ஓசையற்ற அசைவுகளைக் கண்டான்.

காஸா பியூப்லோவும் அப்படித்தான். ஓவியராகவும் சிற்பியாகவும் இருந்த கார்லோஸ் ஃபியஸ் விலாரோவின் கனவும் கற்பனையும் கலந்த மாளிகை. அதன் வடிவம் பிரதேசப் பறவையான ஹார்னெரோ குருவியின் கூட்டை ஒத்தது. தூரத்திலிருந்து பார்த்தபோது ஒன்றுக்கொன்று நெருக்கமாக அடுக்கப்பட்ட தூக்கணாங் குருவிக் கூட்டிற்கு வெள்ளையடித்ததுபோலத் தோற்றம் கொடுத்தது. கார்லோஸின் படைப்புகளைக் காட்சிப்படுத்தும் அருங்காட்சியமாகவும் சுற்றுலாப் பயணிகளுக்கான நட்சத்திர விடுதியாகவும் காஸா பியூப்லோ இருந்தது.

ஓவியங்களிலும் சுதைச் சிற்பங்களிலும் சிவப்பும் வெண்மையும் அதிகமாக இருந்தன. மரத்திலும் இரும்பிலும் இரண்டு மூன்று மனிதத் தோற்றத்தினாலான கடிகாரங்களைச் செய்திருந்தார் விலாரோ. ஒன்றில் கடிகாரமானது தலைப்பகுதியாகவும் இன்னொன்றில் வயிற்றுப்பகுதியாகவும் இருந்தது. பழைய இரும்புத் துண்டுகளை மட்டும் உபயோகித்து இன்னொன்றை வடிவமைத்திருந்தார். அவற்றையெல்லாம் நுட்பமாக விளக்கிச் சொன்னாள் சலோமி.

ஒரு மூலையில் *PINTURAS RECIENTES de CARLOS PEAZ VILARO en homenaje a MARIO VARGAS LLOSA* என்றெழுதப்பட்ட போஸ்டரில் எழுத்துகளுக்குக் கீழே வசீகரமான தோற்றத்தில் இருந்தவர் யாரென்று சலோமியிடம் கேட்டான். மரியோ வர்கஸ் லோஸா என்ற தன்னுடைய எழுத்தாள நண்பருக்கு விலாரோவால் சமர்ப்பணம் செய்யப்பட்ட ஓவியங்கள்தான் இவையெல்லாம் என்றாள். அந்த ஓவியங்களில் நீல நிறம் அதிகம் பயன்படுத்தப்பட்டிருப்பதைக் கவனித்தான்.

காஸா பியூப்லாவுக்கு வலதுபுறத்தில் அரை பர்லாங் தூரத்தில் சற்றே மேடான முனைச் சரிவில் பாறைகளோடு இருந்தது. காய்ந்த மஞ்சள் பாசிகள் படிந்த பாறைகளின் நடுவே காலூன்றி நின்று ஒருவன் மீன் பிடித்துக்கொண்டிருந்தான். கடலைப் பார்ப்பதற்கென்றே அமைந்திருந்த அந்த முனையில் நின்றிருக்கையில் தூரத்தில் சிறிய விமானமொன்று வாலாக நீண்ட விளம்பரப் பதாகையோடு வானில் நகர்ந்துகொண்டிருந்தது. அதில் *JUGA EN CONRAD Y GANA UN CHEVROLET* என்ற வாக்கியத்தைக் கண்டான். பன்னடுக்கு சொகுசுக் கப்பல் ஒன்று புந்தா தெல் எஸ்தேவை நோக்கிச் சென்றுகொண்டிருந்தது.

பின்மதியத்தில் புந்தா தெல் எஸ்தேவை அடைந்தார்கள். கடற்கரைகளெங்கும் ரொமோனுக்கும் வெரோனிகாவுக்கும் நீர்விளையாட்டுதான். நீருக்கும் காதலுக்கும் ஏதோ தொடர்பிருக்கும்போல. தழுவாமல் தழுவும் விளையாட்டு. பிகினி அணிந்த வெரோனிகாவின் முதுகுத் தண்டுவடக் குழிவில் டிராகன் பச்சை குத்தப்பட்டிருப்பதை ஆனந்த் கவனித்தான். டிராகனின் மீது நீர் முத்துகள் படிந்திருந்தன.

சலோமி புகைப்படங்களாக எடுத்துத் குவித்துக்கொண்டிருந்தாள். அவற்றில் அழகும் நுட்பமும் இருந்தன. ஒளியை மிகச் சரியான விதத்தில் அளந்து காட்சிகளில் பொருத்தியிருக்கிறாய் என்று சொன்னபோது புன்சிரித்தாள். நீர் விளையாட்டின் பல கணங்களையும் அவள் புகைப்படம் எடுத்திருந்தாள். ரொமோனும் வெரோனிகாவும் அவ்வளவு அபூர்வ அழகோடு இருந்தார்கள்.

அந்தப் பயணத்தின் உச்சமான அனுபவம் லா பலோமாவில்தான் நிகழ்ந்தது. புந்தா தெல் எஸ்தேவிலிருந்து சலோமிதான் டிரைவ் செய்தாள். உண்மையைச் சொல்லவேண்டுமென்றால் இந்தப் பயணத்தையே அவள்தான் வழி நடத்தினாள். லா பலோமாவை அடையும்வரை அசந்து தூங்கிவிட்டவன் வெரோனிகா தோளைத் தட்டியபோதுதான் கண் விழித்தான்.

லா பலோமாவின் சதுக்கம் முன்னிரவில் உற்சாகமாக இருந்தது. பெரும்பாலும் சுற்றுலாப் பயணிகள். கடைகளில் பொருத்தப்பட்டிருந்த விளக்குகளும் மின்னொளி அலங்காரங்களும் இரவுக்கு அழகிய சோபையைக் கொடுத்தன. தூரத்தில் அலைகளின் இரைச்சல். வெள்ளை வண்ணம் பூசப்பட்ட கலங்கரை விளக்கம் மிக உயரமாக இருந்தது. கரையின் இருளில்

முகங்கள் தெளிவாகத் தெரியாமல் குரல்கள் மட்டுமே கேட்டன. அமர்வதற்காக சற்றே தனிமையான இடத்தை ரொமோன் தேர்ந்தெடுத்தான்.

கடலைப் பார்த்தவாறு வரிசையாக அமர்ந்தார்கள். ரொமோன் அவனுடைய தோளைத் தொட்டுக் கடலின்மீது விழுகிற கலங்கரை விளக்கத்தின் சுழலும் ஒளிக்கற்றைகளைக் காட்டினான். வானெங்கும் விண்மீன்கள், கீழே விரிகடல், ஆகாயத்தையும் கடலையும் தழுவித்தழுவி சுழலும் கலங்கரை விளக்கத்தின் ஒளிக் கற்றைகள், இருளினூடே அலைகளின் மங்கிய நுரைவெண்மை என்று அபூர்வம் கூடிய தருணம். மொத்த வாழ்க்கையிலும் திரும்பத் திரும்ப நினைவுகூரத்தக்க சில காட்சிகளில் இதுவும் ஒன்றாக இருக்குமென்றான் ரொமோன். அவனைத் தவிர மற்றவர்களுக்கு லா பலோமா முதல் அனுபவம். பல நிமிடங்களுக்கு அந்தக் காட்சியில் உறைந்திருந்தார்கள்.

"ஜாயிண்ட் இருந்திருந்தால் நன்றாக இருந்திருக்கும்" ஆனந்த் முனகினான்.

"எனக்குத் தெரியும்."

மெல்லிய சிரிப்போடு முதுகுப் பையைத் திறந்து சிறிய பிளாஸ்டிக் புட்டியை எடுத்தான். அடப்பாவி, ஏற்கெனவே தயாரித்து எடுத்துவந்திருந்தாலும் மூச்சுவிடாமல் இருந்திருக்கிறான். ஆனந்த் ஆவலோடு வாங்கி அதன் வாசனையை முகர்ந்தபோது வெரோனிகா தனக்கு வேண்டாமென்றாள்.

"பொர்க்கே?" ரொமோனின் கேள்விக்கு அவளிடமிருந்து பதிலில்லை.

தனக்கும் வேண்டாமென்று ரொமோன் சொல்லிவிட்டான். சலோமி மணலில் சாய்ந்து படுத்துக்கொண்டாள். ஆனந்த் மட்டும் புகைத்தான். தரையிலிருந்து எழும்பிப் பறந்து கலங்கரை விளக்கத்தின் ஒளிக்கற்றைகளின் மீது அமர்ந்து சுழல ஆரம்பித்தான். மேலே போகும்போது கைகள் நட்சத்திரங்களைத் தொட்டன. கீழே வரும்போது கால்கள் கடலின் மேற்பரப்பைத் தொட்டன. அப்படிச் சில யுகங்கள் நீடித்தன. தலையை உலுக்கி சூழலைப் பிரக்ஞைக்குள் நிறுத்த எத்தனிக்கையில் எழுந்த வெரோனிகா ரொமோனிடம் கைகளை அழைப்பாக நீட்டினாள். இருவரும் கரையில் நடைபோனார்கள்.

“இந்தப் பயணத்தை எப்படி உணர்கிறாய்?” சலோமி கேட்டாள்.

“இயற்கையின் வசீகரத்தால் ஆன்மீகமான உணர்வுகள் கிளர்கின்றன, ஆனால் வார்த்தைகளில் சரியாகச் சொல்லத் தெரியவில்லை. இந்த நிமிஷம் அழகாக இருக்கிறது, நினைவில் உறைவதுபோலவும் இருக்கிறது, பாதரசம் போல் ஒட்டாமல் நழுவவும் செய்கிறது. விடுதலையுணர்வாய் இருக்கிறது என்பதை மட்டும் உறுதியாகச் சொல்லமுடியும்.”

***

“லெட் சேப்பளின்?”

மெலிதான சத்தத்தில் பாடலைக் கேட்டுக்கொண்டிருந்தவன் அலைபேசியை அமர்த்திவிட்டு நிமிர்ந்தபோது வெள்ளை நிறத்தில் டீ சர்ட்டும் ராணுவப் பச்சை நிறத்தில் ஷார்ட்ஸும் அணிந்து தொப்பையோடு இருந்தவர் திண்ணைச் சுவரில் சைக்கிளைச் சார்த்திவிட்டு அமர்ந்தார். பதினொரு மணி முன்னிரவில் ராம்ப்லாவில் நடமாட்டம் அருகியிருந்தது.

“யெஸ்”

சிகரெட்டைப் பொருத்திக்கொண்டு மரியாதையின் பொருட்டு பாக்கெட்டை நீட்டியபோது மறுப்பான தலையசைப்போடு தன் வலதுகையை நீட்டினார்.

“இல்லை. நான் புகைப்பதில்லை. என் பெயர் மத்தியாஸ்.”

கையைக் குலுக்கியவாறே அறிமுகப்படுத்திக்கொண்டார்கள். மத்தியாஸுக்கு ராபர்ட் டீ நீரோவை ஞாபகமூட்டும் முகச் சாயல். சொன்னால் பொருட்படுத்த மாட்டாரே என்று கேட்டுவிட்டு அபிப்ராயத்தைக் கூறியபோது வாய்விட்டுச் சிரித்தார்.

“என் ஐம்பத்தைந்து வருஷ வாழ்க்கையில் நீதான் முதன்முதலாய் இப்படிச் சொல்கிறாய். உறவினர்களோ நண்பர்களோ கூடச் சொன்னதில்லை.”

சாம்பலைத் தட்டிவிட்டு ஆமோதிப்பாய்த் தலையசைத்தான்.

“தொடர்ச்சியாக உன்னை அகாலநேரங்களில் ராம்ப்லாவில் பார்க்கிறேன், மிகத் தனிமை வயப்பட்டவர்கள்தான் இப்படித் திரிவார்கள், நானுங்கூட அப்படிப்பட்டவன்தான். நீ மணற்பரப்பில்

படுத்திருக்கையிலோ, இந்தத் திண்ணையில் அமர்ந்திருக்கையிலோ எதனாலோ ஆக்ரமிக்கப்பட்டு இந்த உலகத்தில் நீ மட்டும் இருப்பவனைப் போல மூழ்கிக் கிடப்பாய், உன்னிடம் பேசவேண்டும் என்ற உந்துதல் தோன்றினாலும் மௌனமாய்க் கடந்துவிடுவேன்."

தன்னை யாரோ கவனித்திருக்கிறார்கள் என்ற எண்ணத்தால் எழுந்த துணுக்குறல் இன்னும் எவரெல்லாம் கவனித்திருப்பார்களோ என்பதாய் விரிந்தது. அநேகமாக அப்போதெல்லாம் லாகிரியின் வலுவான பிடியில் இருந்திருக்கவேண்டும்.

"ஏன் உன் முகம் இவ்வளவு வெளிறிவிட்டது?"

"நடமாட்டம் குறைவான முன்னிரவுகளில்தான் இங்கிருப்பேன். எப்படி உங்களைக் கவனிக்காமல் விட்டேன் என்று குழப்பமாக இருக்கிறது."

"அதுதான் சொன்னேனே, நீ உனக்குள் மூழ்கியிருந்தாய் என்று. ஒருநாளும் நீ என்னை ஏறிட்டுப் பார்த்ததில்லை. உன்னைப் பார்த்தால் ஆசிய நாட்டவனாய்த் தெரிகிறது, இங்கே என்ன செய்கிறாய்?"

"கம்ப்யூட்டரில் வேலை. இந்தியாவின் தென் பிரதேசத்திலிருந்து வந்திருக்கிறேன்."

"ஓ. நீ இந்தியனா? இந்தியா நான் மிக விரும்பும் கீழைத்தேய நாடு, பெரிதாக இல்லாவிட்டாலும் உன் நாட்டின் புராணீகங்கள் மற்றும் தொன்மங்களைப் பற்றிக் கொஞ்சம் தெரியும், எனது கனவுகளில் இந்தியா வருவதுண்டு, ஆனால் பாரேன், இதுவரையில் நான் எந்த வெளிநாடுகளுக்கும் போனதில்லை. இன்றைய திறந்த சந்தைக் காலத்தில் உலகத்தின் கதவுகள் திறக்கப்பட்டு வாய்ப்புகள் எளிமையாகிவிட்டன. என்றாலும் என்னைப் போன்றவர்களுக்கு அந்த வாய்ப்புகளைப் பயன்படுத்திக்கொள்ளும் காலம் கடந்துவிட்டது."

"இந்தியாவைக் குறித்து நீங்கள் அறிந்திருப்பது நிஜமாகவே மகிழ்ச்சியூட்டுகிறது. ஆனால் உங்கள் நாட்டவர் பலருக்கு அப்படியொரு நாடு இருப்பதைப் பற்றித் தெரியவேயில்லை என்பதுதான் என்னுடைய அனுபவம். உங்களைப் பற்றி எதுவும் சொல்லவில்லையே? நீங்கள் என்ன செய்கிறீர்கள்?"

"நான் ஒரு எழுத்தாளன்."

"வெரி நைஸ். எத்தனை புத்தகங்கள் எழுதியிருக்கிறீர்கள்? என்ன மாதிரியான புத்தகங்கள்? கதைகளா?"

"இல்லையில்லை. இன்னும் புத்தகமாக எதுவும் வெளியாகவில்லை, பத்திரிகைகளில் சின்னச் சின்னதாகப் பத்திகளும் குறிப்புகளும் எழுதுகிறேன். சில வருஷங்களாக ஒரு புத்தகம் எழுதிக்கொண்டிருக்கிறேன். அது வெவ்வேறு வடிவங்கள் எடுத்து உருமாறுவதால் எப்போது முடியுமென்று தெரியவில்லை. உனக்குப் படிக்கும் பழக்கம் இருக்கிறதா?"

"முன்பு என் தாய்மொழியில் அவ்வப்போது படிப்பதுண்டு, இப்போதில்லை. கேட்பதற்கு மன்னிக்கனும் மத்தியாஸ். எழுத்தாளன் என்கிறீர்கள். அதேநேரத்தில் புத்தகமாக எதுவும் எழுதவில்லை என்கிறீர்கள். உங்கள் பொருளாதாரத் தேவைகளை எப்படிச் சமாளிக்கிறீர்கள்?"

அவர் மெல்லிய சிரிப்போடு சொன்னார்.

"உன் கேள்வியைப் புரிந்துகொள்ள முடிகிறது, நான் தனியாக இருக்கிறேன். இதோ நாம் அமர்ந்திருக்கும் இந்த இடத்திலிருந்து இரண்டு கிலோ மீட்டர் தூரத்தில் எனக்குச் சொந்தமாக வீடு இருக்கிறது. அதன் ஒரு பாதியை டூரிஸ்டுகளுக்கான ஹாஸ்டலாக மாற்றியிருக்கிறேன். வீட்டின் அடித்தளத்தில் ரெண்டல் கார் பார்க்கிங் வைத்திருக்கிறேன். இதையெல்லாம்விட மொழிபெயர்ப்புகளும் செய்கிறேன். ஒரு நகரத்தில் சொந்த வீடிருந்தால் வருமானத்தை உருவாக்கிக்கொள்வது எளிமையான விஷயந்தான். மேலும் எனக்குத் தேவைகள் குறைவு."

"ஓ.கே. மத்தியாஸ், நான் களைப்பாக உணர்கிறேன். மேலும் நாளை நிறைய அலுவலக வேலைகள் இருக்கின்றன. இப்போது சென்று உறங்கினால்தான் சரியாக இருக்கும். நாம் பிறகு சந்திக்கலாம்."

அவன் சட்டென்று எழுந்துவிட்டதால் நிறையவே பேசுவதற்கான ஆவலில் இருந்தவரின் முகத்தில் ஏமாற்றம் படர்ந்தது. அவர் புத்துணர்வோடு இருந்தார். அவனுக்கோ களைப்பு மிகுந்திருந்தது. உறக்கம் வருகிறதோ இல்லையோ படுக்கையில் விழவேண்டும்.

"நல்லது. எங்கே தங்கியிருக்கிறாய்?"

"அதோ, அங்கே..."

தூரத்தில் பொலிவாரா ஸ்பானியாவில் அப்பார்ட்மெண்ட்டைக் காட்டினான்.

"ஓ. றாம்ப்லாவுக்குப் பக்கத்தில்தான் இருக்கிறாய். அருமையான இடம்தான். தப்பாக நினைக்காதே அமிகோ. என்னுடைய சில சிரமமான நாள்களில் இன்றையதும் ஒன்று. நீ எனக்கு ஒரு பியர் வாங்கித் தரமுடியுமா? அடுத்தமுறை நிச்சயம் நான் அதனைத் திருப்பிச் செலுத்திவிடுகிறேன்."

முதல்முறையாக உரையாடுபவனிடம் கூச்சமின்றி அவர் பியர் கேட்டது ஆச்சரியமூட்டினாலும் அமிகோ என்று விளித்தது மகிழ்ச்சியைக் கொடுத்தது.

"ஷ்யூர் மத்தியாஸ்... லெட்ஸ் கோ."

சாலையைக் கடந்து கியோஸ்க்கை அடைந்தார்கள். கவுண்ட்டரில் இரவுகளில் வழக்கமாக இருக்கும் அரியல் அவனைக் கண்டவுடன் ஸ்நேகமாகப் புன்னகைத்தான். பகல்களில் அவனுடைய தந்தை இருப்பார். இரவுகளில் பியருக்காகவோ சிகரெட்டிற்காகவோ கீழே இறங்குகையில் அரியலோடு அவனுடைய நண்பர்கள் ஓரிருவர் இருப்பதைக் கண்டிருக்கிறான்.

கேட்டவுடன் சில்லென்ற குளிர்ச்சியோடு பில்சன் பியரை மேஜையில் எடுத்து வைத்தான் அரியல். எப்போதும் ஒன்று கேட்டால் இரண்டு மூன்றாக வைத்துக் குறும்பு செய்பவன் அன்று புதிதாக மத்தியாஸைக் கண்டதால் அதைத் தவிர்த்துவிட்டான். பீஸோவைக் கொடுத்துவிட்டு வெளியே வந்தபோது பில்லியனில் பெண்ணொருத்தி முதுகில் கவிழ்ந்து தழுவியிருக்கச் சீறலான ஓசையில் பைக்கை ஓட்டிப்போனவனின் நீளக் கூந்தல் காற்றில் அலைந்தது.

"ச்சாவ் மத்தியாஸ்."

நன்றி சொன்னவர் இடதுகையில் பில்சனோடு வலதுகையில் சைக்கிளை உருட்டிப் போனார். வரவேற்பறைத் தளத்திற்குள் நுழைந்தவுடன் கதகதப்பு சூழ்ந்தது. லிப்டில் உயரும்போது கண்ணாடியில் அடுக்குகளாய் விரியும் தன் முகங்களைப் பார்த்தான். செக்கச் சிவந்த கண்கள். அப்பார்ட்மெண்டினுள் நுழைந்தவுடன் பால்கனி கண்ணாடிக் கதவின் திரைச்சீலையை விலக்கிப் பார்த்தான். கடலைப் பார்த்தவாறே மத்தியாஸ் அமர்ந்திருப்பது தெரிந்தது. லெட் சேப்பளின் கேட்கக்கூடிய

இந்தியத் தொன்மங்களைப் பேசக்கூடிய அவனைவிடத் தனிமையிலிருக்கும் ஒரு ஸ்பானிஷ் எழுத்தாளன் என மனதுக்குள் முனகியவாறு படுக்கையில் விழுந்தான்.

11

மத்தியாஸுக்குத் தனியே அடையாளப்பட்டதுபோல மற்றவர்களுக்குத் தனியே அடையாளப்படுவதைத் தவிர்த்துக்கொள்ள விரும்பினான். அதற்கு ச்சூய் நகரத்தில் வாங்கி வந்திருந்த மதுவகைகளும் இன்னொரு காரணம். எல்லையோர நகரம் என்பதால் வரிவிலக்கின் காரணமாகச் சலுகை விலையில் கிடைத்தது. மூன்று முழு ஜாக்டேனியல் விஸ்கி புட்டிகள், இரண்டு முழு அப்ஸலயூட் வோட்கா புட்டிகள், ஒரு முழு எரிஸ்டாவ் வோட்கா என்று வாங்கினான். மதுவருந்தியவாறே பால்கனியிலிருந்து கடலைப் பார்த்துக்கொண்டிருப்பதே போதுமானதாக இருந்தது.

“மேன், இப்படியே போனால் ஆல்கஹாலிக் ஆகிவிடுவாய். ஆரோக்கியம் பாழாகிவிடும்.”

பாட்டில்களைக் கவனமாகப் பையில் பொதித்து காரின் டிக்கியில் வைத்தபோது ரொமோன் சொன்னான்.

“நோ மேன். அப்படியில்லை. விலை குறைவாக இருக்கிறது என்பதால் வாங்கினேன். எப்படியும் மூன்று மாதங்களுக்குப் பயன்படுத்துவேன்.”

“ரியலி? எனக்கு அப்படித் தோன்றவில்லை, ஒரே மாதத்தில் தீர்த்துவிடுவாய். நீ தினமும் அலுவலகம் வரும்போது உன் கண்களைப் பார்க்கிறேனே?”

நமுட்டுச்சிரிப்போடு வெரோனிகா சொன்ன ஆரூடமே கடைசியில் பலித்தது. அலுவலகத்திலிருந்து திரும்பிய மாலைகளில் குடிக்கும் வேட்கையைக் கட்டுப்படுத்த முடியாமல் குறைவான அளவுதான் என்று தொடங்கி ரூச்சா பயணத்தை அசைபோட்டவாறே போதையின் ஆழங்களுக்குள் மூழ்கிவிடுகிறான்.

அன்றிரவு லா பலோமாவிலிருந்து கிளம்பும்வரை எங்கே தங்குவது என்பது முடிவாகவில்லை. வழியில் ஹாஸ்டல் இருக்குமென்றான்

ரொமோன். நான்கைந்து மைல்களைக் கடந்தபோது ஹாஸ்டல் என்று ஆங்கிலத்தில் எழுதப்பட்டு ஒளிர்ந்த சிறிய செவ்வக மின்தட்டி அம்புக்குறியோடு வழிகாட்டியது. உள்ளடங்கி இருந்த வீட்டின் முன்புறத்தில் விளக்கு சோகையாக எரிந்தது. மண்பாதையில் காரைச் செலுத்தி நிறுத்தினாள் சலோமி. வாசலில் படுத்திருந்த முரட்டு நாய் உறுமியபோது வீட்டின் முன்னறையில் விளக்கெரிந்தது. வெளியே வந்த ஒல்லியான நடுத்தர வயதுப் பெண் நாயைச் செல்லமாய் அதட்டினாள்.

சோம்பல் முறித்தவாறே மூவரும் அந்தப் பெண்ணை நோக்கி நடந்தார்கள். ஆனந்த் இறங்கி சிகரெட்டைப் பற்ற வைத்துக்கொண்டான். உயர்ந்த மரங்களே வேலியாய் அமைந்த ஒரு ஏக்கர் அளவிலான அரைவட்ட நிலப்பகுதி. அதன் மையத்தில் வீடு அமைந்திருந்தது. நள்ளிரவிலும் தூக்கச்சடவு இல்லாமல் காலைப்பொழுதின் புத்துணர்வோடிருந்தாள் அப்பெண்.

கறுப்பும் பழுப்புமாய் ரோமங்கள் அடர்ந்திருந்த நாய் ஆனந்தின் அருகில் வரவும் பயத்தில் உடல் விறைப்படைந்து சிகரெட்டை ஆழமாக இழுத்தான். அந்தப் பெண் எழுப்பிய சீழ்க்கை ஒலியைக் கேட்டவுடன் நாயின் உடல் நட்பார்ந்த குழைவுக்கு மாறி அவனிடமிருந்து விலகி காரின் பின்பக்கமாகப் போனது. ரொமோன் அவனைக் கையசைத்து அழைத்தான்.

“ஹோலா”

அவள் ஆனந்துக்கு வரவேற்பு கூறியபோது விளக்கொளியில் புன்னகையின் வெளிச்சம் கூடியது. அவனுடைய பாஸ்போர்ட்டைப் பார்க்க விரும்பினாள். காருக்குச் சென்று எடுத்துவந்து கொடுத்தான். அதனை வாங்கிக்கொண்டவள் கையிலிருந்த ரொமோனின் அடையாள அட்டையோடு உள்ளே போனாள். போர்ட்டிகோ தூணிலிருந்து மேற்படர்ந்து கூரைமுகப்பை மூடியிருந்த கொடியின் இலையைப் பறித்து முகர்ந்தபோது வாசனை இன்னவிதமென்று தீர்மானிக்கமுடியவில்லை. திரும்பியவள் பாஸ்போர்ட்டையும், அடையாள அட்டையையும் திருப்பிக் கொடுத்துவிட்டுப் பக்கவாட்டு மண்பாதையில் நடந்தாள். பைகளைத் தூக்கிக்கொண்டு அவர்கள் பின்தொடர்ந்தார்கள்.

வீட்டின் பின்புறத்தில் ஓரடி உயரத்திற்குச் சுற்றுச்சுவர் கட்டப்பட்டு அரையடி உயரத்திற்குத் தளம் வைக்கப்பட்டிருந்த வாசலில் சாய்வு

நாற்காலிகள் கிடந்தன. கதவை நீக்கியவுடன் சிறிய வரவேற்பறை. நேராகவும் இடபுறத்திலுமென இரண்டு அறைகள். இடப்பக்க அறையைத் திறந்தாள். இரு ஜோடி ஈரடுக்குக் கட்டில்கள் போடப்பட்டு உள்ளிணைந்த குளியலறையோடு இருந்தது. எட்டு மணியளவில் காலையுணவு தயாராக இருக்குமென்றவள் ஏதேனும் தேவைப்பட்டால் அழைப்பு மணியை உபயோகப்படுத்தித் தன்னை அழைக்கும்படி சொல்லிவிட்டுப் போனாள்.

சலோமியும் வெரோனிகாவும் களைப்பில் உடனடியாகக் கட்டிலில் விழுந்துவிட்டார்கள். வெரோனிகா மேலடுக்கை எடுத்துக்கொள்ள சலோமி கீழ்ப்படுக்கையை எடுத்துக்கொண்டாள்.

“மேன், உனக்கு எது வேண்டும். லோயர் ஆர் அப்பர்?”

கீழடுக்கைக் கைகாட்டியவாறு ஜாயிண்ட் எங்கே என்று சைகையில் கேட்டான். உறுத்துப் பார்த்தவன் முதுகுப் பையைக் காட்டிவிட்டுச் சொன்னான்.

“மேன், டேக் சம் ரெஸ்ட். அந்த விளக்கைச் சீக்கிரம் அணைத்துவிடு.”

விளக்கை அணைத்துவிட்டுப் பின்வாசலுக்கு வந்து சாய்வு நாற்காலியில் அமர்ந்தவன் ஜாயிண்டைப் பொருத்திக்கொண்டு வேலிமரங்களின் இருளையும் விண்மீன்களையும் மாறி மாறி வெறித்தான். மெலிதான காற்று உடலைத் தழுவிப்போனது. அன்று கண்ட நிலக்காட்சிகள், கடற்கரைகள், மனிதர்களின் தோற்றங்களெல்லாம் இணைந்து மனதுக்குள் வினோதம் கூடி மொத்த பூமியும் கையில் ஏந்திக் கண்ணுக்கு முன்னால் வைத்துப்பார்க்கும் ஒரு கோளமாகத் தோற்றங்காட்டியது.

எதனாலோ வெறிக்கப்படும் உணர்வடைந்து திரும்பியபோது அந்த முரட்டு நாய் வாசலேறியது. அதைக் கண்டவுடன் மீண்டும் நடுக்கம் ஏற்பட்டாலும் நாவைக்கொட்டி அழைத்தவனின் அழைப்புக்கு அருகில் வந்து முழங்காலோடு உடலை உரசியது. பூமியின் ஒரு முனையில் பிறந்து வளர்ந்தவன் வேறொரு புள்ளியில் பிறந்த ஐந்தறிவு உயிரின் துடிப்புணரும் ரசவாதம் அக்கணத்தில் நிகழ்ந்தது. உடலை வருடியபோது தலையுயர்த்திப் பார்த்துவிட்டு மெல்லத் திரும்பி முன்பக்கமாக நகர்ந்தது.

அந்தப் பயணத்தின் உச்சம் லா பலோமாதான். இரண்டாவது நாள் சாதாரண சுற்றுலா நாளாகிவிட்டது. காலையில் ஹாஸ்டலில்

இருந்து கிளம்பி ச்சூய் நகரத்தை முற்பகலில் அடைந்தார்கள். காமிக்ஸ் கதையில் வரும் மேற்கத்திய சிற்றூரைப் போலிருந்தது ச்சூய். சிறு சதுக்கத்திலிருந்து நீளும் சாலையின் இருபுறங்களிலும் கடைகள். சலோமியும் வெரோனிகாவும் பெண்களுக்கான அலங்காரப் பொருட்கள் வாங்கினார்கள். ரொமொன் அவனுடைய தந்தைக்காகப் புகைப்பிடிக்கும் பைப் வாங்கினான். ஆனந்த் மதுப்புட்டிகளை வாங்கினான்.

***

பொசிட்டோஸின் உட்தெருக்களில் உடலும் மனமும் களைக்கும் வரை நடக்கலாம். ஆனால் றாம்ப்லாவில் கிடைக்கும் விடுதலையுணர்வு எல்லாவற்றிலும் வேறானது. நீர்த்திரளும் வான்வெட்டாரமும், அது கொடுக்கும் லகுத்தன்மையுமே வேறு. மணி முன்னிரவு பதினொன்று ஆனபோது றாம்ப்லாவிற்குச் செல்லக்கூடாது என்கிற உறுதி குலைந்து கீழே இறங்கிவிட்டான்.

நடக்கத் தொடங்கியதும் மனம் ஒருங்கடைந்தது. நடை என்பது உண்மையில் காலின் நடையல்ல. அது மனதின் நடைதான். ஓடையைப் போல நதியைப் போல மனமும் மாறுகின்ற விஷயம். ரிபப்ளிக்கா தெல் பெருவில் இரண்டு கிலோமீட்டர் நடந்துவிட்டுத் திரும்பி வழக்கமான இடத்தில் அமர்ந்தபோது பேருந்து நிறுத்த நிழற்குடையில் நின்றிருந்த சீக்காவைப் பார்த்தான். பொன்னொளி மார்பினள் அல்ல, இவள் வேறு. இருபதுகளின் தொடக்கத்தில் இருந்தாள். ஏதோவொரு விசை உந்தவும் எழுந்து சாலையைக் கடந்து நிழற்குடைக்குச் சென்றான். கண்களில் உணர்ச்சியற்றுப் பார்த்தவள் முகந்திருப்பிக் கொண்டாள்.

“ஹோலா”

“ஹோலா”

வறண்ட குரலில் முனகிவிட்டு முகந்திருப்பிக்கொண்டாள். இவள் சீக்கா இல்லையோ? நிழற்குடையின் மறுமுனை நாற்காலியில் குழப்பத்தோடு காத்திருந்தான். இரண்டாவது நிமிஷத்தில் ஒரு கார் வந்துநிற்க காதுகளையும் கண்களாக மாற்றிக்கொண்டான். பேரம் படியவில்லை. நிச்சயம் சீக்காதான்.

“ஸ்பீக் இங்கிலீஷ்?”

கேட்டான். நிமிர்ந்தவள் பதில் சொல்லாமல் சாலையைப் பார்த்து முகத்தைத் திருப்பிக்கொண்டாள். இங்கே வந்தபின்பு அவன் காணும் நட்புணர்வற்ற முதல் முகம். அவமானமாக இருந்தது. கோபம்கூட வந்தது. பொருட்டாக மதிக்க மறுக்கிறாள். சற்று மூர்க்கமான செயலாகத் தெரிந்தாலும் பர்ஸைத் திறந்து டாலர் நோட்டுகளைக் காட்டிக் கேட்டான்.

“குவாந்தோ? ஹவ் மச்?”

அவனையும் நோட்டுக்களையும் மாறிமாறிப் பார்த்தவளின் கண்களில் கணப்பொழுதுக்குக் கீற்றளவு வெளிச்சம் தோன்றி திரும்பவும் பழைய பாவனையே ஏறிவிட்டது. மறுப்பாகத் தலையசைத்தாள்.

“லொசியந்த்தோ.”

கோபத்தோடு சொல்லிவிட்டுச் சாலையைக் கடந்து றாம்ப்லா காந்தியின் திசையில் நடந்தான். அவமானவுணர்ச்சி தகித்தது. மறுப்பைக்கூட இனிப்பாகச் சொல்லத் தெரியாதவள். பணத்தைக் காட்டியும் மறுக்கிறாள் என்றால் ஒரு ஸ்ட்ரீட் ஹூக்கருக்கு என்ன காரணங்கள் இருக்கமுடியும்? அவள் ஐரோப்பிய வெள்ளையினத்தவள். அவன் ஆசிய நாட்டவன். ஆனால் அது காரணமாக இருக்குமென்று நினைக்கவில்லை. அச்சமூட்டக்கூடிய எந்தவொன்றும் அவனுடைய தோற்றத்தில் இல்லை. வேறுநாட்டவன் என்பதால் பாதுகாப்பு குறித்த பயமோ வேறு மனத்தடைகளோ இருந்திருக்கலாம். சரியான காரணத்தை யூகிக்கமுடியவில்லை. எதுவாக இருந்தாலும் மறுப்பது அவள் உரிமை. பெருமூச்செறிந்தவன் காந்திசிலை வரைக்கும் புறநினைவின்றியே வந்துவிட்டான்.

அரைவட்ட வடிவின் மையத்தில் ஐந்தடி உயரத்திற்குக் கற்தளம் அமைக்கப்பட்டு அதன் மேல் காந்தியின் மார்பளவு சிலை இருந்தது. சாலைக்கு முகமும், கடலுக்கு முதுகும் காட்டியிருக்கிறார். வெற்றுடம்போடு கண்கள் மூடிய மோனத் தோற்றம். ஆனால், விழிப்பு இருக்கிறது. வழக்கமாக காந்தியை ஒருபார்வை பார்த்துவிட்டுக் கடந்துவிடுவான். இன்றைக்கு அவரது முகத்தைக் கூர்ந்து பார்க்கத் தோன்றியது. அரை வட்டத்தின் முழங்காலுயரத் திண்ணையில் அமர்ந்தான்.

இன்னொரு நாட்டில் காந்தி வேறொரு மனிதனாக மாறினார். அவனுக்கும் ஒரு தாயிருந்து சத்தியங்களைக் கேட்டிருந்தால் வேறுமாதிரி இருந்திருப்பானோ? இந்த நிலத்தின் ஆன்மாவை உணர்வதற்கு எதுவும் செய்யாமல் போதையில் மூழ்கிக் கிடக்கிறான். விலைமாது அவனை மறுத்து அவமானப்படுத்துகிறாள். தன்னுடைய நடத்தைக்குத் தான் குற்றவுணர்வு அடையவேண்டுமா என்ற சந்தேகம் இன்னொருபுறம் எழுந்தது. முன்னால் மனங்கூசி நிற்க உலகத்தில் தனக்கு இன்னொருவர் இல்லாதபோது குற்றவுணர்வுக்கான தேவையென்ன இருக்கிறது?

காந்தியின் மோனத்தை இன்னொருமுறை உற்றுப் பார்த்துவிட்டு எழுந்தான். திரும்பும் நடையில் மனம் தணிந்திருந்தது. இந்த இரவில் உயிருள்ள மனிதர்களை விடவும் காந்தி அவனுக்கு நெருக்கமானவராகத் தோன்றினார். பொறுமையுள்ள காதுகளிடம் மனச்சுமையைச் சொல்லி இறக்கிவைத்துவிட்டு வருவதின் ஆசுவாசம் ஏற்பட்ட அதே கணத்தில் மனதின் மூலையில் இதுவரை கேட்டறியாத புதிய குரலொன்று நீ நாடகீயத்துக்கு ஆளாகிவிட்டாய் எனக் குற்றஞ்சாட்டும் தொனியில் சொன்னது. இருக்கட்டுமே என்று அந்தக் குரலுக்குப் பதில் சொல்லியவாறு பொலிவாரா ஸ்பானியாவை நோக்கி நடந்தான்.

12

மென்பொருளில் புதிய மாற்றங்களைப் பயனாளர் பயன்பாட்டுக்குக் கொண்டுவருவது குறித்த கலந்துரையாடலில் இருந்தபோது மத்தியாஸ் அழைத்தார். அழைப்பை ஏற்காமல் விட அதிர்வமைப்பில் இருந்த அலைபேசி அதிர்ந்து ஓய்ந்தது. றாம்ப்லாவில் சந்திக்கலாமா என்ற குறுந்தகவல் சற்றுநேரம் கழித்து வந்தது. கவனத்தை உரையாடலில் திருப்பிக்கொண்டான்.

வெளிப்படையானவராகத் தெரிந்த மத்தியாஸ் அவனுடன் விழையும் நட்பில் உள்நோக்கங்கள் எதனையும் அவன் உணரவில்லை. தான் அவருக்குத் தனிமையான உயிராக அர்த்தப்பட்டிருக்க வேண்டும். அவருங்கூட அப்படித்தான். இதைத்தான் தேடுகிறோமென்று முழுமையாக விளங்காமல் சதா எதையோ தேடி மனதின் உணர்கொம்புகளை வெளியில் அலையவிட்டுத் திரியும் ஆன்மாக்களின் திரளில் இருவரும் இருந்தார்கள்.

மத்தியாஸுடனான முதல் சந்திப்புக்குப் பின்னர் றாம்ப்லாவுக்குச் செல்வது குறைந்துவிட்டிருந்தது. அந்தச் சீக்கா தன்னை நிராகரித்தது உறுத்திக்கொண்டே இருந்தது. மாலைகளிலும் அலுவலக வேலைகளை நீட்டித்துக்கொண்டான். சுயபரிசோதனை செய்துகொள்ளும் மனநிலையும் கூடிவிட்டிருந்தது. விலைமாதுவை அணுகுமளவு தான் மாறிவிட்டோமா என்று குமைந்தான். தன் தகுதியிலிருந்து கீழிறங்கிவிட்டதாக எழுந்த உறுத்தல் ஓரிரு நாள்களில் மறைந்துவிட்டது.

கால்கள்தான் செல்லவில்லையே தவிர றாம்ப்லா கண்ணுக்கு முன்னால்தான் இருக்கிறது. பால்கனியில் நின்றால் ஒற்றை நொடியில் முழு வியாபகமும் தெரியும். அது போதாமல் சுவர்களுக்குள் அடைந்துகிடக்கும் உணர்வு மூச்சு முட்டும்போது றாம்ப்லாவுக்குப் போய் சிகரெட் புகைத்துவிட்டுத் திரும்புவான். அப்படியான தருணத்தில்தான் இரண்டாவது முறையாக மத்தியாஸைக் கண்டான். புன்னகையோடும் சந்தோஷத்தோடும் கைகுலுக்கியவர்

சமீபமாக அவனை றாம்ப்லாவில் பார்க்கமுடியவில்லை என்று குறைபட்டுக்கொண்டார். அதற்கு வேலைப்பளுவைக் காரணமாகச் சொன்னான். அவனைச் சந்தித்துவிடும் நம்பிக்கையோடு பலமுறை வந்ததாகக் கூறியவரின் ஆர்வம் வினோதமாக இருந்தது.

புதியவர்களுடன் அவனால் எளிதில் பழக முடிவதில்லை. நட்பையும் உறவையும் நோக்கிய தொடக்க அடிகளை எடுத்து வைப்பதில் ஆனந்துக்கு எப்போதும் தயக்கமும் கூச்சமும் இருக்கின்றன. ஆனால், அவனோடான மத்தியாஸின் பேச்செல்லாம் ஏற்கெனவே நல்ல அறிமுகம் உண்டு என்பதைப்போல் லகுவாகவும் சரளமாகவும் இருக்க அவருடைய உற்சாகத்தோடு சேர்ந்து பயணிப்பதைத் தவிர அவனுக்கும் வேறு வழியில்லை.

ஆரம்பப் பேச்சுகள் முடிந்த இடைவெளியில் சட்டென்று பியர் அருந்த அழைத்த மத்தியாஸ் இம்முறை தான் வாங்குவதாகச் சொன்னார். அவருடைய பொருளாதார வசதிகள் எளியவை என்றாலும் அவராக முன்வரும்போது மறுப்பது அவமரியாதையானது என்பதால் ஏற்றுக்கொண்டான். இரண்டு முழு பில்சன் பியர் பாட்டில்களோடு றாம்ப்லாவுக்குத் திரும்பினார்கள். பாட்டிலின் வெளிப்புறத்தில் பூத்திருந்த நீர்மொட்டுகள் கைகளை நனைத்துவிட்டன. அவ்வளவு குளிர்மை.

றாம்ப்லாவில் கூட்டம் குறைவுதான். சைக்கிளைத் திண்ணைச் சுவற்றில் சார்த்தினார். கரைக்குள் இறங்கி உலர்மணல் பரப்பினுள் அமர்ந்தார்கள். சாலையின் விளக்கொளி மங்கலடையும் பரப்பு. அலைகளின் நுரைகள் உடைந்து கரைவது வெளிறலாகத் தெரிந்தது. வாயில் கடித்து பியர்பாட்டிலின் மூடியை நீக்கத் தெரியாமல் அவன் தடுமாறியபோது அதை அவர் லகுவாகச் செய்துகொடுத்தார். என்றென்றும் தொடர விரும்பும் நட்பிற்காக என்று சொன்னவரின் சியர்ஸை ஆமோதித்தான்.

பியரின் ஆரம்பக் குளிர்மையை மௌனமாக அனுபவித்தார்கள். மணலுக்குள் பாட்டிலை ஊன்றி எடுத்துப்பார்த்தபோது மணற்துகள்கள் வெளிப்புற ஈரத்தில் படலமாகப் படிந்திருந்தன. பேச்சு கடலைப் பற்றித் திரும்பியது. றாம்ப்லாவும் ரியோ தெ லா பிளாட்டாவும் தன்னுடைய புதிய வசீகரமாக இருப்பதைச் சொன்னான். தன் வாழ்க்கையில் நிகழும் உருமாற்றத்தின் சாட்சியமாக றாம்ப்லா இருப்பதையும் வாழ்க்கையின்

வியாபகத்தையும் புதிர்களையும் திரும்பத் திரும்பக் கடலின் பிரம்மாண்டம் சுட்டுவதையும் சொன்னான்.

“பார்வைக்குக் கடலாகத் தெரிந்தாலும் இது உண்மையில் ரியோ தெ லா பிளாட்டா ஆறுதான். அட்லாண்டிக்கோடு கலந்து நிற்கிறது. நினைவு தெரிந்த நாளிலிருந்து பார்க்கிறேன், ராம்ப்லாவின் உருவம் காலத்திற்குக் காலம் மாறிக்கொண்டிருக்கிறது. இங்கே அமர்ந்து வாழ்க்கையின் மாற்றங்களைப் பேசிப் பேசி ஆற்றுப்படுத்தியிருக்கிறேன். ராம்ப்லா எனக்கு நினைவின் ஆடியாக இருக்கிறது. எத்தனையோ நண்பர்கள் கிடைத்திருக்கிறார்கள். பிறகு அவர்கள் தடயமின்றி மறைந்திருக்கிறார்கள். ஒவ்வொருமுறை இங்கே வரும்போதும் காலத்தின் கணமும் கடலின் நீரும் வேறானவைதான். ஆனால் இவற்றையெல்லாம் கடந்து இது என்றுமே மாறாத பழைய இடமென்ற தோற்ற மயக்கமும் இருக்கிறது. என் பேச்சு உனக்குச் சலிப்பூட்டவில்லையே?”

“நிச்சயமாக இல்லை. இந்த மாதிரி யோசிக்க நானும் முயற்சி செய்வதுண்டு. ஆனால் விஷயங்களின் அடிநுனிவரை செல்ல முடிவதில்லை. பாதிதூரம் சென்ற பிறகு முழுமையை அடைந்துவிட்டது போன்ற ஒரு பாவனை நிறைவு. பிறகுதான் பாதியில் திரும்பியிருப்பது புரியும். அந்த இடைவெளியில் வேறொரு இழைக்குத் தாவிவிட்டிருப்பேன்.”

“ம். நமக்கு உண்மையிலேயே தேவைப்படும் விஷயங்கள் நமது கவனத்திலிருந்து எளிதாகத் தப்பிவிடும். அதைத் திரும்பக் கண்டுபிடிப்பது எளிதல்ல. தேவையற்ற விஷயங்களின் கடல்களையும், மலைகளையும் கடந்துதான் உன்னுடைய மெய்யான தேவையை நீ கண்டுபிடிக்க வேண்டும். உன் வயதில் ஏறத்தாழ நானும் அப்படித்தான் இருந்தேன். ஆனால் நீ சொன்னாயே, பாதிதூரம் செல்வது. அது ரொம்ப முக்கியம். அதைக் கைவிடாமல் தொடர்ந்து செய்யவேண்டும். அப்போது புதிது காணலாம். காணாத காட்சியைக் காண்பதும், உணராததை உணர்வதும்தான் அனுபவம். அந்த விதத்தில் நீ இந்த நாட்டுக்கு வந்திருப்பது நிச்சயம் ஒரு புதிய அனுபவமாகத்தான் இருக்கும். நான் சரியாகச் சொல்கிறேனா?”

“தீர்க்கமாகச் சொல்லத் தெரியவில்லை மத்தியாஸ். வந்து சில மாதங்களாயிற்று. கண்டது கேட்டதிலிருந்து இந்தப் பிரதேசத்தின் மற்ற நாடுகளைவிட இந்த நாடு அமைதியானதாகத்தான்

தெரிகிறது. சாப்ட்வேர் நிறுவனங்கள் தொடங்கப்பட்டிருப்பது ஸ்திரத்தன்மையைக் காட்டுகிறது. மாண்டிவீடியோ கிட்டத்தட்ட ஐரோப்பிய நகரமேதான். பாலியல் தொழில், கருக்கலைப்பு, மரியுவானா மாதிரியான விஷயங்களில் உங்கள் தேசத்தின் வெளிப்படைத்தன்மை ஆச்சரியமாக இருக்கிறது. இந்தியாவில் எனது மாநிலத்தைவிடப் பரப்பளவில் உங்கள் நாடு பெரிதாக இருக்கிறது. ஆனால் மக்கள்தொகை முப்பத்தைந்து லட்சத்துக்குள் என்பது ஆச்சரியமான விஷயம்தான். எனது மாநிலத்தின் தலைநகரில் இதைவிட மூன்றுமடங்கு மக்கள் வாழ்கிறார்கள். இவையெல்லாம் வெளிப்படையான விஷயங்கள். ஆனால் வெளியிலிருந்து வருபவர்களால் எளிதில் புரிந்துகொள்ளமுடியாத வரலாற்றின் உள்ளடுக்கு ஒன்று எல்லா ஊர்களுக்கும் இருக்கும்தானே? சில வருஷங்கள் வாழ்ந்து கலாச்சாரத்தில் முழுமையாக ஊறினால்தான் அது புரியும். சத்தியத்தையும் அஹிம்சையையும் வலியுறுத்திய என்னுடைய நாட்டின் தேசத் தந்தை என்று அழைக்கப்படும் எம்.கே.காந்தியின் சிலை இங்கே றாம்ப்லாவில் நிறுவப்பட்டிருப்பது நானறிந்த ஒருவர் இங்கே வசிப்பது போன்ற நெருக்கமான உணர்வை அளிக்கிறது. மக்கள் கால்பந்தின் மீதும், மத்தேவின் மீதும் விருப்பம் கொண்டிருக்கிறார்கள். ஆனால் உங்களிடம்தான் மத்தே கோப்பையை நான் பார்க்கவேயில்லை.”

“என் கையில்தான் பியர் பாட்டில் இருக்கிறதே?” சிரிப்போடு சொன்னவர் தொடர்ந்தார்.

“நிறைய விஷயங்களைக் கவனித்திருக்கிறாய்.”

“அப்படியில்லை மத்தியாஸ்... மேலோட்டமாகக் கவனிப்பேன். இந்தியாவில் ஒரு நண்பர் இருக்கிறார். அவர் சொல்லி கொஞ்சம் தெரியும்.”

“தூப்பமாரோஸ் கொரில்லாக்களைப் பற்றிக் கேள்விப் பட்டிருக்கிறாயா?”

“இணையத்தில் பார்த்தேன். அறுபதுகளில் இருந்த எம்.எல் குழுதானே? அதிபர்கூட அதில் இயங்கி பிறகு ஜனநாயகத்திற்குத் திரும்பியவர்தானே?”

“ஆமாம். அதில் வேலை செய்த என் மூத்த நண்பர் ஒருவர் இருக்கிறார். நீ விரும்பினால் நாம் அவரைச் சந்திக்கலாம்.”

“கண்டிப்பாகத் திட்டமிடலாம் மத்தியாஸ். ஆனால் எனக்கு அவ்வளவு அரசியல் நுண்ணுணர்வு இருப்பதாக நான் நம்பவில்லை.”

“அரசியலுக்கு வெளியே யாருமில்லை. அரசியலைப் புரியாமல் வாழ்க்கையைப் புரிந்துகொள்ள முடியாது. சமூக மனிதனின் இயல்புகளை அரசியலின் மூலமே அறியமுடியும். மனிதர்களின் பேராசையையும் குரூரத்தையும் சந்தர்ப்பவாதத்தையும் அதுதான் காட்டித்தரும். நீ இளைஞன் என்பதால் உன்னளவிலான, தீர்க்கமான முடிவுகளை அடைவதற்கு இன்னும் காலம் எடுக்கலாம். ஆனால் சிந்தனைகளைப் பின்தொடர்வது மிக முக்கியம்.”

பேச்சு தேங்கிய இடைவெளியில் கால்களை மணலில் பரப்பி வசதியாக அமர்ந்துகொண்டான்.

“இந்த நகரத்தைப் பார்த்துவிட்டாயா? வெளியே எங்கேனும் போனாயா?”

“முழுமையாகக் கண்டுவிட்டேன் என்று சொல்லமுடியாது. சுற்றுலாவுக்குப் பேர்பெற்ற இடங்களை மட்டும் பார்த்திருக்கிறேன். சில உள்ளூர் நண்பர்கள் இருக்கிறார்கள். அவர்களுடன் புந்தா தெல் எஸ்தே, லா பலோமா வழியாக ச்சூய் வரை பயணம் போய்வந்தது நல்ல அனுபவமாக இருந்தது.”

“ரூச்சா பயணம் எப்போதும் இனிமையானதுதான். நிறைய உள்ளூர் நண்பர்கள் உண்டா?”

“நிறையவெல்லாம் இல்லை. உங்களையும் சேர்த்து ஒரு சிலர்தான்.”

“என்னை உன் வயதுக்குத் தகுந்த நண்பனாகச் சொல்ல முடியாதே?”

“நோ மத்தியாஸ். நீங்கள் மனதளவில் இளைஞன்தான். இல்லையென்றால் உங்கள் வயதில் பாதியளவே உடைய அந்நியனான என்னிடம் இந்த முன்னிரவில் றாம்ப்லாவில் அமர்ந்து பியர் அருந்தியவாறு பேசிக்கொண்டிருப்பீர்களா?” சிரிப்போடு சொன்னான்.

“நன்றாகப் பேசுகிறாய் ஆனந்த். அப்படியில்லை, நான் சிதையும் வயோதிகன். மூப்படையும்போது இளமையாக இருப்பதுபோல் தெரிவது ஒரு பாவனைதான். முதுமை என்பது உடலில்

வளரும் சிலுவை. அதைப் பெயர்த்தெடுக்க வாய்ப்பே இல்லை. உடலைப் பொறுத்தளவில் முதுமை சுமையான விஷயம். மனதைப் பொறுத்தவரை அது வேறுவிதமான மாற்றம். இளமையில் பெரியதாகத் தெரிந்த பொருட்களும் தொலைவாக இருந்த பாதைகளும் மூப்படையும்போது சுருங்கித் தெரியும். நீ வாழ்க்கையில் வியப்பை இழக்கும்போது உன் வயோதிகம் தொடங்கிவிடுகிறது. எனக்கு வியப்பூட்டும் சில விஷயங்கள் இன்னும் இந்த வாழ்க்கையில் இருப்பதாக நம்பத்தான் செய்கிறேன்."

ஆனந்துக்குச் சிறுநீர் முட்டவும் இருளான பகுதிக்குச் சென்று அலைகளுக்குள் கழித்துவிட்டு வந்தான்.

"ஆனந்த். உன் குடும்பத்தைப் பற்றி எதுவும் சொல்லவில்லையே?"

"சொல்வதற்கு அதிகமில்லை மத்தியாஸ். என்னுடைய பெற்றோர்கள் நான் சிறுவனாக இருக்கும்போதே மறைந்துவிட்டார்கள். என் மாமாவின் குடும்பம்தான் என் குடும்பம்."

"ஸாரி"

"இட்ஸ் ஓகே மத்தியாஸ்."

"இந்தக் கணத்தில் எனக்கு இப்படித் தோன்றுகிறது. மனிதனுக்கு எத்தனையோ விதமான வாழ்க்கை முறைகள் உண்டு. அவன் எந்த முறையைத் தேர்ந்தாலும் குடும்பம் என்ற அமைப்புக்குள் இருப்பது முக்கியமானது. என்னையே எடுத்துக்கொள். பதினைந்து வயதாக இருக்கும்போது அம்மாவும் அப்பாவும் விவாகரத்து வாங்கிக்கொண்டார்கள். பிறகு என் தந்தை சீலேவைச் சேர்ந்த ஒரு பெண்ணைத் திருமணம் செய்துகொண்டார். எனக்குச் சகோதரி பிறந்தாள். அவருக்கு அந்தத் திருமணமும் நிலைக்கவில்லை. சில வருஷங்களுக்குப் பிறகு என் சிறிய அன்னை என் சகோதரியோடு சீலேவுக்குச் சென்றுவிட்டாள். தந்தை திரும்பவும் எங்களோடு இருந்தார். என்னுடைய திருமண வாழ்க்கையும் சொல்லிக்கொள்ளும்படி இல்லை. மனைவியும் நானும் பத்து வருஷங்களுக்குப் பிறகு பிரிந்துவிட்டோம். அவளும் என் இரண்டு மகள்களும் இந்த நகரத்தில்தான் இருக்கிறார்கள். ஆனால், மகள்களைப் பார்த்தே பல வருஷங்களாகிவிட்டது. மோசமான கணவனாக இருந்தேன் என்பதில் கொஞ்சம் உண்மை இருக்கிறது என்றாலும், மோசமான தந்தையாக நான்

இருந்திருக்கவில்லை. ஆனாலும் மகள்களைப் பார்க்க என் மனைவி அனுமதிப்பதில்லை. இதற்கெல்லாம் காரணங்களை யோசித்தால் ஒன்றும் பிடிபட மறுக்கிறது. என் குடும்பத்தை நினைத்தால் தரைமட்டமாக்கப்பட்ட வீட்டின் சிதிலங்கள் போன்ற சித்திரம்தான் தோன்றுகிறது. நான் குற்றவுணர்வு அடையவில்லை. ஆனால் தனிமையாக உணர்கிறேன். எத்தனை சிக்கல்கள் இருந்தாலும் மனிதர்களுக்குத் தன் குருதிச் சங்கிலியில் உள்ள மனிதர்களின் அண்மை தேவையாகத்தான் இருக்கிறது அல்லது அதற்கு நிகரான நண்பர்கள் தேவை. நீ விரும்பினாலும் விரும்பாவிட்டாலும் குருதிச் சங்கிலி மனிதர்களால் நிராகரிக்க முடியாத ஒரு கடப்பாட்டை உருவாக்குகிறது. அந்தக் கடப்பாடு உனக்கு விதிக்கப்பட்ட ஒன்று. அதை நீ பொருட்படுத்தலாம் அல்லது நிராகரிக்கலாம், அது வேறு விஷயம். ஆனால், அந்தக் குருதிப்பிணைப்பு அழியாமல் இருக்கும். என் மகள்களையும் பல வருஷங்களுக்கு முன்னால் பார்த்த சகோதரியையும் இப்போது திரும்பவும் காண மனம் விழைகிறது."

"யாதும் ஊரே! யாவரும் கேளிர்," ஆனந்த் தமிழில் சொல்லிவிட்டு அர்த்தத்தை ஆங்கிலத்தில் மத்தியாஸுக்கு விளக்கினான்.

"வெரி நைஸ். உன் மொழியில் முக்கியமான இலக்கியங்களின் ஆங்கில மொழிபெயர்ப்புகள் இணையத்தில் இருந்தால் எனக்கு அனுப்பி வையேன்."

"நிச்சயமாகச் செய்கிறேன்."

13

வார இறுதிகளை அமைதியாக வைத்திருக்கும் முயற்சியில் இருந்தவனுக்கு அந்த சனிக்கிழமை நீண்டதாகவும் மறக்கமுடியாத நாளாகவும் மாறிவிட்டது. வழக்கமாகச் சனிக்கிழமைக் காலைகளில் பால்கனியில் அமர்ந்து தேநீர் அருந்தியவாறே கடலின் விளிம்பையும் தொடுவானத்தையும் பார்த்திருக்கையில் மனமும் உயிரும் தியான நிலையிலிருக்கும். ஒன்பது மணிக்கு மேலே 21 செப்தியம்பரேவில் ஃபெரியாவுக்குச் செல்வான். பூங்காவின் வெளிப்புறத்தில் கூடும் சந்தையில் காய்கறிகள், பழங்கள், முட்டைகள் என அந்த வாரத்திற்குத் தேவையானவற்றை வாங்குவான். மற்றவற்றை பெனிட்டோ ப்ளாங்கோவிலிருக்கும் சூப்பர் மார்க்கெட்டில் தேவைக்கேற்ப அவ்வப்போது வாங்கிக்கொள்வான்.

ஃபெரியாவுக்குச் செல்லும் பாதையைத் தேர்ந்தெடுப்பது தன்னிச்சையானது. எல்லாத் தெருக்களும் சதுர வடிவப் பரப்பை ஊடறுப்பதால் எந்த வழியில் வேண்டுமானாலும் செல்லலாம். டாக்டர் ஹொராசே ஸ்கொஸெரியா, ஜெய்மி ஹுதானெஸ், யூவான் மரியா பெரேஸ், ஃபிரான்ஸிஸ்கோ ஸலோனா, அந்துனா தெருக்களைக் குறுக்குவாட்டில் கடக்கும்போது ஒவ்வொரு கட்டடமும் நிசப்தத்தில் உறைந்திருக்கும். அங்கே சூழ்ந்திருக்கும் அமைதி உள்ளே வசிக்கும் மனிதர்கள் உறங்கிக்கொண்டிருக்கிறார்கள் என்கிற இனிமையான கற்பனையைக் கொடுக்கும். இலைகள் உதிரும் நடைபாதையோர மரங்களின் ஊடே கசியும் சூரியவெளிச்சம் ஏற்படுத்தும் கோலங்களையும் வரிசையாக நிறுத்தப்பட்டிருக்கும் கார்களையும் பார்த்துச் செல்லும்போது ஒரு ஹாலிவுட் திரைப்படத்தின் காட்சிக்குள் நடந்துபோகும் கதாப்பாத்திரமாக அவனுக்கே அவன் ஆகிவிடுவான். மழைதூறும் நாள்களில் குடையோடு ஃபெரியாவுக்குப் போய்வருவது இன்னும் அபூர்வமான நிறைவைத் தரும்.

ஃபெரியாவில் பேரம் பேசலாம். ஒரு கடையில் விலை படியாவிட்டால் இன்னொன்றில் வாங்கலாம். ஆனால் வழக்கமாக ஒரே கடையில்தான் வாங்குவான். அந்த வயோதிகப் பெண்ணுக்கு வயது எழுபதும் சொல்லலாம், ஐம்பதும் சொல்லமுடியும். எப்போதும் மௌனப் புன்னகையோடு வரவேற்பார். சிலமுறை வயது குறைவான இன்னொரு பெண் இருப்பாள். மகளா? பேத்தியா? என்கிற வினோதக் குழப்பம் ஏற்பட்டாலும் நிச்சயம் மூத்தவளின் சாயலுண்டு. காய்கறிகளும் பழங்களும் பரப்பப்பட்ட பெட்டியில் சிறு அட்டைகளில் பீஸோவில் விலை எழுதி வைக்கப்பட்டிருக்கும். எப்போதும் பத்து சதவீதம் தள்ளுபடி. அது அவனுக்கு மட்டுமா அல்லது எல்லோருக்குமான வழக்கமா என்று தெரியவில்லை.

ஃபெரியாவுக்குப் போய் வந்துவிட்டால் வாரயிறுதியின் முக்கியமான வேலை முடிந்துவிடும். சில நாள்களில் பேருந்து ஏறி இலக்கின்றி சுற்றுவான். அது பெரும்பாலும் பழைய நகரமான சியுதாத் வியக அல்லது ப்ளாஸா இண்டிபெண்டன்சியா சதுக்கமாக இருக்கும். நகரத்தின் ஒவ்வொரு வடிவமும் வளைவுகளும் தமது தோற்றத்தில் உயிர்த்தன்மையைக் கொண்டிருந்தன. ஏதோவொரு சதுக்கத்தின் மரத்தடியில் அமர்ந்து வேடிக்கை பார்ப்பது சுவாரசியமான வேலைதான். வெளியே செல்லாத நாள்களில் ஒயினோடு இணையத்துக்குள் நுழைந்தால் நேரம் போவதே தெரியாது. வெரோனிகாவின் அப்பார்ட்மெண்டிற்குச் செல்வது தொடர்பழக்கமாக மாறுவதை ஏனோ தவிர்த்துவிட்டான்.

முற்பகலில் மத்தியாஸைச் சந்திப்பதாக ஏற்பாடு. வாரத்துக்கு இரு முறைகளாவது றாம்ப்லாவில் சந்திக்கிறார்கள். பியரோடு பேச்சு நடக்கும். சில சமயங்களில் ஆழ்ந்த விஷயத்துக்குள் நுழைந்துவிடுவார். கருத்துகளும் தகவல்களும் பேச்சில் வந்து விழும். சில சந்தர்ப்பங்களில் சரியான ஆங்கில வார்த்தை கிடைக்காமல் அவர் தடுமாறும்போது அவன் எடுத்துக்கொடுக்கும் சொல்லின் முழுமையான பொருத்தப்பாட்டைக் கண்டு ஆனந்தின் ஆங்கிலப் புலமையைச் சிலாகிப்பார். நடராஜர் சிலை, தஞ்சை பெரியகோவில், கஜுராகோ என்று கோவில்களைக் குறித்து அவர் விரிவாகப் பேசும்போது பிரமிப்பாக இருக்கும். இந்தியாவைக் குறித்த அவர் அறிதல் மேலோட்டமானது என்கிற எண்ணத்தை அவரது பேச்சு மாற்றிவிட்டது.

இருவரும் வெளியே சுற்றலாம் என்பதுதான் அன்றைய சனிக்கிழமையின் திட்டமாக இருந்தது. பன்னிரண்டு மணிக்கு பொலிவாரா ஸ்பானியாவுக்கு வந்துவிட்டார். அவன் ஃபெரியாவில் இருந்து திரும்பியபின் காலையில் காஃபியைத் தவிர எதுவும் எடுத்திருக்கவில்லை. கஃபேயில் ப்ரன்ச்க்காக அவரையும் அழைத்துப் போனான். சாண்ட்விச், க்ரஸண்ட், ஆம்லெட், காஃபி என அவன் சொன்னதையே தனக்கும் தருவிக்கச் சொன்னார். ருசியைக் குறித்து அலட்டிக்கொள்ளாமல் பசி தணிந்தால் போதுமென்ற இயல்போடு இருந்தார். காஃபியை முடிக்கும் தருணத்தில் சட்டென்று அவனைத் தன் வீட்டுக்கு அழைத்தார். எதிர்பாராத அழைப்புதான் என்றாலும் அவர் அழைத்தபின் மறுப்பதின் நாகரீகமின்மையைக் கருதியும், அவருடைய வீட்டைப் பார்க்கும் ஆவலினாலும் அழைப்பை ஏற்றுக்கொண்டான்.

நடந்தே சென்றுவிடலாம் என்றார். அவெனிதா ப்ரேஸிலில் ஸ்பெயின் தூதரகத்தைக் கடந்து நீண்ட சாலையில் வலப்புறமாகப் பிரிந்த தொகுதிகளின் வழியே அழைத்துச்சென்றார். வீடுகள் பழமையைத் தக்கவைத்தவாறே புதுப்பிக்கப்பட்டிருந்தன. கேன்லோனஸ் தெருவில் இருந்த அவருடைய வீட்டின் வெளிப்புறச் சுவர்களில் காலத்தின் களிம்பு படிந்திருந்தது. பக்கவாட்டில் ஷட்டர் இறக்கப்பட்டிருந்த பார்க்கிங் பகுதியைச் சுட்டிக் காட்டினார். வீட்டுக்குள் நுழையும் வராண்டாவுக்கான இரும்புக் கிராதிக் கதவு இரண்டாள் உயரத்தோடும் அகலத்தோடும் இருந்தது. சிறுவராண்டா, உள்ளே நீண்டு முடிவுறும் உள்முனையில் மூன்று படிகள் மேலேறி வலப்புறமாகத் திரும்பி வரவேற்பறையினுள் முடிந்தது.

அவருடைய வீடு மத்தியாஸை வேறொரு மனிதராகக் காட்டியது. பெரிய வரவேற்பறையின் மத்தியில் உட்சென்ற வராண்டாவுக்கு இருபுறமும் மொத்தம் நான்கு அறைகள். பின்புறக் கதவைத் திறந்தால் முக்கோண வடிவில் சிறிய தோட்டம். அதன் மையத்தில் இரண்டு சிறு மரங்களுக்கு இடையில் கட்டப்பட்ட வலைப் படுக்கை. நிறைய பூச்செடிகள், கொடிகள். பூக்களின் வாசனையில் மண்ணின் ஈரமணமும் கலந்திருந்தது. தோட்டம் கவனத்தோடு பராமரிக்கப்படுவது தெரிந்தது.

“என்ன பார்க்கிறாய்? பச்சையோடு வாழ்வது மனதுக்கு ஆரோக்கியமானது. தோட்டத்தைப் பராமரிப்பதில் நான் சமரசம் செய்துகொள்வதில்லை.”

வரவேற்பறையின் சுவர்களில் ஓவியங்கள், சட்டகமிட்டுப் பொருத்தப்பட்ட சித்திரங்கள், சிற்பங்கள், மேசைகளில் சிறிய புத்தர் சிலைகள் என்று சிறு அருங்காட்சியகமாகவே வரவேற்பறை இருந்தது. அவருடைய மேசைக்கணினியின் ஸ்கீரின்சேவராக பிரபஞ்ச மற்றும் பால்வீதிப் புகைப்படங்கள் மாறிமாறி சுழன்றுகொண்டிருந்தன. பக்கவாட்டில் பெரிய உலகக் கோளமும் பழுப்படைந்த அட்லஸும் இருந்தன. ப்ரிண்ட்அவுட் தாள்களின் குவியலுக்கு இடையில் தடிமனான ஆங்கில, ஸ்பானிஷ் அகராதிகள் திறந்து கிடந்தன. அச்செடுத்து ஒட்டப்பட்ட ஏராளமான புராணிக, நவீன ஓவியங்கள். இன்னொரு மூலையில் சிறிய மேசையில் இருந்த அகன்ற வெண்கலப் பாத்திரத்தில் நீரின்மேல் மஞ்சள்நிறப் பூக்கள் மிதந்தன. அதற்கு அருகாமையில் தலைமாட்டில் பொருத்தப்பட்ட படிக்கும் விளக்கோடு ஒருவர் படுக்கக்கூடிய மெத்தையோடிருந்த கட்டில்.

நாற்காலியைக் கைகாட்டி அமரச்சொன்னார். ஆனால் அவன் அமரவில்லை. அந்த வீடுதான் மத்தியாஸின் உலகமென்று தெரிந்தது. தென்னமெரிக்காவைத் தாண்டியதில்லை என்று அவர் சொல்லியிருந்தாலும் உலகத்தின் மாதிரியை அந்த அறைக்குள் உருவாக்கியிருப்பது தெரிந்தது. அவன் ஓவியங்களைப் பார்த்து முடிக்கும்வரை அகராதியைப் புரட்டிக்கொண்டிருந்தவர் நிமிர்ந்து புன்னகையோடு கேட்டார்.

“வாட்?”

“வாழ்க்கை முழுக்கச் சேகரித்த பொருட்களும் விஷயங்களும் அறிவும் இங்கே குவிந்திருக்கின்றன. ஆகவே, மியூசியத்தின் சாயல்தான் தெரிகிறது. முரணாக மனிதர்களின் புகைப்படம் ஒன்றுகூடத் தென்படவில்லையே மத்தியாஸ்?”

“அவையெல்லாம் உள்ளே எங்கேனும் கிடக்கலாம்” கம்ப்யூட்டர் மேசையின் டிராயர் அடுக்குகளைக் கண்களால் காட்டினார்.

“உங்கள் சமையலறையைப் பார்த்தால் அதிகமாகப் புழங்கப்படுவது போலத் தெரியவில்லையே?” கேள்விக்கு உரக்கச் சிரித்தார்.

“பெரும்பாலும் பழங்களையும் பச்சைக் காய்கறிகளையும் எடுத்துக்கொள்வேன். உணவில் வகைகளையும் சுவைகளையும் கடந்துவிட்டேன். பட்டினியில் வாடுபவன் மாதிரி நான் தோற்றம் அளிக்கிறேனா என்ன? சொந்த வீடு, தனிமனிதன். செலவினங்கள் கம்மி. ஏற்கெனவே சொல்லியிருப்பதுபோல் ஆங்கிலத்திலிருந்து ஸ்பானிஷ்க்கு மொழிபெயர்ப்புகள் செய்கிறேன். ஆய்வறிக்கைகள், ஆவணங்கள் என வறட்டுத்தனமான வேலைதான். குறைவாக இருந்தாலும் தொடர்ச்சியான வருமானம் உண்டு. சில சமயங்களைத் தவிர பெரும்பாலும் என் சிரமங்கள் சமாளிக்கக்கூடியவைதான்.”

சுவரிலிருந்த ஒரு குறிப்பிட்ட போர்ட்ரெயிட் ஓவியத்தை உற்றுப் பார்ப்பதைக் கண்டு மத்தியாஸ் கேட்டார்.

“டான் கீகாட்டேவைப் பற்றித் தெரியுமா?”

“செர்வாண்டிஸ் எழுதிய புத்தகத்தைச் சொல்கிறீர்களா?”

“ம். அதேதான். அதிலிருக்கும் ஒரு காட்சிதான் இந்த ஓவியம். கீகாட்டே காற்றாடிகளுடன் சண்டை போடும் பிரசித்தி பெற்ற விஷயம். கஸ்தாவ் தோர் என்ற ஓவியன் வரைந்தது. கீழே தலையில் கைவைத்துக் குழம்பிப்போய் நிற்கிறானே, அவன்தான் கீகாட்டேவின் உதவியாளன் சான்கோ பாஞ்சா. நீ டான் கீகாட்டேவைப் படிக்கவேண்டும். என்னிடம் நல்ல ஆங்கில மொழிபெயர்ப்பு இருக்கிறது. நீ விரும்பினால் எடுத்துப்போய் வாசிக்கலாம்.”

“அவ்வளவு தீவிர விருப்பம் இல்லை. இன்னொரு சமயத்தில் பார்க்கிறேன். இது என்ன?”

“அது சாந்த்ரோ பொத்திசெலி என்ற இத்தாலிய மறுமலர்ச்சிக் கால ஓவியனின் ப்ரீமாவேரா என்கிற ஓவியம். இதோ, இங்கே பார் உனக்குப் பரிச்சயமான ஒன்றைக் காட்டுகிறேன்” எழுந்து அலமாரி அடுக்கின் உட்பகுதியிலிருந்த சிறிய நடராஜர் சிலையை எடுத்து நீட்டினார். நல்ல கனம்.

“எங்கே வாங்கினீர்கள்?”

“பழங்கால அரும்பொருட்கள் கிடைக்கும் கடைகள் இங்கே நிறையவே இருக்கின்றன. அதுபோக இதில் ஆர்வமுள்ள நண்பர்களின் வலைப்பின்னலும் இருக்கிறது. இந்தியத் தொன்மத்தில் உனக்கு நடராஜ தத்துவம் தெரியுமா?”

“அரைகுறையாகத் தெரியும் மத்தியாஸ். இந்திய புராணீகங்களின் கதைகள் எங்கள் நிலமெங்கும் வெவ்வேறு வடிவங்களில் புழங்குகின்றன. வாய்மொழியாகப் பகிரப்பட்டு மனங்களில் பதிந்திருக்கின்றன. அதைத் தத்துவமாக விளக்கிப் பேசத் தெரியாவிட்டாலும் எளிமையான சாரம் ஓரளவிற்குத் தெரியும்.”

“கீழைத்தேய புராணீகம் பெரிய கடல். இத்தனை ஆண்டுகாலத் தேடலுக்குப் பின்னும் எனக்கு அது முழுமையாக விளங்கவில்லை. இதோ இருக்கிறதே பொத்திசெலியின் ஓவியம். இந்தக் காட்சிகூடப் புராணீகத்துடன் சம்பந்தப்பட்டதுதான். நீ படித்துப்பார். இணையத்தில்தான் இப்போது எல்லாமே கிடைக்கிறதே? யூ வாண்ட் சம் டீ? பால் கிடையாது. கறுப்புத் தேநீர் தயாரிக்கலாம்.”

அவர் தேநீரோடு திரும்பும்வரை ஓவியங்களைப் பார்த்துக் கொண்டிருந்தான்.

“மத்தியாஸ், புத்தகம் எழுதுவதாகச் சொன்னீர்களே? எதைப் பற்றி? இவற்றையெல்லாம் பார்க்கும்போது தெரிந்துகொள்ள ஆவலாக இருக்கிறது.”

“அது சற்றுக் குழப்பமானது. துண்டு துண்டாகத்தான் எழுதிக்கொண்டிருக்கிறேன். மனிதன் முதிர்ந்து வந்த வரலாற்றை எடுத்துக்கொள். மண்ணின் தாதுக்களிலிருந்து மனிதமூளை எத்தனையெத்தனை விஷயங்களை உருவாக்கியிருக்கிறது. இங்கே மனிதனால் உருவாக்கப்பட்ட எதுவும் ஏதோ அற்புதத்தால் பூமிக்கு வெளியிலிருந்து வந்தவையல்ல. எல்லாமே மண்ணிலிருந்து வந்தவைதான். அப்படியானால் நீ பார்க்கிற ஒவ்வொரு விஷயமும் மனிதமூளை நிகழ்த்திய அற்புதம். அது காட்டிய வித்தையின் சாட்சியம். இன்னொரு பக்கம் மனிதனின் மனம். அதன் மர்மங்கள் இன்னும் முழுமையாக விளங்கவில்லையே. மிருகநிலை, மனிதநிலை அப்புறம் தெய்வநிலை, இங்கே நான் தெய்வநிலை என்று சொல்வது பக்திப்பூர்வமானது அல்ல. மனித குணாதிசயங்களின் அழகை சற்றே உன்னதப்படுத்தி தெய்வநிலை என்கிறேன். இன்னிக்கு இந்த மூன்று நிலைகளுக்கு இடையில்தான் நாம் இருக்கிறோம். உலகத்துல இருந்து அழிஞ்சுபோன, இன்னும் உயிரோடு இருக்கிற மிருகங்கள் எல்லாவற்றையும்விட மிகக் கொடிய மிருகமா மனிதன் இருந்ததற்கான தடயங்கள் வரலாற்றில் இருக்கிறது. அதே மாதிரி

மனிதன் கடவுள் ஆவதற்குச் செய்த முயற்சிகளும் இருக்கு. நான் இதை மனச்சாய்வு இல்லாம பார்க்க முயற்சி பண்றேன். அப்புறம் உலகம் முழுக்கவும் இத்தனை மொழிகள் இருக்கு. வெளியே இருக்கிற பௌதீகமான உலகம் மொழியின் வழியாகவும் நினைவின் வழியாகவும் மனித மனதுக்குள் எப்படி வந்ததுன்னு எப்பவாவது யோசிச்சுப் பார்த்தியா? இதையெல்லாம் மேல இருந்து எந்த சக்தியும் இயக்கலை. மனித மூளையும் மனமும் ஒன்றிணைந்து கொடுத்த உந்துதல்தான் காரணம். அப்புறம் கலைகள். மனிதனுக்கு நித்யத்துவம் மேலே பெரிய காதல் இருக்கு. உலகின் நினைவில் தன் நினைவு இருக்கணுங்கறது நியாயமான விஷயம்தான். இங்க பார்க்கறியே இத்தனை விஷயங்கள்... இதையெல்லாம் நான் மனிதர்களுடைய நினைவுகளாகவும், ஏன்?, மனிதர்களாகவுமே பார்க்கிறேன். அந்த விதத்தில யோசிச்சினா இந்த வீட்டில் என்னோடு எத்தனை மனிதர்கள் இருக்கிறார்கள் என்று உனக்குத் தெரியும்."

"பின்புறத் தோட்டத்தில் அமர்ந்து புகைக்கலாமா?" சிகரெட் ஒன்றை உருவியெடுத்து பாக்கெட்டின்மீது தட்டியவாறு கேட்டான்.

பின்பக்கமாக நகர்ந்தார்கள். அவர் தாவி வலைப் படுக்கையில் ஏறி ஒருக்களித்துப் படுத்துக்கொள்ள அவன் படிக்கட்டில் அமர்ந்துகொண்டான்.

"நீங்கள் சொன்ன விஷயங்களை எல்லாம் உங்கள் புத்தகத்தில் எழுதுகிறீர்களா?"

"அந்த மாதிரிதான். ஆனால், என் பார்வை அகவயமானது. விஷயங்களுக்கு இடையில் தர்க்கப்பூர்வமான இணைப்பை உருவாக்க முயற்சி செய்யவில்லை. எனக்கு உலகம் ஒரு பெரிய கித்தானாக இருக்கிறது. அதில் என் மனம் வரையும் சிறு சித்திரங்கள், ஆச்சரியங்கள், வியப்புகள் எல்லாவற்றையும் காட்ட நினைக்கிறேன். புத்தகத்தை முடிக்க எப்படியும் இன்னும் சில வருஷங்களாவது ஆகும். உலகின் நினைவில் என் நினைவையும் பதியவைக்கும் சிறுமுயற்சி."

"நீங்கள் கூறியது முழுமையாகப் புரியாவிட்டாலும் சுவாரசியமாக இருக்கிறது. இதுவரை இருட்டாக இருந்த இடங்களில் முதல்முறை வெளிச்சம் விழுவதைப் பார்க்கிற மாதிரியான உணர்வு."

பேச்சினிடையே மௌனம் கூடியபோது செல்போனை நோண்டினான். அவர் கண்களை மூடி வலைப்படுக்கையில் கிடந்தார். சுற்றுச்சுவருக்கு வெளியே ஓரிரு கார்கள் செல்லும் சப்தமும் பேச்சுக்குரலும் அவ்வப்போது கேட்டன. யாரோ நாய்க்குட்டியோடு நடைபோவதை உள்ளிருந்தே யூகிக்க முடிந்தது.

"மத்தியாஸ், நாம் ஏதாவது ரெஸ்டோ பாருக்குப் போகலாமா? றாம்ப்லா காந்தியில் கடலைப் பார்த்தவாறு இருக்கிறதே. அது பொருத்தமாக இருக்கும். நல்ல உயர்தரமான விஸ்கியும் உணவும் அருந்தலாம், அப்படியே இசை கேட்கலாம்."

"பணம் நிறையச் செலவாகும்."

"பணம் பொருட்டில்லை மத்தியாஸ்..லெட்ஸ் ஹேவ் சம் ஃபன்."

நடந்தேசெல்வது என்று முடிவு செய்தார்கள். எந்தெந்த ப்ளாக்குகளின் வழியாக சென்றால் தூரம் குறைவு என்பது அவருக்கு அத்துபடியாக இருந்தது. வழியில் ஏடிஎம்மில் பணம் எடுத்தான். ரெஸ்ட்டோ பாரில் கூட்டம் குறைவாகவே இருந்தது. பின்புறத்துப் புல்வெளியில் மேற்கூரையோடு இருந்த மரமேடைகளில் லா பிளாட்டாவை நோக்கி இருவருக்கான மேசையைத் தேர்ந்துகொண்டார்கள். உள்ளிருந்து லத்தீன் இசை மெலிதாக வழிந்தது.

போதையின் காரணமாக பேச்சில் விஷயங்கள் தீவிரமான தொனிக்குள் போகவில்லை. அரட்டை தொட்டுத்தொட்டு வெவ்வேறு திசைகளுக்குச் சென்றது. முதலில் பியரில் ஆரம்பித்தவர் ஒரு பிண்ட் அருந்தியபின் ஒயினுக்கு மாறினார். அவன் விஸ்கியிலேயே நின்றுகொண்டான். குதிரைவால் கொண்டையிட்ட ஒல்லியான இளம் பணிப்பெண் கொச்சையான ஆங்கிலம் பேசினாள். உணவில் பயன்படுத்தப்படும் பொருட்கள், சுவையின் வகை, காரம் எவ்வளவு இருக்கும் என கேட்ட கேள்விக்கெல்லாம் புன்னகையோடு பதில் சொன்னாள். கொறிக்கச் சொல்லிய பண்டங்களில் காரம் சற்று கூடுதலாகப் போடும்படி கேட்டுக்கொண்டான். ஆனால் மத்தியாஸினால் அந்தக் காரத்தைப் பொறுக்கமுடியவில்லை.

சூரியன் மறையும்போது லா பிளாட்டாவின் மீது வெளிறிய ஆரஞ்சு வர்ணம் படர்ந்து பிறகு அதனை இருட்டு உறிஞ்சியது. பொன்னிற விளக்குகளின் மட்டுப்படுத்தப்பட்ட வெளிச்சத்தில்

சிரிப்புச் சத்தங்கள், உணவின் வாசனைகள், மதுவகைகளின் மணம், செல்வத்தின் கொழிப்பு, வாரயிறுதியின் மகிழ்ச்சிக்களிப்பு. வெளிப்புறத்தில் ஓரமான மூலையைத் தேர்ந்தது வசதியாகப் போயிற்று. பேசுவதற்குத் தொந்தரவின்றி இரைச்சல் குறைவாக இருந்தது. மத்தியாஸ் இசையைப்பற்றி சொல்லிக்கொண்டிருந்தார்.

"இன்றைக்கு விஷய வறுமையே கிடையாது. உனக்கே தெரியும். நீ அதிலேயே வேலை செய்கிற ஆள். இண்டர்நெட்ல எல்லாமே இருக்கிறது. தேவை கொஞ்சம் கூர்மைதான். கம்ப்யூட்டர் அறிமுகம் ஆகாத தலைமுறையைச் சேர்ந்த நானே கம்ப்யூட்டரையும் இண்டர்நெட்டையும் சிக்கலின்றி பயன்படுத்துவதை நினைத்து ஆச்சரியமாக இருக்கிறது. வேலைகள் சுலபம். இசை கேட்பதற்கும் வசதியாக இருக்கிறது. செவ்வியல் இசை தொட்டு ராக், ப்ளூஸ்,பாப், ஜாஸ், ஹிப் ஹாப், ஆர் & பி என்று கேட்கக்கேட்கத் தீராத இசை இருக்கிறது. உனக்கு மியூசிக் பிடிக்குமா?"

"அதான் சொன்னனே மத்தியாஸ். எல்லாத்திலயும் பாதிதூரம் போறதுன்னு. மியூசிக்ல ரொம்பக் கொஞ்சதூரம்தான் போயிருக்கேன். எனக்கு சந்தேகமா இருக்கு. ஒரு மனிதனால தன்னோட ஒற்றை வாழ்க்கைல உலகத்துல இருக்கற சிறந்த அழகு அத்தனையையும் அனுபவிக்க முடியுமா? அது நடக்கக்கூடிய காரியமா?"

"அது நீ அணுகுகிற விதத்தில்தான் இருக்கிறது. எதை அறிந்தால் நீ எல்லாவற்றையும் அறிவாயோ அதையே நீ அறியவேண்டும். அஃப்கோர்ஸ் எல்லாவற்றிலும் ஆழம் போக முடியாது. ஒரு கணிதத்தேற்றத்தை லட்சத்துல ஒருவர்தான் காதலோடு அணுகமுடியும். ஆனால் கலைல கிடைக்கற அனுபவமும் மகிழ்ச்சியும் ஒரே மாதிரியானது. இசைகேட்கற ஒருவரால் நிச்சயமா ஓவியத்தையும் கவிதையையும் அணுகமுடியும். ஏன்னா, இங்கே இசையோ ஓவியமோ கவிதையோ முக்கியமில்லை. சூட்சமம் மனதில் இருக்கிறது. நீ செய்யவேண்டியதெல்லாம் உன்னுடைய உந்துதலை அணையவிடாமல் பார்த்துக்கொள்வதுதான். ஒருவிதத்தில் வாழ்க்கை என்பது மரணம் வரைக்கும் வாழக் கற்றுக்கொள்வதுதான்."

சொல்லிவிட்டு மௌனமாகிவிட்டார். அவருடைய கடைசி வாக்கியத்தில் அயர்ந்துவிட்டான். ஆல்கஹாலின் போதையோடு

பேச்சின் போதையும் கூடிவிட்டிருந்தது. அவருடைய கண்களில் சிவப்பேறிவிட்டது. தூரத்தில் வரிசையாக நிற்கும் கப்பல்களின் விளக்கொளிகள் மின்னின. அவர்கள் கிளம்ப முடிவு செய்தபோது தன்னிடம் மிச்சமிருந்த சிவப்பு ஒயினை அவனருகில் நகர்த்தினார்.

"என்னால் முடியாது. நீ குடித்துக்கொள் பையா.. இன்றைக்கு நிறைய செலவழித்துவிட்டாய்."

"இல்லை மத்தியாஸ். இன்றைக்கு நிறைய சம்பாதித்துவிட்டேன்."

பில் தொகையோடு பத்து சதவீதம் டிப்ஸ் வைத்தான். பில் கொடுத்த பிறகுதான் தண்ணீர் பாட்டில் தேவையென்று அறிந்து பணிப்பெண்ணிடம் கேட்டான். குளிர்மையோடிருந்த பாட்டிலை நீட்டினாள். தொகையை எடுத்தபோது கையமர்த்தினாள்.

"இட்ஸ் ஓகே. அவர் காம்ப்ளிமெண்ட். டேக் கேர்."

"முஜா க்ராஸியஸ்."

பொலிவாரா ஸ்பானியாவை நோக்கி நடக்க ஆரம்பித்தார்கள். காற்று இதமாக வீசியது. தீண்டப்பட்ட விளக்கைப் போல் போதை சுடர்விட்டது. உற்றுப்பார்த்தால் மட்டும் தெரியும் தள்ளாட்டத்தோடு நடந்த மத்தியாஸ் ஏதோவொரு ஸ்பானியப் பாடலை முணுமுணுத்தார்.

"நல்ல பெண்" ஆனந்த் சொன்னான்.

"யாரைச் சொல்கிறாய்?"

"பாரில் சர்வ் செய்த பெண்ணைத்தான் சொல்கிறேன்."

"இனிமையாக இருப்பது அவர்களுடைய வேலைக்குத் தேவையான தகுதிகளில் ஒன்று."

"வேலையின் பொருட்டானது என்றாலும் அது மகிழ்ச்சியைக் கொடுக்கும் விஷயமல்லவா? ஆண் இனிமையாக நடந்துகொள்வதைவிட பெண் இனிமையாக நடந்துகொண்டால் அங்கே வெளிச்சம் கூடிவிடுகிறது."

"அப்படிச் சொல்லமுடியாது. உன்னுடைய வயது விஷயங்களை வண்ணமயமாகக் காட்டுகிறது" அவர் புன்னகை செய்யும்போது உதடுகள் கோணி இளிப்பாகிவிட்டது. அவன் வாதாட விரும்பவில்லை.

“பாருங்கள் மத்தியாஸ். எத்தனையோ விஷயங்களைப் பேசினோம். ஆனால் பெண்களைப் பற்றி நாம் எதுவுமே பேசவில்லை.”

“உண்மைதான். தலைமுறை இடைவெளி போல. ஆனாலும் நான் சொல்லியது போல அதைக் குறைக்க எல்லா முயற்சிகளையும் செய்வேன்.”

“சரி, அப்படியானால் நீங்கள் சொல்லுங்கள். உங்கள் அனுபவங்களில் இருந்து நிச்சயம் சில முடிவுகளை அடைந்திருப்பீர்கள்.”

“பையா, நீ ஏன் என் வாயை உருவுகிறாய்? நான் ஆட்டத்திலிருந்து விலகிவிட்டேன். மேலும் இதெல்லாம் அப்படித் தீர்க்கமாகவும் தீர்ப்பாகவும் சொல்லுகிற விஷயங்களில்லை. இந்து புராணீகத்தில் ஒரு படிமம் இருக்கிறதே, அர்த்தநாரீசுவரம். அது ஒருவிதத்தில் சரியானதுதான். ஆனால் லௌகீக வாழ்க்கையில் அடித்துக்கொள்வதும் அணைத்துக்கொள்வதும் ஒரே நாளில் நடக்கக்கூடியது. விகிதாச்சாரம்தான் உன் மனச்சாய்வைத் தீர்மானிக்கிறது. கனவுப் புணர்ச்சியில் நாற்றமும் வியர்வையும் கிடையாது. ஆனால் யதார்த்தத்தில் அப்படியா?”

உளறுகிறார் என்று தோன்றியது. றாம்ப்லாவில் வழக்கமாக அமரும் இடத்தை நெருங்கும்போது சாலையின் மறுபுறத்தில் நிழற்குடையில் சீக்காவைப் பார்த்தான். பொன்னொளி மார்பினள். இன்றைய உடைகள் வெளிர்சிவப்பு நிறத்தில் இருந்தன. அவளுடைய உடலின் மதர்ப்பைக் கண்டபோது குருதிக்குள் நெருப்பு கூடியது. மத்தியாஸ் கடலைப் பார்த்துக்கொண்டு வந்தார். கரைக்குள் இறங்கி அமர்ந்தபோது மணி பதினொன்றைக் கடந்திருந்தது. அனிச்சையாக நிமிர்ந்து அப்பார்ட்மெண்டின் பால்கனியைப் பார்த்தான். நீர் அருந்திவிட்டு பாட்டிலின் மூடியைத் திருகியவாறு மத்தியாஸ் கேட்டார்.

“ஆனந்த், சொல்லேன், இளைஞன் நீ. உன் வாழ்க்கையில் பெண்கள் இருக்கிறார்களா? காதலை அனுபவித்திருக்கிறாயா?”

“இல்லை மத்தியாஸ்.”

“ஹேவ் யூ எவர் ஸ்லெப்ட் வித் ஏ வுமன்?”

“இதுவரைக்கும் இல்லை.”

“வாட்? ரியலி?” நம்பாமல் திரும்பக்கேட்டார். பதில் சொல்லாமல் கைகளைக் கோத்துத் தலைக்குக்கொடுத்து மணலில் சாய்ந்துகொண்டான். கிறுகிறுப்பில் பூமி மெலிதாக ஆடியது.

“உன் அப்பார்ட்மெண்டிலிருந்து நூறடி தூரத்திற்குள் எத்தனை வாய்ப்புகள்? இப்போதுகூட ஒரு சீக்கா காரேறிப் போனாளே? உன் வயதில் எல்லாம் நான் எவ்வளவு ஆக்ரோஷமாக இருந்தேன் தெரியுமா? விருப்பம் இருந்து துணிச்சல் இல்லாவிட்டால் இந்த விஷயத்தில் நீ முன்னேறவே முடியாது.”

எழுந்தமர்ந்து இன்னொரு சிகரெட் பற்ற வைத்துக்கொண்டான்.

“இன்றைக்கு உனக்கு சீக்கா வேண்டுமா? நான் உதவுகிறேன்.”

“நீங்களா?” விலுக்கென்று கேட்டான்.

“ஏன் ஆச்சரியப்படுகிறாய்? எல்லாம் உனக்காகத்தான். அவர்களை எங்கே பார்க்கலாமென்று தெரியும். நான் வருகிறேன், வழிகாட்டுகிறேன். ஆனால் இதில் நான் உன்னோடு இல்லை. புரிகிறதா?”

“மத்தியாஸ், நமக்குப் போதை மிகுந்திருக்கிறது, இது சரிப்படுமா?”

“போதை குறைந்தால் இது நடக்காது. ஆனால், உன்னை வற்புறுத்தவில்லை. சரியென்றால் டாக்ஸி பிடிக்கலாம். இல்லையென்றால் இந்த நீண்டநாளை ஒரு முடிவுக்குக் கொண்டுவரலாம்.”

“ஓ.கே மத்தியாஸ். நாம் டாக்ஸி பிடிப்போம்.”

செல்ஃபோனில் அழைத்து டாக்ஸி பதிவு செய்தான். ஐந்தாவது நிமிஷத்தில் வந்தது. போகவேண்டிய இடத்தை மத்தியாஸ் சொன்னார். பின்சீட்டில் சாய்ந்துகொண்டான். தலைக்குள் வினோதமான கிறுகிறுப்பு. மதம் பிடித்த யானையைப்போல் உடலின் திமிறல். போதை மதத்தை மடங்குகளில் பெருக்கியது. கண்களை மூடிக் கிடந்தவனை மத்தியாஸ் தோளில் தொட்டு வெளியே காட்டினார். டாக்ஸி கடந்துகொண்டிருந்த இடத்தில் ஆண்களின் நீண்ட வரிசை.

“அதுவொரு ஸ்ட்ரிப் கிளப். இடமில்லாமல் வெளியே நிற்கிறார்கள். விடியற்காலை நாலுமணி வரை கூட்டமிருக்கும்.”

பேசும் மனநிலையில் இல்லாததால் ஆமோதிப்பாய் தலையசைத்தான். டிரைவருக்கும் மத்தியாஸுக்கும் ஏதோ பேச்சு. அநேகமாக அது கார் சுற்றிப்போய்த் திரும்ப வரவேண்டியிருக்கும் என்பது போன்றது. இங்கேயே இறங்கிக்கொள்ளலாம் என்றார் மத்தியாஸ். மரங்களடர்ந்து இருளும் ஒளியும் முயங்கிய சாலையில் நடந்தார்கள். வேறொருவரும் தென்படவில்லை. சன்னதம் வந்தவர் போல் மத்தியாஸ் மொழியத் தொடங்கினார்.

“நானே உன் ஞானத்தகப்பன். உன் காமத்தைத் தணிவிக்கும் கனிகளையும் மதுவையும் இன்னும் சில நிமிஷங்களில் வழங்குவேன். பரத்தையினுடையது ஆயினும் ஒருவன் தன் வாழ்க்கையில் பெண்ணுடலைத் தீண்டும் அந்தப் பொற்கணம், நன்முகூர்த்தம் இதோ கூடப்போகிறது. இதோ, வாழ்க்கையின் மெய்யான இன்பங்கள் உன் காலடியில் விழப்போகின்றன. உனக்கு நான் அதிசயங்களைக் காட்டுவேன்...” கடகடவென்று சிரிப்போடு உளறினார். எங்கே செல்கிறோம் என்று குழப்பமாக இருந்தாலும் அவர் உடனிருக்கையில் அச்சப்படவோ தயங்கவோ எதுவுமில்லை. வேகமாக நடையின் காரணமாக வியர்வை பெருகியது.

சாலை முடிவுற்ற இடத்தில் கற்தளம் பாவிய சிறிய சதுக்கம். அதன் மையத்தில் செயற்கை நீருற்று இயக்கத்தில் இருந்தது. புறங்களில் இருந்த விளக்குகளின் மஞ்சள் வெளிச்சத்தில் நீர் மின்னியது. அவர்கள் நெருங்குவதற்கும் ஏற்கெனவே அங்கே அமர்ந்திருந்த குழுவொன்று சிரிப்புச்சத்தத்தோடு தங்களுக்குள் விடைபெறுவதற்கும் சரியாக இருந்தது. அவர்கள் இருவர் மட்டுமே சதுக்கத்தில் இருந்தார்கள். அவனுக்குச் சந்தேகமாக இருந்தது. சரியான இடத்திற்குத்தான் வந்திருக்கிறோமா என்று மத்தியாஸிடம் கேட்டுக்கொண்டிருக்கும்போதே கண்கள் சொக்கி அவர் அப்படியே திண்டில் படுத்துவிட்டார். உலுக்கினாலும் முனகினாரே தவிர வேறு பதில்களில்லை.

பூமியின் எந்த ஓசையும் கேட்கவில்லை. எந்த வாகனமும் தென்படவில்லை. தான் இருக்கும் நகரத்தின் பெயர் மறந்துவிட்டது. பொருட்கள் இருக்கின்றனவா? தொட்டுப்பார்த்தான். பர்ஸ், வங்கி அட்டைகள், செல்ஃபோன் எல்லாம் இருந்தன. செல்ஃபோனை எடுத்துப் பார்த்தபோது பேட்டரி தீர்ந்து அணைந்துவிட்டிருந்தது. மத்தியாஸிடம் எந்தச் சலனமும் இல்லை. காத்திருப்பதைத் தவிர வேறுவழியில்லை. பாக்கெட்டிலிருந்த கடைசி சிகரெட்டை

எடுத்துப் பற்ற வைத்தபோது ஏதோவொரு திசையில் இருந்து வந்தாள் அவள்.

குள்ளமான பருமனான உருவம். முகத்தில் சில புள்ளித் தழும்புகள். ஜீன்ஸ் துணியில் மேற்சட்டையும் அதே துணியில் முழங்காலளவு காற்சட்டையும் அணிந்திருந்தாள். சற்றுத் தள்ளி அமர்ந்து அவள் பற்றவைத்த சிகரெட்டின் மட்டமான வாசனை பரவியது. சீக்காதான். வசீகரக் குறைவானவள். உடல்மொழியில் கிறக்கமூட்டும் எதுவுமில்லை. மத்தியாஸை எழுப்பும் முயற்சியை திரும்பவும் செய்ய நினைத்தவன் அவர் ஆழ்ந்த உறக்கத்தில் இருப்பதைக் கண்டு அந்த எண்ணத்தைக் கைவிட்டான். காத்திருந்தவள் போல் புன்னகைத்தாள்.

“ஹோலா”

“ஹலோ, நோ எஸ்பனால், ஒன்லி இங்கலெஸ்.”

அவள் நெற்றி சுருக்கி வார்த்தைகளைக் கோர்ப்பதைப் புரிந்துகொள்ளமுடிந்தது.

“ஹாஃப் அவர், தவுசண்ட் பீஸோஸ்... கம்மிங்?”

“நோ... ஸாரி.”

“ஒன் அவர், பைவ் ஹண்ரட் பீஸோஸ்...ஓ.கே?”

சொல்லிவிட்டு எழுந்துவந்து கையை நீட்டினாள். மத்தியாஸை அப்படியே விட்டுப்போவதில் தயக்கமிருந்தாலும் ஏதோவொரு மனக்குறளி அவனுடைய முதுகை உந்தித் தள்ளியது. அவளுடைய கையைப் பற்றி எழுந்தபோது அதில் வெப்பமே இல்லை. அவள் உடலை இழைத்துக்கொண்டு நடந்தாள். அவளுடைய வாசனைத் திரவியத்தின் மணம் ஒவ்வாமையூட்டியது. தான் ஏன் அவளோடு செல்கிறோம் என்று நிஜமாகவே அவனுக்குப் புரியவில்லை.

“யூ ஹேவ் த ப்ளேஸ்?” சந்தேகமாகக் கேட்டான்.

“ஸீ..ஸீ.. கம்..கம்.”

சில ப்ளாக்குகள் கடந்த பின் முச்சந்தியின் முக்கிலிருந்த பழைய கட்டடத்திற்குள் நுழைந்தாள். இரட்டை மரக் கதவுகளில் ஒன்றுமட்டும் மெலிதாகத் திறந்திருந்தது. நடுவில் வராண்டா.

இரண்டு பக்கமும் நான்கு நான்காய் எட்டு அறைகள். மொத்த இடமும் அரையிருளில் இருந்தது. உள்ளே நுழைந்தவுடன் இடப்பக்கத்தில் ஒற்றை ஆள் அமரும் விதத்தில் இருந்த வரவேற்பறை. அரைத் தூக்கத்தில் இருந்த வயோதிகன் எதுவும் சொல்லாமல் சாவியை எடுத்துக்கொடுத்தான்.

அறைக்குள் நுழைந்து விளக்கைப் போட்டாள். காற்றோட்டமின்மையால் ஒரு மாதிரியான வீச்சம் இருந்தது. அவள் வழக்கமாகப் புழங்கும் இடமெனப் பிடிபட்டது. பியர் பாட்டில்கள், கசங்கிய படுக்கை, தரையில் ஆணுறைப் பாக்கெட்டுகளின் காகிதக் குப்பைகள். பல வருஷங்களுக்கு முன் மார்க்கெட் அறைக்கு சரவணன் பெண்ணைக் கூட்டிவந்த இரவு ஞாபகத்தில் மின்னி மறைந்தது. அங்கே கிடந்த மர நாற்காலியில் அமர்ந்தான். அவள் கையை நீட்டினாள்.

"மணி ஃபர்ஸ்ட்."

"வெயிட்."

"நோ நோ, மணி ஃபர்ஸ்ட்."

நீட்டிய பீஸோவை வாங்கி காற்சட்டைக்குள் சொருகிவிட்டு சரசரவென்று ஆடைகளைக் கழற்றி நிர்வாணமானாள். வாழ்க்கையில் பெண்ணின் முழு நிர்வாணத்தை அப்போதுதான் முதன்முறையாகத் தசையும் தோலுமாகப் பார்த்தான். அவன் கற்பனையில் இருந்த பெண்ணின் உடல் இதுவல்ல. சரிந்த முலைகள், முன்சரிந்த தொப்பை. வயிற்றுப் பிரதேசத்தில் குறுக்கு மறுக்குமான தழும்புகள். அவனுக்குள் எதுவோ திருகிவிட்டது. இல்லை. இது ஆகாது. வேண்டாம்.

அவன் எழுந்தவுடன் அவள் வினோதமாகப் பார்த்தாள்.

"நோ, ஐ கோ... ஹாஃப் மணி பேக்."

அவன் சொன்னதின் அர்த்தத்தைப் புரிந்துகொண்டவுடன் அவள் கண்களில் அவமானப்பட்டதின் சீற்றம் தெரிந்தது.

"நோ மணி பேக், கம் அண்ட் ஃபினீஷ்."

பதில் சொல்லாமல் அவள் பணம் சொருகி வைத்திருந்த அவளுடைய காற்சட்டையைத் தொட்டான். வெறிகொண்டவளாய்க் கையைத் தட்டிவிட்டு அவனைத் தள்ளினாள். தடுமாறி கட்டிலில்

விழும்போது அவனுடைய பர்ஸ் தவறி விழுந்தது. சட்டென்று தாவி அதை எடுத்தக்கொண்டாள். மேசை டிராயரை இழுத்தவள் உள்ளிருந்து சிறிய பட்டன் கத்தியை எடுத்து விசிறினாள். குத்திவிடுவாள் என்று பயப்படவில்லை. ஒரே நொடியில் கையை முறுக்கிக் கீழே தள்ளிவிடலாம். ஆனால், ஏதேனும் அசம்பாவிதம் நடந்துவிட்டால் பின் சிக்கல்களை நினைத்து அமைதியாக இருந்தான். பர்ஸிலிருந்து முழுப் பணத்தையும் எடுத்துக்கொண்டு அவன் மீது விசிறினாள்.

“நவ் கோ.”

எழுந்தவனுக்குள் கோபம் மூண்டது. அவளை நோக்கிக் கையை ஓங்கும்போது கத்தியை இறுக்கமாகப் பிடித்து முகத்துக்கு நேராக ஆட்டினாள். அவளுக்கு ஏதாவது ஊறு செய்யவேண்டும். ஆனால் அவள் களேபரம் செய்தால் என்னாவது? பர்ஸைப் பார்த்தான். ஓரிரு நாணயங்களைத் தவிர ஒன்றுமில்லை. மத்தியாஸ் வேறு அங்கு கிடப்பார். நல்லவேளையாக வங்கி அட்டைகளை எடுக்காமல் விட்டிருந்தாள். குரலில் வெறுப்பை மறைத்துக்கொண்டு கேட்டான்.

“டாக்ஸி மணி ப்ளீஸ், த்ரீ ஹண்ட்ரட் பீஸோஸ்”

“நோ”

“குடுடி தேவிடியா முண்ட.”

கண்களை உருட்டித் தமிழில் சொல்லிவிட்டான். புரியாததால் கத்தியைத் திரும்பவும் ஆட்டினாள். அவளை எப்படியேனும் காயப்படுத்த வேண்டும். அது என்ன வார்த்தை?

“பூத்தா”

சொல்லிவிட்டு எச்சிலைக் காறி உமிழ்ந்தபோது அவள் ஏளனமாகச் சிரித்தாள். அறையிலிருந்து வெளியேறியபோது கிழவன் தூங்கிப் போயிருந்தான். தலை பாரமாகவும் நா வறட்சியோடு தாகமாகவும் இருந்தது. எந்தத் திசையில் வந்தோமென்று குழம்பினான். செல்ஃபோனில் பேட்டரி தீர்ந்துவிட்டிருந்தது சிக்கலைக் கூட்டிவிட்டது. முதலில் மத்தியாஸை அடையவேண்டும். திசையை உத்தேசமாகக் கணித்து நடந்தான். ஆனால் வழி குழம்பிவிட்டது. சதுக்கத்திலிருந்து அவளோடு வந்தபோது மொத்தமாகவே பத்து நிமிஷம்தான் எடுத்தது. எப்படி

வழிகுழம்பிச் சுற்றினாலும் நாற்பது நிமிஷத்துக்குள் இடத்தைக் கண்டுபிடிக்கமுடியும் என்று தோன்றியது.

அரைமணிநேரம் சுற்றி ஒருவழியாகச் சதுக்கத்தைக் கண்டடைந்தபோது அங்கே மத்தியாஸைக் காணவில்லை. நீருற்றின் இயக்கம் நின்றிருந்தது. வேறு வழியில்லை. கடுமையான தாகம். உள்ளே தேங்கியிருந்த தண்ணீரை அள்ளி முகத்தைக் கழுவிக்கொண்டு இரண்டு கைகளாலும் அள்ளிக் குடிக்கத் தாகம் அடங்கியது. அப்பார்ட்மெண்ட் போய்ச் சேரவேண்டும். மத்தியாஸைப் பற்றிக் கவலையில்லை, தன் சொந்த நகரத்தில் ஒருவரால் தொலைய முடியாது.

பொசிட்டோஸில் இருந்து கிளம்பும்போது போதையின் காரணமாக அவன் வழியைக் கவனித்திருக்கவில்லை. ஒன்று ஏடிஎம்மைக் கண்டுபிடிக்கவேண்டும். அல்லது ஏதேனும் டாக்ஸியைப் பிடித்து பொலிவாரா ஸ்பானியாவுக்குப் போய்விட்டால் பிரச்சினையில்லை. வழக்கமான ஏடிஎம்மில் எடுத்துக் கொடுத்துவிடலாம். றாம்ப்லாவின் திசையை உள்ளுணர்வில் கணித்து நடந்தான். உள்ளே கசப்பு குமிழியிட்டது. கழிவிரக்கத்திற்கும் குற்றவுணர்வுக்கும் இது நேரமில்லை. ஒவ்வொரு தொகுதியாகக் கடக்க ஆரம்பித்தான். பிரதானச் சாலையை ஊடறுக்கும் சந்திப்புகளில் டாக்ஸிகள் எதிர்ப்பட்டாலும் அவை ஆட்களோடு போயின. வேறு வழியின்றி நடந்துவிடத் தீர்மானித்தான்.

“சென்யோர்.”

சாலையில் எதிரில் வந்தவரை வழி விசாரிக்கும் எண்ணத்தோடு விளித்தவுடன் அவர் சற்றே அச்சத்தோடு நடையின் வேகத்தை அதிகரித்துக் கடந்தார். அடுத்த தொகுதியில் இளைஞன் ஒருவன் அந்த அகாலத்தில் சைக்கிளை வைத்துக்கொண்டு சாகசம் பழகிக்கொண்டிருந்தான். ஆனந்த் கூப்பிட்டவுடன் நிமிர்ந்தான்.

“றாம்ப்லா? டிரைக்சன்?”

வழி குழம்பியவனின் உடல்மொழிப் பணிவோடு கேட்டான். திசையைக் கைகாட்டிய அந்த இளைஞன் சொன்னான்.

“வியந்தே மினித்தோஸ்.”

இருபது நிமிஷங்கள்.

"முஜா க்ராசியாஸ்."

போதை வடிந்தபின் பின்களைப்பு கூடிவிட்டிருந்தது. வலதுபுறத்தில் புன்த்த கரத்தாஸ் ஷாப்பிங் மாலின் உயரக்கோபுரம் தெரிந்தவுடன் நிம்மதியடைந்தான். அடுத்த ஐந்தாவது நிமிஷத்தில் றாம்ப்லா சாலையை அடைந்தபோது எதிரில் காந்தி சிலையைக் கண்டு துணுக்குற்றான். அவர், அவனை உற்றுப்பார்த்தார். முகத்தைத் திருப்பிக்கொண்டு நடக்க ஆரம்பித்தான். இப்போது ரெஸ்டோ பார் மூடப்பட்டிருந்தது. பொலிவாரா ஸ்பானியாவை நெருங்கும்போது நிழற்குடையில் பொன்னொளி மார்பினள் பூனைநடை போட்டுக்கொண்டிருந்தாள். இவள் இன்னுமா தன்னுடைய நாளை முடிக்கவில்லை? அருகே நெருங்கும்போது புன்னகைத்தாள். சைகையில் சிகரெட் கேட்டான். மால்பரே பாக்கெட்டை நீட்டினாள். ஒன்றை எடுத்து உதட்டில் பொருத்தியவுடன் தனக்கும் ஒன்றை எடுத்துக்கொண்டு அவளே நெருப்பைப் பொருத்தினாள்.

"முஜா க்ராசியாஸ். நோம்ப்ரே?"

"அமெந்தே. து?"

"மீ ஆனந்த்."

அவளுக்கு செல்ஃபோன் அழைப்பு வரவும் பூனைநடை போட்டவாறு பேச ஆரம்பித்தாள்.

"ச்சாவ் அமெந்தே. புயனஸ் நாச்சோஸ்."

புகை கசியும் புன்னகையோடு அவனுக்குக் கையசைத்து விடைகொடுத்தாள்.

14

செல்ஃபோனை சார்ஜில் போட்டுவிட்டு அப்படியே தூங்கிப்போயிருக்கிறான். எழுந்து அதனை ஆன் செய்துவைத்த பத்தாவது நிமிஷத்தில் மத்தியாஸின் அழைப்பு வந்தது. பதட்டக்குரலில் அவர் கேட்டார்.

“ஆர் யூ ஒகே?”

“பர்பெக்ட்லி ஆல்ரைட் மத்தியாஸ். உங்களுக்கு என்ன ஆனது? எப்படித் திரும்பினீர்கள்?”

“இதுவரை நான் இப்படி ப்ளாக் அவுட் ஆனதில்லை. சட்டென்று விழிப்பு வந்தபோது உன்னைக் காணவில்லை. உன் செல்ஃபோனும் இயங்கவில்லை. கொஞ்சநேரம் காத்திருந்தேன். பிறகு விஷயங்களை யூகித்துக்கொண்டேன். களைப்பாகவும் தலைவலியாகவும் இருந்ததால் அதற்குமேல் பொறுக்க முடியவில்லை. டாக்ஸி பிடித்து வந்துவிட்டேன். பை த வே, யூ காட் நைஸ் எக்ஸ்பீரியன்ஸ் ஆன் த லாஸ்ட் நைட்?”

“எக்ஸலண்ட் மத்தியாஸ். அபாரமான அனுபவம்.”

“ரொம்பக் கவலைப்பட்டுவிட்டேன். இப்போது நிம்மதியாக இருக்கிறது. மாலை சந்திக்கலாமா?”

“இல்லை மத்தியாஸ். ஓய்வு தேவைப்படுகிறது. ஓரிரு நாட்கள் போகட்டும். நானே அழைக்கிறேன்.”

“புரிகிறது. டேக் கேர்.”

அவரோடு பேசிமுடித்த மறு நிமிஷம் அலெக்ஸாந்தரா அழைத்தாள். டாக்டருக்கு உடல்நிலை சரியில்லாததால் வாடகையைப் பெற்றுக்கொள்ள மாலை ஐந்துமணிக்குத் தான் வருவதாகச் சொன்னாள். மீண்டும் படுக்கையில் சுருண்டுகொண்டான். உள்ளே பரவும் இருண்ட மனநிலையைக் கடப்பதற்கு எப்படியும் சில மணிநேரங்கள் அல்லது ஒருநாள்கூட ஆகலாம். நேற்றைய

இரவைப் பற்றித் திரும்பவும் யோசிக்கக்கூடாதென்றுதான் நினைத்தான். ஆனால் அதனிடமிருந்து தப்பிச்செல்வதற்கான வழிகளும் தெரியவில்லை.

உக்கிரமாகக் கனன்ற வேட்கை அவளுடைய வயிற்றிலிருந்த தழும்புகளைக் கண்டவுடன் வடிந்துவிட்டது. அவை பிரசவத் தழும்புகளா அல்லது வேறு தழும்புகளா என்று தெரியவில்லை. ஆரம்பத்திலிருந்தே ஒரு மனவிலக்கம் இருந்தது. தவிர்த்திருக்க வேண்டும். அமைதியாக வெளியேறி இருக்கவேண்டும். காசைக் கேட்டுத்தான் சிக்கலாகிவிட்டது. டாக்ஸிக்கான காசைக்கூடக் கொடுக்க அவள் மறுத்ததுதான் உச்சமான அவமானமாக இருந்தது. பிசின் போன்ற அழுக்கு உடலெங்கும் படிந்துவிட்டதாக நினைத்துத் தன்னை உதறி எழுந்து குளிக்கப்போனான்.

குளியல் மனக் களைப்புக்கும் சிறந்த நிவாரணிதான். சுத்தமான டீ சர்ட்டையும் ஷார்ட்ஸையும் அணிந்து மெலிதாக பர்ஃபியூமை விசிறிக்கொண்டான். தலைமுடியைக் கோதியவாறே கண்ணாடியில் தோற்றத்தைப் பார்த்தபோது இதமாகத்தான் இருந்தது. சமீபமாக ஆல்கஹாலும் மரியுவானாவும் இந்த உடலுக்குள் அதிகம் செலுத்தப்படுகின்றன. ஆனால் எப்படியேனும் லாகிரியிலிருந்து விடுபடவேண்டும். நேற்றைய இரவில் கண்ட சீக்காவைப் போன்ற மூன்றாந்தர விஷயங்கள் அவனுக்கானவை அல்ல.

புழுக்கமும் வெப்பமும் இல்லாமல் வெளியில் மதியத்தின் ஒளிவெள்ளம் பரவியிருந்தது. கஃபேயில் சூடான கறுப்புக் காஃபியோடு மதிய உணவை முடித்தபோது சமநிலைக்குத் திரும்பியவன் காந்தியைப் பார்க்க நடந்தான். எப்போதும் கண்கள் மூடிக் குனிந்திருக்கும் காந்தி நேற்றைய நள்ளிரவில் அவனை நிமிர்ந்து பார்த்துவிட்டார். வழி குழம்பிப்போய் அலைந்து வந்தவன் நேராக அவரிடம் வந்துசேர்வான் என்று எதிர்பார்த்திருக்கவில்லை. இப்போது பார்த்தபோது எந்த உணர்ச்சியையும் காட்டாமல் அதே மோனநிலையில் இருந்தார். சிலையாக இல்லாமல் உயிருள்ள மனிதராகவே அவனுக்கு அவர் தெரிகிறார். தன்னுடைய இருப்பை அவர் கவனித்துக்கொண்டிருப்பதாகக் கருதினான். அப்பார்ட்மெண்டுக்குத் திரும்பி உறக்கத்திற்குள் அமிழ்ந்துவிட்டவன் அலெக்ஸாந்தராவின் அழைப்பு மணிக்குத்தான் விழித்தான்.

“சாரி, உறக்கத்திலிருப்பாய் போல.”

"அதிலெதுவும் பிரச்சினையில்லை, முன்னரே பேசிய நேரந்தானே? காஃபி சாப்பிடுகிறீர்களா?"

"இல்லை, நன்றி. நான் கிளம்பவேண்டும். இன்றைக்கே வாங்கிவரும்படி டாக்டர் கறாராகக் கட்டளையிட்டுவிட்டார்."

"டாக்டர் எப்படி இருக்கிறார்? இப்போது பரவாயில்லையா?"

வழக்கம்போல் ஆறு நோட்டுகள்தான். சரசரவென்று எண்ணி கைப்பைக்குள் வைத்தவள் டாக்டர் கையெழுத்திட்டுக் கொடுத்திருந்த தாளை நீட்டியவாறு மெதுவாகச் சொன்னாள்.

"வயோதிகத்தின் சிக்கல்கள்தான். அடிக்கடி மறதிக்குள் போய்விடுகிறார். ரத்த அழுத்தம் கூடிவிடுகிறது. சமயங்களில் மூச்சுத் திணறல்கூட ஏற்படுகிறது. அடுத்தவாரம் அவரது தொண்ணூற்று ஏழாவது பிறந்தநாள். ஆனால் சூழ்நிலை எப்படி இருக்குமென்று தெரியவில்லை. புயனஸ் ஏரிஸிலிருக்கும் அவரது மகளுக்கும் மகனுக்கும் தகவல் சொல்லிவிட்டேன். இரண்டொரு நாள்களில் வந்துவிடுவார்கள்."

"ஓ.. ரியலி ஸாரி. இப்போது டாக்டர் வீட்டில் தனியாகவா இருக்கிறார்?"

"இல்லையில்லை. மருத்துவமனையில் நல்ல கவனிப்பில் இருக்கிறார். ஆனால் அவர்தான் வற்புறுத்தி அனுப்பிவைத்தார். இங்கிருந்து நான் அங்குதான் செல்கிறேன். கிளம்புகிறேன். ச்சாவ்."

அவள் கூறியதிலிருந்து டாக்டர் தன் அந்திமக் காலத்தில் இருக்கிறார் என்று தோன்றினாலும் வாழ்வதற்கான விழைவும் உறுதிப்பாடும் டாக்டருக்கு அதிகம். மீண்டு வரவும் செய்யலாம். டாக்டர் நலம்பெறவேண்டுமென்று நினைத்துக்கொண்டான்.

15

சமீபமாக வெரோனிகாவிடம் வழக்கமான உற்சாகமில்லாததைக் கண்டு விசாரித்தான். ஏதோ இருக்கிறது என்பதை மறைமுகமாகக் குறிப்புணர்த்தும் ஒன்றுமில்லையை உதிர்த்தாள். வேலையிலும் தடுமாறி தவறுகள் செய்திருப்பதைத் தன்னுடைய ரெவ்வியூவில் கண்டறிந்து சரிசெய்தான். புகைக்கும்போது வற்புறுத்திக் கேட்டதற்கு மௌனமாகவே இருந்தாள். சொல்ல விருப்பப்படாத ஒன்றைத் துருவுவதில் அர்த்தமில்லையென்று பிறகு வற்புறுத்தவில்லை.

உடல்நிலை சரியில்லை, ஓய்வெடுக்க விரும்புகிறேன் என்று குறுந்தகவல் அனுப்பியவள் இரண்டு நாள்களுக்கு அலுவலகம் வரவில்லை. அவனுடைய அழைப்புகளையும் ஏற்கவில்லை. அவன் சலோமிக்கு அழைத்தான். அவளும் அழைப்புகளை எடுக்கவில்லை. 'டேக் கேர்' என்று குறுந்தகவலை மட்டும் வெரோனிகாவுக்கு அனுப்பிவிட்டு வேலைகளில் மூழ்கிவிட்டான்.

வெரோனிகா அலுவலகம் திரும்பியபோது அவளிடம் புதுவிதமான இறுக்கம் இருந்தது. முற்பகலில் பேஷியோ குடைக்குக் கீழமர்ந்து புகைக்கும்போதுதான் ரொமோனைப் பிரியப்போகும் முடிவை வருத்தமோ தடுமாற்றமோ இல்லாமல் சாதாரணமாய்ச் சொன்னாள்.

"நான் வேலையிலிருந்து விலகுகிறேன். இமெயில் அனுப்புவதற்கு முன்னர் உன்னிடம் சொல்ல நினைத்தேன். புயனஸ் ஏரிஸுக்கே திரும்பச் செல்கிறேன். என் குடும்பத்தாரும் வற்புறுத்துகிறார்கள்."

"அவசரப்படாதே. இவ்வளவு வேகமாக முடிவுகளை எடுக்கவேண்டுமா?"

"இல்லை, சில வாரங்களாக யோசித்துவிட்டேன். சரியான முடிவுதான்."

"ஸாரி வெரோனிகா. இப்படியொரு சூழ்நிலையை எதிர்பார்க்கவில்லை. ஆனால், இதெல்லாம் ஏனென்று

குழப்பமாக இருக்கின்றது. இஃப் யூ டோண்ட் மைண்ட், உனக்கும் ரொமோனுக்கும் என்ன பிரச்சினை?”

“அவனது இதயத்திலிருந்த நற்குணங்கள் திரிந்துவிட்டன. அதற்கு சலோமிதான் காரணம். இதற்கு மேலே என்னைக் கேட்காதே” கசப்பான புன்னகையோடு சொன்னாள். அவள் கூறியதை நம்பமுடியவில்லை.

“பொறுமையாக இரு. எங்கோ குழப்பம் நிகழ்ந்திருக்கவேண்டும்.”

“இல்லை. எனக்கு உறுதியாகத் தெரியும். இருவரும் என் ஆன்மாவைக் கொன்றுவிட்டார்கள். ஆனால் இதற்காக உட்கார்ந்து அழுதுகொண்டிருக்கப் போவதில்லை. இதைக் கடந்து முன்னகர விரும்புவதின் முதல் அடியாகத்தான் திரும்பவும் புயனஸ் ஏரிஸிற்கே செல்கிறேன்.”

மூவருடைய அண்மையிலும் அவனிருந்த சமயங்களில் வெரோனிகா சொல்லுகிற விதமாக எதையும் உணர்ந்ததில்லை. நிஜமோ கற்பனையோ, இது வருத்தமான சூழ்நிலை. ரொமொனிடமும் சலோமியிடமும் பேசலாமென்று நினைத்தவன் அவர்களுடைய அந்தரங்கத்தில் தான் தலையிடுவது சரியல்ல என்று அந்த எண்ணத்தை அழித்துவிட்டான்.

தன்னுடைய விடுமுறைகளை மொத்தமாகச் சேர்த்து எடுத்துக்கொண்டு சில வாரங்களிலிலேயே வேலையிலிருந்து விடுவித்துக்கொண்டாள் வெரோனிகா. சனிக்கிழமை காலை அவளை வழியனுப்ப டாக்ஸி பிடித்து ட்ரெஸ் க்ரூஸ் பேருந்து நிலையம் போனான். கொலோனியா போய் அங்கிருந்து புயனஸ் ஏரிஸுக்கு ஃபெர்ரியில் செல்வதற்கு முன்பதிவு செய்திருந்தாள். பெரிய ட்ராலியுடனும் தோள்ப்பையோடும் தனியாக நின்றிருந்தாள். வாய்ப்பு கிடைக்கும்போது புயனஸ் ஏரிஸ் வரும்படி கேட்டுக்கொண்டாள். வேலையில் நிறைய கற்றுக்கொடுத்ததற்கு நன்றி சொல்லி அவனுடைய தோளை அணைத்து விடைபெற்றாள்.

வாழ்க்கையின் சுழற்சியில் மாற்றங்கள் கணநேரத்தில் நிகழ்ந்துவிடும் என்பதற்கான இன்னொரு சாட்சியாக டாக்டரின் மரணம் இருந்தது. மார்த்தா அழைத்து டாக்டரின் மறைவைச் சொன்னபோது வருத்தப்பட்டான். ஏறத்தாழ நூற்றாண்டைக் கண்டுவிட்ட மனிதன். முன்பே தகவல் தெரிந்திருந்தால் இறுதிச்

சடங்குக்குச் சென்றிருப்பான். அலெக்ஸாந்தராவின் சூழ்நிலை என்னவென்று தெரியவில்லை. டாக்டரின் பேத்தி ஏவ்லின் மூலமாக ஒரு வாரம் கழித்துத்தான் தனக்கே தெரியுமென்றாள் மார்த்தா.

அப்பார்ட்மெண்ட் ஒப்பந்தத்தை இந்த மாதம் புதுப்பிக்கவேண்டும். மகள் வயிற்றுப்பேத்தியான ஏவ்லினுக்கு அப்பார்ட்மெண்டைக் கொடுத்திருக்கிறார் டாக்டர். ஏவ்லினோடு புதிய ஒப்பந்தம் ஏற்படுத்தவேண்டும் என்றும் தன்னுடைய கட்டணமாக நூறு டாலர்கள் அவன் கொடுக்கவேண்டியிருக்கும் என்றும் சொன்னாள்.

ஏவ்லினும் மார்த்தாவும் மறுநாள் வந்தார்கள். ஏவ்லினுக்கு அவனுடைய வயதுதான் இருக்கும். டாக்டர் பகிர்ந்துகொண்ட அனுபவங்கள் பலவும் வாழ்க்கையை ஆழமாகப் புரிந்துகொள்வதற்குத் தனக்கு உதவின என்று இரங்கலாகச் சில வார்த்தைகள் சொன்னாள். மென்மையாகப் புன்னகை செய்தவள் பால்கனியிலிருந்து றாம்ப்லாவைப் பார்த்துக் காட்சியழகில் ஆச்சரியப்பட்டாள். சமையலறை மேடையில் விஸ்கி புட்டிகளை மறைக்க அவன் மெனக்கெட்டிருக்கவில்லை. நைஸ் கலெக்‌ஷன் என்று மெலிதாகச் சிரித்தவாறு கிறிஸ்டாஃப் சேகரித்திருந்த அரும்பொருட்களை அலமாரியில் ஆராய்ந்தாள்.

மார்த்தா தாள்களைச் சரிபார்த்துவிட்டு கையெழுத்துக்காக நீட்டினாள். அவனுடைய அலைபேசியை வாங்கிக்கொண்ட ஏவ்லின் தன் வங்கி விவரங்களைக் குறுஞ்செய்தியாய் அனுப்பினாள். வாடகையைத் தன் வங்கிக் கணக்குக்கு ஆன்லைனில் அனுப்பும்படி கூறிவிட்டுக் கேட்டாள்.

“டாக்டர் உன்னுடன் நிறைய பேசியிருக்கிறாரா?”

“சில ஆழமான உரையாடல்கள் நிகழ்ந்திருக்கின்றன. பொதுவாகவே அவர் பேசுவதில் அதிக ஆர்வமுடையவராக இருந்தார்.”

அவர்கள் கிளம்பிவிட்டார்கள். மனதுக்குள் காரணமற்ற துக்கம் கசிந்தது. றாம்பலாவுக்குச் சென்று வந்தால் ஆசுவாசமாக இருக்குமென்று கீழே இறங்கினான். காற்றில் ஈரப்பதம் கூடியிருந்தது. இன்னும் ஒருவாரத்தில் குளிர்காலம் தொடங்கப்போகிறது. ஜெர்கின் பாக்கெட்டுகளில் கைகளை நுழைத்துக்கொண்டு றாம்ப்லா காந்தியை நோக்கி நடக்க ஆரம்பித்தான்.

16

விரைவாக இருண்டுவிடும் இரவுகளில் குளிர் அடர்ந்திருந்தாலும் மின் கணப்பினால் அப்பார்ட்மெண்ட் வெதுவெதுப்பாக இருக்கிறது. லா பிளாட்டாவிலிருந்து வேகமாக வீசும் குளிர்க்காற்று அவ்வப்போது சாரலாகவும் மழையாகவும் மாறிவிடுகிறது. கடலின் நிறம் வெளிறிவிட றாம்ப்லா தன் சோபையை இழந்துவிட்டது. பால்கனியின் கண்ணாடி ஜன்னலை நீக்கினால் பொசிட்டோஸின் விண்ணுயர்ந்த கட்டடங்களில் மோதிக் கீழிறங்கும் காற்றின் ஓசையும் குளிரும் உள்ளே வரும். காந்திக்குக் குளிரடிக்குமோ என்று நினைத்தவன் பிறகு தனக்குள் சிரித்துக்கொண்டான்.

நகரத்தின் குளிர்காலம், வீசும் காற்று, வெறிச்சோடியிருக்கும் றாம்ப்லாவின் நடைபாதை, காலையிலும் மாலையிலும் குளிரை ரசித்துக்கொண்டு அலுவலகம் சென்றுவரும் பயணங்கள், சுவர்களுக்குள் ஊறும் வெதுவெதுப்பு, அருந்தும் விஸ்கி, குளிருக்குத் தோதாக உண்ணும் கோழிக்கறி, இசை, அவ்வப்போது புகைக்கும் மரியுவானா போன்றவை குளிர்காலத்தை அழகாக்கின. தன்னுடைய சலனங்கள் மட்டுப்பட்டிருப்பதைக் கண்டு ஆச்சரியமாக இருந்தது.

வெரோனிகாவின் இடம் அவுட்சோர்ஸிங் முறையில் இந்தியாவிலிருந்து நிரப்பத் தீர்மானிக்கப்பட்டு கன்சல்டன்சி மூலமாகவே வேலைகள் நடந்தன. ஆறு சுயவிவரக் குறிப்புகள் வந்தன. ஒவ்வொருவருடனும் அவர்களுடைய அனுபவ விரிவைக் கண்டறியும் விதத்தில் அரை மணி நேரத்திற்கு மேலே உரையாடினான். அதில் மஹிதர் ரெட்டியும், சந்தியாவும் சிறப்பாகச் செய்தார்கள். சந்தியாவுக்குப் பணியில் ஒன்றரை வருடங்கள் இடைவெளி இருந்தது. ரெட்டி அவளைவிடக் கெட்டிக்காரன் என்று கணித்தவன் ரெட்டியை முதலாவதாகவும் சந்தியாவை இரண்டாவதாகவும் வரிசைப்படுத்தி கால்வினுக்கு அனுப்பிவைத்தான்.

நிறுவனத்தின் மேல்மட்டத்தில் நிர்வாக மாற்றங்கள் நடந்துகொண்டிருந்தன. அதனைப்பொறுத்து வருங்காலத்திற்கான செயல்திட்டங்கள் மாறும் என்பதால் புதிய திட்டங்களுக்கான வேலைகள் எதுவும் தொடங்கப்படாமல் நாள்கள் மந்தமாக நகர்ந்தன. வழக்கமான வேலைகளை இடது கையாலே நிர்வகித்துவிடுவான் என்பதால் நேரம் ஏராளமாக மிச்சமிருந்தது. எம்கேவுடன் பேசி நெடுநாட்களாகிவிட்டதென அவரை அழைத்தான்.

"என்னப்பா? போன ஆள் அப்படியே அப்ஸ்காண்ட் ஆயிட்டே? என்னையெல்லாம் மறந்துட்டியா? ஒரு மெஸேஜ், கால் எதுவுமே இல்லை. என்ன பண்ணிட்டு இருக்கே? வேலை எப்படிப் போகுது? ஸ்பானிஷ்காரி எவளையாவது கல்யாணம் பண்ணிட்டு அப்படியே செட்டில் ஆயிட்டியா?" மூச்சு விடாமல் கேள்விகளை அடுக்கியவர் எப்போதும்போல் வாக்கியத்தின் கடைசியில் கிண்டலைத் தொடுத்தார்.

"நான் நல்லாருக்கேன் எம்கே. செட்டில் ஆகறதுலயும் வேலை விஷயத்துலயும் டைம் அப்படியே போயிடுச்சு. கூப்பிட நெனைப்பேன். அப்புறம் அப்படியே தள்ளிப்போயிடும். நீங்க எப்படி இருக்கீங்க?"

"வேலைய ரிசைன் பண்ணிட்டேன். டிவோர்ஸ் முடிஞ்சிடுச்சு. ரொம்ப விடுதலையா உணர்றேன். திரும்பவும் எல்லாத்தையும் முதல்ல இருந்து ஆரம்பிக்கணும். பிஸினஸ் ஏதாவது பண்ணலாமா இல்ல, லா படிக்கலாமா அப்டீனு யோசிச்சுட்டு இருக்கேன். அப்புறம் நீ சொல்லு."

மனநிலையின் தடுமாற்றங்களை அவருடன் பகிர்ந்துகொண்டான். எம்கேவின் பலமே எப்போதும் யதார்த்தத்தில் காலூன்றி நடைமுறைக்குப் பொருத்தமான வழியைச் சொல்வதுதான். முன்னிருக்கும் நீண்ட வாழ்க்கையைக் கருதி அடிப்படையான விஷயங்களில் கவனமாக இருக்கச்சொன்னார்.

"சுவர் இருந்தாத்தானப்பா சித்திரம். உடம்பக் கவனிச்சுக்கோ."

பெங்களூரு வாழ்க்கையில் ஒரு வருஷம் இருவரும் மடிவாலாவில் ஒன்றாகத் தங்கியிருந்தார்கள். மனைவியைப் பிரிந்து தனியாக வாழ அந்த வீட்டை எடுத்திருந்தவருடன் இணைந்துகொண்டான். வயதிலும் அலுவலகத்திலும் மூத்தவர் என்பதால் இடையிலிருந்த

தயக்கமும் இடைவெளியும் சனிக்கிழமைகளில் ஒன்றாகக் குடிக்கத் தொடங்கியபின் நீங்கிவிட்டன.

“என் சொந்தக்கார பொண்ணுதான். நீயோ சொல்லு, கல்யாணம் ஆகி நாலுமாசம் ஆச்சு, கடைசிவரை தொடறதுக்கே விடலை. ஆரம்பத்துல அது இதுன்னு காரணம் சொல்லிட்டிருந்தா. சரி, இது ஒருமாதிரி மென்மையான விஷயங்கறதனால வற்புறுத்தாம இரண்டு மூணு மாசம் போச்சு. அப்பறம் பாத்தா அவ காதல் கதைய ஆரம்பிக்கறா. வேற ஒருத்தன காதலிக்கறாளாம். வீட்டுல சொல்றதுக்குப் பயந்துட்டு கல்யாணத்துக்கு ஒத்துக்கிட்டாளாம், இப்போ என்னோட படுத்து அவனுக்குத் துரோகம் செய்யறதுக்கு மனசு வரலியாம். வாழ்க்கைய பாழாக்கிட்டு சினிமாக் கதை சொல்றாளேன்னு ஒரே கோபம். பளார்னு ஒண்ணு விட்டேன். முன்னாடியே சொல்லிருக்கலாமேன்னு கேட்டா பயமா இருந்துச்சுன்னு மறுபடியும் அழுவுறா. சரி ஆனது ஆயிடிச்சு, நம்ம வாழ்க்கைய பாருன்னு சொன்னா அதுவும் முடியாதுங்கறா. ஊர்ல கொண்டுபோய் விட்டுட்டு உண்மையைச் சொல்லிட்டு வந்துட்டேன். பேசறானுக... பேசறானுக... இன்னும் பஞ்சாயத்துப் பேசறானுக. எனக்கு ஒரே முடிவுதான். மனசுல அவள ஏற்கெனவே அத்தாச்சு.”

அடிப்படையில் எம்கே வலுவான ஆள். அந்த ஒருமுறை தவிர அவனிடம் தன் சிக்கல்களைப் புலம்பியதில்லை. அவருக்கு மாதம் எண்பதாயிரம் ரூபாய் சம்பளம். தன் யமாஹா ஆர்.எக்ஸின் மீது பெரிய காதல் அவருக்கு. பழைய வண்டிதான். பொன்போல் பாதுகாப்பார். தன்னுடைய பிரச்சினைகளின் வழியாக அந்த நாள்களில் அவர் வேறொருவராக மாறிக்கொண்டிருந்தார். ஹோட்டலில் ராகிக்களி கிடைக்கும். தினமும் மாலை வாங்கிவந்து இரவு நீரில் ஊறவைத்துக் காலையில் மோரோடு உண்ணுவார். கம்யூனிசம், தமிழ்த்தேசியம் பற்றிய புத்தகங்களாகப் படிப்பார். வாரயிறுதிகளில் கூட்டங்களுக்குப் போவார். எழுதப் படிக்கத் தெரியாவிட்டாலும் கன்னடம் சரளமாகப் பேசுவார். ஓரிரு தடவை அவனையும் கூட்டிப்போனார். ஆனால், அவன் சுவாரசியப்படாததைக் கண்டு வற்புறுத்தாமல் விட்டுவிட்டார்.

எம்கே நம்பிக்கை கொள்ள ஆரம்பித்திருந்த கம்யூனிஸமோ தமிழ்த் தேசியமோ அவனுக்குப் புரியவில்லை. அவர் சொல்லும் சமூகம் என்பதெல்லாம் பெரிய விஷயம். அழகும் பாழும் கலந்ததுதான் வாழ்க்கை. அவன் வாழ்க்கையின் அழகையும்

சொகுசையும் மட்டும் பார்க்க நினைத்தான். கார்ப்பரேட்டில் வேலை செய்துகொண்டு கம்யூனிசம் பேசுவது குற்றவுணர்ச்சியைத் தணித்துக்கொள்ள கோவில் உண்டியலில் காசுபோடுவது போல என்று ஒருமுறை போதையில் சொல்லிவிட்டான். ஆனால் அவர் கோபப்படவில்லை.

“நீ சொல்றது ஒரு விதத்துல சரிதாம்ப்பா. ஒருவேளை எனக்கும் பொண்டாட்டி சரியா அமைஞ்சி புள்ளகுட்டின்னு ஆயிருந்தா இந்தப் பக்கம் வந்துருக்க மாட்டேன். ஆனாலும் ஆழத்துல இந்தத் திசையில போகணும் அப்டீங்கறதுக்கான உந்துதல் இருந்திருக்குன்னுதான் நம்பறேன். மனுசன் சிறந்த விஷயங்களை நோக்கிப் போறதுக்கு எது காரணமா இருந்தா என்ன? இங்கே தேவை அவன் வேலை செய்யறதுதான். நூறு சதவீத தகுதியோடதான் ஒவ்வொரு வேலையும் செய்யணும்னா, இன்னிக்கு எதையுமே செய்ய முடியாது. சமூகத்த மாத்தறதுங்கறது பெரிய விஷயம். அதோட எளிய வடிவந்தான் மனுசன் தன்னை மாத்திக்க முயற்சி பண்ணறது. அதைத்தான் நான் செய்யறேன். சமூகங்கறது வாமன ரூபத்துல இருக்கற ராட்ஷச எந்திரம். அது சாதாரணமா முன்னாடி போகாது. ஒரு அடி முன்னால எடுத்து வைக்கிறதுக்கு முப்பது நாப்பது வருஷங்கூட ஆகும். அந்த எந்திரம் முன்னால நகர்றதுக்கு அதுல இருக்கற சின்னச் சின்ன நட்டு போல்ட்டு, ஸ்க்ரூ எல்லாமே வேலை செய்யணும். நீ மனுசனோட நாகரீக வரலாற்றை எடுத்துப்பாரு. செயலும் சிந்தனையும் மத்தவங்கள ஈர்க்கற செல்வாக்கான விஷயங்களா இருந்திருக்கு. ஒருத்தனோட செயல் இன்னொருத்தன்கிட்டே சின்ன சலனத்தையாவது உண்டாக்கும். மனுசன் லட்சியத்தோட இருக்கறது இன்னியதேதிக்கு கற்பனாவாதமா இருக்கலாம். ஆனா நீ அதை ஃப்ரேக்மெண்டா, சின்னச் சின்ன அலகாகப் பிரிச்சு நடைமுறைவாதத்தோட அணுகனும். சமூகத்துக்குள்ள ஒரு வேலைய செய்ய முயற்சிக்கும்போது முரண்பாடான விஷயங்கள் தனக்கான நியாயங்களோட ரொம்ப வலுவோட எதிரெதிரா மோதும். இது எல்லாம் புரிஞ்சாத்தான் நீ உன்னோட மொத்த வாழ்க்கைல ஒரு சின்ன வேலையாவது செய்யமுடியும். நீ சொன்னியே இந்த கார்ப்பரேட் வேலை, அதப் பத்தியும் யோசிச்சிட்டுத்தான் இருக்கேன். இந்த உந்துதல் என்னவா முதிர்ச்சியடையுதுன்னு பாத்துட்டு அதைப் பத்தியும் முடிவு பண்ணத்தான் போறேன். ஏதோ உணர்ச்சி வேகத்துல பேசறேன்னு நினைக்காதே. உணர்ச்சிய சோதிச்சுப் பார்க்கணும்னா அதை

நாம காலத்தோட உரசிப் பாக்கணும். அதத்தான் இப்போ நான் செஞ்சிட்டிருக்கேன்."

எம்கேவின் உந்துதல் தணியாமல் முதிர்ந்து வலுப்பட்டிருக்கிறது என்பது அவரோடான இன்றைய பேச்சு உணர்த்தியது. பால்கனியைத் திறந்து சில நிமிஷங்களுக்குக் குளிரை அனுபவித்தவாறே லா பிளாட்டாவில் கலங்கலான அலைகள் வீசும் கரையைப் பார்த்தான். இன்னும் இரண்டு மாதங்களுக்குக் குளிர்காலம் எல்லாவற்றையும் உறைநிலையில்தான் வைத்திருக்கப்போகிறது.

எம்கேவுடன் பேசியபிறகு மத்தியாஸைப் பார்க்கத் தோன்றியது. ஏதோவொரு இடைவெளி விழுந்துவிட்டது. செல்ஃபோனில் அழைத்தபோது வீட்டுக்கு வரச்சொன்னார். ட்ராக்ஸியில் ஏறியவுடன் மழை பெய்யத் தொடங்கியது. சாலையோரங்களில் வழிந்தோடும் நீரை வெறித்தான். மத்தியாஸ் தளர்வோடு வரவேற்றார். காய்ச்சலில் படுத்திருந்ததாகவும் இன்று பரவாயில்லை என்றும் சொன்னார். ஹாலினுள் ஏதோ மாற்றம் தெரிந்தது.

"ஆனந்த், நான் சொல்லியிருக்கிறேனே, சீலேவிலிருக்கும் என் சகோதரி, அவள் அழைத்திருந்தாள். அவளுக்கு உடல்நலம் சரியில்லை. சற்று தீவிரமான பிரச்சினைதான். சில மாதங்கள் வந்து உடனிருக்கக் கேட்டிருக்கிறாள். நானும் ஒத்துக்கொண்டேன். சில நாள்களில் கிளம்புகிறேன். உன்னை அழைத்துத் தகவல் சொல்ல நினைத்தேன். அதற்குள் நீயே அழைத்துவிட்டாய். நீ இன்னும் எவ்வளவு நாள்களுக்கு இங்கே இருப்பாய்?"

"நிச்சயம் இன்னும் சிலமாதங்களுக்கு இருப்பேன். இப்படியொரு திடீர் பயணம் உங்களுக்கு நேரிடும் என்று எதிர்பார்க்கவில்லை."

"சகோதரனாக நான் எதுவுமே இதுவரை அவளுக்குச் செய்ததில்லை. இப்போது ஆதரவின்றி இருக்கிறாள். சில கடமைகளை வாழ்க்கையில் என்றைக்குமே புறக்கணிக்கமுடியாது இல்லையா?"

"புரிகிறது."

கண்களைச் சுழற்றித் திரும்பவும் பார்த்தபோது வித்தியாசம் புலப்பட்டது. பல போர்ட்ரெயிட்களைக் காணவில்லை. டான் கீகாட்டே, ப்ரைமாவேரா, புத்தர் சிலைகள், மாயன், ஏஸ்டெக்,

இன்கா முகமூடிச் சிற்பங்கள் எல்லாம் காணாமல் போயிருந்தன. வறண்ட புன்னகையோடு சொன்னார்.

“பணம் தேவைப்பட்டது. விற்றுவிட்டேன்.”

“அவையெல்லாம் மதிப்புமிக்கவையாகத் தெரிந்தன.”

“உணமைதான். அதனால்தான் இப்போது கைகொடுத்தன. ஒருவிதமான இழப்புணர்வு ஏற்பட்டதுதான், ஆனால் அது பரவாயில்லை.”

“நீங்கள் தவறாக நினைக்கக் கூடாது. நானும் கொஞ்சம் உதவ விரும்புகிறேன்” பர்ஸைப் பிரித்து இருநூறு டாலரை நீட்டினான்.

“நன்றி. ஆனால் ஓரளவுக்குத் திரட்டிவிட்டேன். இனி தேவைப்படாது.”

“இது பெரிய தொகையில்லை. ஆனால் ஏதேனும் சிறிய செலவுக்கு உதவலாம். கடனாகவாவது வாங்கிக்கொள்ளுங்கள்” டாலரை வாங்கி மேசையில் வைத்தவர் அலமாரியில் இருந்த நடராஜர் சிலையை எடுத்து நீட்டினார்.

“உன் நிலத்தின் கடவுள். இதை என் பரிசாக வைத்துக்கொள்.”

“இல்லை மத்தியாஸ். இது உங்களிடம் இருப்பதுதான் அபூர்வமான விஷயம். என்னிடம் வந்தால் அபூர்வத்திற்கு மதிப்பில்லை.”

“ஆனந்த். இதன் மதிப்பு பெரிதுதான். ஓவியங்களை விற்றவன் இதை விற்க விரும்பாமல் வைத்திருந்ததுக்கு அதுதான் காரணம். இந்தக் கணத்தில் தோன்றுகிறது. இது என்னிடமிருந்து உன் கைக்கு வருவது காலத்தின் ஒரு சமன்பாடு. மறுக்காதே. உன்னைப் பார்த்தால் கடவுள் நம்பிக்கையாளனாகத் தெரியவில்லை. ஆனால், என் ஞாபகமாக எவ்வளவு காலத்திற்கு முடியுமோ அவ்வளவு காலத்திற்கு வைத்துக்கொள்.”

“சரி மத்தியாஸ். கிளம்புகிறேன். உடம்பைக் கவனித்துக் கொள்ளுங்கள். திரும்பவும் பேசுகிறேன்.”

மறந்ததுபோல் விட்டுவிட்டு வர நினைத்த நடராஜர் சிலையை ஞாபகமாய் எடுத்து நீட்டினார். திரும்பும்போது காற்றும் மழையும் சீரடைந்திருந்தன. பாலீத்தின் உறையை லேசாகப் பிரித்து நடராஜரைப் பார்த்தான். அவர் எதன் பொருட்டுத்

தன் கைக்கு இப்போது வந்திருக்கிறார் என்று தெரியவில்லை. ஆனால் அபூர்வமான பரிசுதான்.

மத்தியாஸ் சீலேவுக்குக் கிளம்பிய நாளில் வானம் சற்று தெளிவடைந்திருந்தது. வாரயிறுதி என்பதால் றாம்ப்லா மெலிதாக உயிர்பெற்று நடைபாதையில் நடமாட்டம் இருந்தது. மாலை நான்கு மணிக்கு நடைபோனவன் காந்தி சிலை வரை சென்று வந்தான். கரையெங்கும் மழையின் ஈரக் கவிச்சி பரவியிருந்தது. சிலர் அலைகளின் பக்கத்தில் நின்றிருந்தனர். சிறிய இடைவெளிக்குப் பிறகு காற்றும் மழையும் மீண்டும் தொடங்கிவிட்டன.

தீபாவிடமிருந்து அழைப்பு வந்தது. துண்டித்துவிட்டுத் திருப்பி அழைத்தான். கையிலேயே வைத்திருப்பாள் போல, உடனடியாக எடுத்துவிட்டாள். விசாரிப்புகளுக்குப் பின்னால் அப்பா பேசுகிறார் என்றாள். மறுமுனையில் மாமாவின் குரல் கேட்டது. அவரிடம் ஓரிரு வார்த்தைகளில் பேசுவதே அவனுடைய வழக்கம். நேரிடையாக விஷயத்துக்கு வந்தார். ராஜிக்கு இருபது நாள்களில் திருமணம் நிச்சயிக்கப்பட்டிருந்தது. அவனை வரச்சொன்னபோது இப்போது வருவதற்கு வாய்ப்புக் குறைவென்று சொல்லிவிட்டான். சிலநொடிகளின் தயக்க இடைவெளிக்குப் பிறகு கேட்டார்.

“செலவுக்குப் பணம் ரெண்டு லட்சம் கம்மியா இருக்கு. உன்னால ஏதாவது முடியுமா?”

“அனுப்பி வைக்கிறேன் மாமா.”

“சரிப்பா. தீபாகிட்டே பேசு.”

மின்னஞ்சலில் வங்கி விவரங்களை அனுப்பச்சொன்னான். கல்யாணத்துக்கு வர வற்புறுத்தியவளிடம் குறைவான அவகாசம் உள்ள சூழலில் பயணத்தைத் திட்டமிடுவதிலுள்ள சிக்கல்களைச் சொல்லி சமாதானப்படுத்தினான்.

17

மரியுவானா தீர்ந்துவிட்டது. துரதிர்ஷ்டவசமாக இந்தக் குளிர்காலத்தில் புகைக்கும் விழைவு பெருகியது. கார்லோஸிடம் கேட்கலாம் என்று நினைத்தவன் அந்த எண்ணத்தைத் தவிர்த்துவிட்டு ரொமோனுக்கு அழைத்தான்.

“ஹே மேன். ஹவ் ஆர் யூ?”

உற்சாகமாகப் பேசியவனிடம் சந்திக்க விரும்புவதைச் சொன்னான்.

“நான் சால்ட்டோவில் இருக்கிறேன். வருவதற்கு நாள்களாகும்.”

“ஓ, அப்படியா?” ஆனந்தின் குரலில் இருந்த ஏமாற்றத்தை யூகித்துவிட்டான்.

“ஏதாவது அவசரமா?”

“மரியுவானா வேண்டும். உன்னிடம் கேட்கலாமென்று நினைத்தேன்.”

மறுமுனையில் பத்து வினாடிகளுக்கு மௌனம் நீடித்தது.

“மேன். நீ ஒன்றுசெய். புன்த்த கரத்தாஸ் அப்பார்ட்மெண்ட்டுக்குப் போ. சலோமி அங்கேதான் இருக்கிறாள். இரண்டு பவுச் இருக்கும். அப்படியே எடுத்துக்கொள். அது எனக்குத் தேவையில்லை. ஆனால் ஒன்று, கவனமாகவும் அளவாகவும் உபயோகப்படுத்து. டேக் கேர் மேன்.”

மறுநாள் மாலையில் புன்த்த கரத்தாஸ் போனான். வெரோனிகா புயனஸ் ஏரிஸுக்குச் சென்றுவிட்டபின்பு இப்போதுதான் திரும்பவும் சலோமியைப் பார்க்கிறான். கலைத்துப் போடப்பட்ட பொருட்களை அட்டைப்பெட்டிகளில் அடுக்கிக்கொண்டிருந்தவள் புன்னகையோடு வரவேற்றாள். சுவர்கள் ஓவியங்களற்று மூளியாக இருந்தன.

“என் ஒருத்திக்கு இந்த அப்பார்ட்மெண்ட் ஆடம்பரமான விஷயம். வேறு இடம் தேடுகிறேன். இரண்டொரு நாள்களில் உறுதியாகிவிடும். ஆஹ்... ரொமோன் தகவல் சொன்னான்.”

உள்ளிருந்து பருமனான உள்ளங்கை அகல ஜிப்லாக் பவுச் இரண்டை எடுத்துவந்து கொடுத்தாள். பால்கனியில் நின்று சிகரெட் புகைத்தபோது குளிர் மெலிதாக ஊடுருவியது. இன்றிரவு காற்றின் வேகமும் மழையும் அதிகமாக இருக்கும் என்று யூகித்தான். சலோமி சட்டென்று கேட்டாள்.

“வெரோனிகாவிடம் பேசினாயா?”

“புயனஸ் ஏரிஸ் சென்றபிறகு ஒருமுறை பேசினாள். சமீபத்தில் பேசவில்லை.”

“ஏதாவது சொன்னாளா?”

“அவள் சொல்லியதை நான் நம்பவில்லை.”

“அவளுக்குள் அப்படியொரு சந்தேகம் எப்படி முளைத்து வளர்ந்ததென்று தெரியவில்லை. எவ்வளவோ எடுத்துச் சொல்லியும் அதன் மூர்க்கமான பிடியினால் எங்களைப் புரிந்துகொள்ளாமல் காயப்படுத்திவிட்டாள். அவளுடைய அபத்தமான கற்பனைகளினால் வாழ்க்கையின் ஓர் அழகிய பருவம் உடைந்துவிட்டது. அதை ஏற்றுக்கொண்டு நகரவேண்டும். அவ்வளவுதான்.”

“சலோமி, உனக்கு ஏதாவது தேவைப்படுகிறதா? அதைச்செய்வது எனக்கு மகிழ்ச்சியளிக்கும்.”

“தேவைப்பட்டால் நிச்சயம் சொல்கிறேன்.”

பரஸ்பரம் தோளை அணைத்து விடைபெற்றார்கள். திரும்புகிற வழியில் கோழிக்கறி வாங்கிக்கொண்டான். அப்பார்ட்மெண்ட்டை அடைந்தவுடன் மழை தொடங்கிவிட்டது. கறியைக் குக்கரில் வைத்துவிட்டு ஜாயிண்ட் தயாரிக்க அமர்ந்தபோது காந்தியின் முகம் மனதில் எழுந்தது.

“மன்னிக்கவும் காந்தி, மனதின் அலைகள் என்னை இழுத்துப்போகின்றன.”

வாழ்க்கையில் முன்னேற வேண்டும் என்று வெறியோடு இருந்த சிறுவனும் இளைஞனும் முழுமையாக இன்னும் அவனுள் மறையவில்லை என்றாலும் இப்போதைய உருமாற்றம் அவனையும் மீறி நிகழ்கிறது. இலக்குகளை நோக்கி வேலை செய்தவன் சிறிய வெற்றிக்குப்பிறகு இளைப்பாறுதலுக்குப் பதிலாக உல்லாசத்தில் மூழ்கிவிட்டான். உல்லாசம் தவறா? மனிதன் விலக்கப்பட்ட கனிகளைப் புசிக்கக்கூடாதா? இந்த இன்பவிழைவுதான் தன் உள்ளுறைந்திருக்கும் நாட்டமா? இன்ப விழைவைக் குற்றவுணர்ச்சியாய்க் கருதுவது முதிராத மனநிலையா? வாழ்க்கையின் எண்ணற்ற வண்ணக் கோலங்களைக் காணும் வாய்ப்பு கிடைத்திருக்கையில் தனக்கேன் இப்படியான மனத் தவிப்பு?

இதோ, மரியுவானாவின் லாகிரி நரம்புகளைத் தீக்கொழுந்தால் வருடுகிறது. ஆனால் இன்றைக்கு ஏனோ சிறகு முளைக்கவில்லை. வழக்கத்திற்கு மாறாக ஆழங்காணாத பள்ளத்தாக்குக்குள் விழுகிறான். கண்ணீர் வருகிறது. எதற்காக அழுகிறான்? அழும்போதெல்லாம் காலநதியில் குளிப்பது போலிருக்கிறது.

"ஆஹ்... காலம்... அதுதான் எத்தனையைப் பார்த்துவிட்டது? எனக்கு மனிதர்கள் யாருமேயில்லை. அம்மா, இந்தக் கணத்தில் நீ இருந்திருந்தால் இப்படி உணர்ந்திருப்பேனா? பிறரின் கருணையினால் நான் வளர்க்கப்பட்டதை வெறுக்கிறேன். நானே என்னை இடுப்பில் தூக்கியவாறு எத்தனை காலம்தான் நடப்பேன் அம்மா? களைப்பாக இருந்தது, அதனால்தான் நான் என்னை இறக்கிவிட்டுவிட்டேன். இந்தப் புழுதியும் அழுக்கும் என் மீது படியட்டும். நான் அழிகிறேன்."

பாகம் - 2

1

ஓவல் வடிவமுடைய கராஸ்கோ விமான நிலையம் மின்னொளியில் துலங்கியது. அன்றைய நாளின் கடைசி விமானம் தரையிறங்குவதற்கு இன்னும் ஒருமணி நேரம் இருக்கிறது. அதில்தான் சந்தியா வருகிறாள். நேரம் கழித்தே வந்திருக்கலாம். ஆனால், ஏதோவொரு குறுகுறுப்பான ஆர்வத்தின் காரணமாகச் சீக்கிரமாக வந்துவிட்டான்.

முதலில் தேர்வாகியிருந்த மஹிதர் ரெட்டி பயணத் திட்டம் இறுதிபெறும் நேரத்தில் தன்னுடைய தந்தைக்கு ஏற்பட்ட மாரடைப்பின் காரணமாக வரமுடியாதென்று விலகிவிட்டான். அடுத்த தேர்வாகச் சந்தியா இருந்தாள். அவள் வேலையை ஒப்புக்கொண்டு இவ்வளவு தூரம் வருவாளா என்பதில் அவனுக்குச் சந்தேகம் இருந்தது. அவள் ஏற்காத பட்சத்தில் பணியிடத்தை உள்ளூரிலிருந்தே நிரப்புவதென்று நிறுவனம் முடிவெடுத்திருந்தது.

ஆறு வருட மென்பொருள் துறை அனுபவத்தில் வட அமெரிக்காவில் நான்கு வருடங்கள் வேலை செய்திருந்தாள். கடைசி ஒன்றரை வருடங்கள் வேலையில் இருந்திருக்காவிட்டாலும் துறை சார்ந்த அறிவைப் புதுப்பித்திருப்பது கலந்துரையாடலின்போது தெரிந்தது. அவளுடைய ஆங்கிலம் நளினமானது. பயணம் குறித்த விவரங்களைக் கேட்பதற்காக அழைத்திருந்தவள் ஆங்கிலத்தில் தொடங்கியபோது இடைமறித்தான்.

"நீங்க தமிழ்தானே? நாம தமிழ்லேயே பேசலாம்.."

"அஃப்கோர்ஸ்."

புன்சிரிப்போடு தமிழுக்கு மாறினாள். சில தகவல்களை ஏற்கெனவே அவளுடைய சுயவிவரக் குறிப்பில் கண்டிருந்தான். பேசவும் எழுதவும் அறிந்த மொழிகளாகத் தமிழையும் ஆங்கிலத்தையும் பேச மட்டுமறிந்த மொழிகளாக ஹிந்தியையும் தெலுங்கையும் குறிப்பிட்டிருந்தாள். தமிழ்நாட்டின் புகழ்பெற்ற பல்கலைக்கழகத்தில் படித்து சென்னையில் முன்னணி

மென்பொருள் நிறுவனத்தில் பணிபுரிந்து அதே நிறுவனத்தின் அட்லாண்டா அலுவலகத்திலும் வேலை செய்திருக்கிறாள்.

அனுபவத்தின் காரணமாக விமானப் பயணங்கள் குறித்த விஷயங்களில் தெளிவோடிருந்தாள். இந்த ஊரில் கிடைக்கக் கூடிய உணவுப் பொருட்கள் பற்றியும் ஊரிலிருந்து எடுத்து வர வேண்டியவை குறித்தும்தான் அதிகம் விசாரித்தாள். பிரஷர் குக்கர், மசாலாப் பாக்கெட்டுகள், ஜலதோஷம் தலைவலி காய்ச்சல் போன்றவற்றிற்கான மாத்திரைகள் என அத்தியாவசியங்களை எடுத்துவரச் சொன்னான்.

“அங்கே இந்தியன் கம்யூனிட்டி இருக்கா?”

“எனக்குத் தெரிஞ்சு மாண்டிவீடியோவில என்னைத் தவிர இன்னொரு இந்தியர் இருக்கார். அவரோட பேரு மோகன்தாஸ் கரம்சந்த் காந்தி.”

“புரியல.”

“உங்களுக்குத் தெரிஞ்சிருக்கலாம். ரியோ தெ லா பிளாட்டாங்கற ரிவரும் அட்லாண்டிக்கும் ஒண்ணா கலக்கற இடத்துலதான் இந்த சிட்டி இருக்கு. கரையை ஒட்டி பதிமூணு கிலோ மீட்டர் தூரத்துக்கு நீளமான அவென்யூ போல இருக்கற அமைப்பைத்தான் ராம்ப்லானு சொல்றாங்க. நான் இருக்கிற பொசிட்டோஸ் ஏரியாவுல ராம்ப்லா ரொம்ப ஃபேமஸ். ரோட்டோட ஒரு பகுதிக்கு ராம்ப்லா காந்தின்னு பேர் வைச்சு அவரோட சிலை ஒண்ணும் வைச்சிருக்காங்க. மத்தபடி உங்க கேள்விக்கு நேரா பதில் சொல்லணும்னா இந்தியன் கம்யூனிட்டி இருக்கற மாதிரி தெரியல. எம்பஸியே புயனஸ் ஏரிஸில்தான் இருக்கு. பட், இன்னும் ஆறுமாசம் இல்லேன்னா ஒரு வருஷத்தில் இங்க இண்டியன் கம்யூனிட்டி உருவாகறதுக்கு வாய்ப்பு இருக்கு. உங்களோட பழைய ஆர்கனைஷேசன் இங்கே டெக் பார்க்ல ஒரு டெலிவரி சென்டர் கன்ஸ்ட்ரக்ட் பண்ணிட்டு இருக்காங்க.”

“இண்ட்ரஸ்டிங். உங்களுக்கு ஏதாவது தேவைப்படுதா? வாங்கிட்டு வர்றேன்.”

“மசாலா பாக்கெட்டுல ஒவ்வொண்ணுலயும் எனக்கும் சேர்த்து வாங்கிட்டு வந்துடுங்க. சிக்கன் மசாலா மட்டும் கூடுதலா ரெண்டு பாக்கெட் சேர்த்து வாங்கிக்குங்க.”

சந்தியாவுடனான உரையாடலை அசைபோட்டவாறு காத்திருப்போர் பகுதிக்குத் திரும்பியபோது சிறிய கூட்டம் குழுமியிருந்தது. சூட் அணிந்த இருவர் கைகளை முன்னால் கோத்தவாறு விறைப்பாக நின்றிருந்தனர். பயணிகள் ஒவ்வொருவராக வெளியே வந்தபோது ஆரத்தழுவல்கள், இறுக்கமான கைகுலுக்கல்கள், தொழில்முறைப் பணிவு என்று நிஜமும் நாடகீயமும் கலந்த காட்சிகள் சுவாரசியமூட்டின. பருத்த தொப்பையோடு வெளியே வந்தவரோடு இடவலமாக சூட் ஆசாமிகள் சேர்ந்துகொண்டார்கள்.

கூட்டம் கலைந்து தனித்திருந்தான். சந்தியா இன்னும் வரவில்லை. லக்கேஜில் பிரச்சினையாக இருக்கலாம். இணைப்பு விமானங்களோடான பயணத்தில் அவ்வப்போது இது நடக்கும். அவனுக்கும் அதுதான் நேரிட்டது. அரை மணி நேரம் கழிந்த பிறகு சந்தியா வேகநடையோடு வெளியே வருவதைக் கண்டு முன்னோக்கி நகர்ந்தான். பெயர்களைச் சொல்லி புன்னகையோடு அறிமுகப்படுத்திக்கொண்டார்கள். காணொளி அழைப்பில் தெரிந்ததைவிட உயரமாகத் தெரிந்தாள். போனிடெயில் கூந்தலோடு இருந்தவளின் வலது நெற்றியில் கண்களுக்கு மேலே சிறிய பிறையைப் போன்ற தழும்பு இருந்தது. முப்பத்தாறு மணிநேரப் பயணத்தின் களைப்பு தெரிந்தாலும் பேச்சில் உற்சாகத்திற்குக் குறைவில்லை.

“லக்கேஜ் வரல, கம்ப்ளைண்ட் கொடுத்துட்டு வந்துருக்கேன்.”

“நினைச்சேன். எஸண்ட்ஷியல்ஸ் இருக்கா?”

லேப்டாப் பையையும் ஹேண்ட் லக்கேஜையும் காட்டிப் புன்னகைத்தாள். டாக்ஸியில் வரும்போது சென்னையின் பருவநிலை, விமான நிலையங்களில் காத்திருப்பு நேரங்கள், அலுவலக நடைமுறைகள் எனச் சம்பிரதாயமான பேச்சினிடையே ஆர்வமாக வெளியே வேடிக்கை பார்த்தாள். அவளுடைய பேச்சு நேரிடையானதாகவும் பாவனைகளற்றும் இருந்தது. யதார்த்தத்தில் கால் பாவியவளாகவும் தீர்க்கத்தன்மை உடையவளாகவும் தோற்றமளித்தாள். விடுதி வரவேற்பறையில் அவளுடைய அறையை உறுதிப்படுத்தி லிப்டில் அனுப்பிவிட்டு ராம்ப்லா காந்தியின் வழியே அப்பார்ட்மெண்டுக்கு நடந்தபோது மழை வாசத்தைப் போல ஏதோவொரு ஆதுரம் பரவுவதை உணர்ந்தான்.

2

சலிப்புக்கும் கசப்புக்கும் ஆட்பட்டு அடிக்கடி மனதின் இருட்குகைக்குள் சென்று பதுங்குவதைச் சந்தியாவின் வருகையும் அண்மையும் தடுத்துவிட்டன. சாதாரணமான பேச்சுகளே பெரிய விடுதலையுணர்ச்சியைக் கொடுத்தன. தாய்மொழியில் பேசுவதற்கு இன்னொருவர் அண்மையில் இருப்பது இவ்வளவு மாற்றத்தை உருவாக்குமென்று அவன் எதிர்பார்த்திருக்கவில்லை.

சந்தியாவுக்கு அப்பார்ட்மெண்ட் எளிதில் அமைந்துவிட்டது. பொலிவாரா ஸ்பானியாவில் அவனுடைய அப்பார்ட்மெண்டிலிருந்து மூன்று தொகுதிகள் உட்தள்ளி மரங்களடர்ந்த தெருவில் ஆறாவது தளத்தில் மார்த்தா காட்டியதைப் பார்த்தவுடன் பிடித்துப்போய் அதையே உறுதிசெய்துவிட்டாள். ஜன்னலைத் திறந்தால் நிழலும் காற்றும் குறைவின்றிக் கிடைக்கும். இருவர் சௌகரியமாக வசிக்கலாம், ஒருவருக்கு ஏதேஷ்டம். அவளிடம் கேட்டான்.

“றாம்ப்லாவோட சேர்ந்த மாதிரி இருந்தா ஸீ வியூவ் கிடைக்குமில்ல?”

“இதுவே ஓக்கேனு இன்ஸ்டிங்ட்ல தோணுது.”

“ஃபைன்.”

“சனிக்கிழமை காலைல பால் காய்ச்சலாம்னு இருக்கேன்.”

“பார்த்தா மாடர்னா இருக்கீங்க, இதுல எல்லாம் நம்பிக்கை இருக்கா?”

சீண்டல் புரிந்தவளாய் நமுட்டுச் சிரிப்போடு எதிர்க் கேள்வி கேட்டாள்.

“நீங்க காய்ச்சினீங்களா?”

“உள்ளே நுழையற போதே சரியான பசி. முதல்ல ஆம்லெட்தான் போட்டேன்.”

“இருக்கு, இல்லன்னு குறிப்பா சொல்ல முடியாது. காய்ச்சிடுன்னு அம்மா சொன்னபோது சரின்னுட்டேன். இப்போ செஞ்சிட்டோம்னா பேச்சு மாறினதா ஆகாது பாருங்க.”

“ஓ... நீங்க அப்படி வர்றீங்களா? பரவாயில்ல, உங்க லாஜிக்கும் நல்லாத்தான் இருக்கு.”

வெள்ளிக்கிழமை அலுவலகத்திலிருந்து திரும்பியபின் அவளுடைய விடுதி அறையைக் காலி செய்தார்கள். ஏற்கெனவே எல்லாவற்றையும் சீராக அடுக்கி ஒழுங்குபடுத்தி வைத்திருந்தாள். டாக்ஸியை அழைக்க அவன் தயாரானபோது நடந்துபோகும் தன் விருப்பத்தைச் சொன்னாள்.

“ஒரு கிலோ மீட்டருக்கு மேலே வருமே?”

“இட்ஸ் ஓகே. ரெண்டுபேர் இருக்கோம். லக்கேஜ் பெரிய தொந்தரவா இருக்காது.”

அவளுடைய விருப்பத்திற்காக ஒத்துக்கொண்டான். வழித் தடத்தில் வேடிக்கை பார்த்துக்கொண்டே வந்தாள். பொருட்களை அப்பார்ட்மெண்டில் வைத்தபின் திரும்பவும் கீழிறங்கி சூப்பர் மார்க்கெட்டில் அவளுக்குத் தேவையான சமையல் பொருட்களை வாங்கினார்கள். வேலைகளை முடித்துப் பசியோடும் களைப்போடும் அமர்ந்தபோது மணி எட்டாகி இருந்தது.

“எனக்குப் பசிக்குது. ஆம்லெட் போடலாமா?” சிரிப்போடு கேட்டான்.

“வாய்ப்பே இல்ல ராஜா,” சொல்லிவிட்டு எதிரே அமர்ந்தாள்.

“சரி வாங்க. போய் சமைக்கலாம்.”

“இதுக்கு மேலே சமைக்கணுமா? பீட்ஸா சாப்பிடலாமே? மை ட்ரீட்.”

விடுதியில் தங்கியிருந்தபோது அவளுக்குக் காம்ப்ளிமெண்ட் ப்ரேக்ஃபாஸ்ட் என்பதால் காலையுணவை அங்கேயே முடித்துக்கொள்வாள். மற்ற நேரங்களுக்கு ஆனந்த் ஒரு ஏற்பாட்டை உருவாக்கியிருந்தான். மாலை அப்பார்ட்மெண்ட்டுக்குத் திரும்பியவுடன் இரவுக்கும் மறுநாளுக்குமான உணவைத் தயாரிப்பார்கள். இரவுணவு முடிந்தவுடன் றாம்ப்லா காந்தியின்

வழியே அவளோடு சென்று விடுதியில் விட்டுவிட்டுத் திரும்புவான். காலையில் சோறு மட்டும் வைத்து இருவருக்குமான மதியவுணவை அவனே எடுத்து வந்துவிடுவான்.

முதல் இரு நாள்கள் ஆனந்த் சமைத்தான். அவள் உதவிகளைச் செய்தாள். மூன்றாவது நாளிலிருந்து சமையலை அவனிடமிருந்து பிடுங்கிவிட்டவள் அபாரமாகச் சமைத்தாள். இதுவரை உண்ணாத புதிய சுவை. வேலையில் நளினம். சமைத்துமுடிக்கும்போது மேடை சுத்தமாக இருந்தது.

"நம்பவே முடியல. சமையல இவ்வளவு ஆர்டிஸ்டிக்கா செய்யமுடியுமா?"

"இது என்ன மேஜிக்கா? எல்லாமே ப்ராக்டிஸ்தான். ஒரு டிப்ஸ் தர்றேன். காரியங்களோட வரிசை தெளிவா இருந்தா குழப்பமும் இருக்காது, குப்பையும் இருக்காது."

சமையல் மேடையின் ஓரத்தில் நின்று வெங்காயம் நறுக்கிக்கொண்டிருந்தான். அவள் எதையோ தேடப்போய் கப்போர்டைத் திறந்தவள் அவன் ஒளித்து வைத்திருந்த ஜாக் டேனியல் விஸ்கி பாட்டிலைக் கண்டுவிட்டாள். அதை எடுத்துக் கண்களுக்கு நேரே உயர்த்திப் பார்த்தவள் எதுவும் சொல்லாமல் திரும்பவும் உள்ளே வைத்தபோது மெல்லிய தயக்கத்தோடு சொன்னான்.

"வீக் எண்ட்ஸல மட்டும்தான்."

எதுவும் சொல்லாமல் மெலிதாகப் புன்னகை மட்டும் செய்தாள்.

இரண்டே வாரத்தில் மென்பொருளின் அனைத்து நிரல் அலகுகளையும் கற்றுவிட்டாள். விஷயங்களை விரைவாகக் கிரகிக்கும் ஆற்றல் சந்தியாவுக்கு அதிகம். வேலைநேரத்தில் கவனக் குலைவுகளுக்கு இடங்கொடுக்காதவளாக இருந்தாள். காரியங்களைத் தொழில்முறையில் திட்டமிடுவது, வெற்றிகரமாக முடிப்பதுவரை அவற்றைச் சுணக்கமின்றிப் பின்தொடர்வது, இடையில் தோன்றும் சவால்களைச் சமாளிப்பதற்கான மாற்று வழிகளை உடனடியாக வரிசைப்படுத்தித் தீர்மானிப்பது போன்றவற்றைத் திறமையாகச் செய்ததால் கால்வினிடமிருந்து பாராட்டையும் பெற்றுவிட்டாள். அவனுடைய பணிச்சுமையில் பாதி குறைந்துவிட்டது.

சந்தியாவின் வருகையினால் தியாகோவிடமும் ஆண்ட்ரியாஸிடமும் ஒரு மாற்றம் ஏற்பட்டது. சந்தியாவின் கவனத்தைக் கவர்வதற்காகச் சிரிக்கவே முடியாத நகைச்சுவைகளைச் சொல்லி இருவரும் செய்யும் சேஷ்டைகள் சிரிப்பூட்டின. அவளுக்குப் பணிவிடை செய்ய முனைவதில் சளைக்காமல் இருப்பதைக் கண்டு தயக்கத்தோடு கேட்டான்.

"ரெண்டு பேரையும் சமாளிக்கறது சிரமமா இருக்கோ?"

"ச்சே ச்சே. நத்திங் சீரியஸ். சீக்கிரம் வழிக்கு வந்துடுவாங்க."

சொன்னதைச் செய்தும் காட்டிவிட்டாள். தடுமாறுவார்கள் என்பதால் பொதுவாகச் சிக்கலான வேலைகளை அவர்களிடம் கொடுக்கமாட்டான் ஆனந்த். ஆனால் சந்தியா தயங்காமல் தூக்கிக் கொடுத்துத் திணறவைத்தாள். கடுமை காட்டவேண்டிய சந்தர்ப்பங்களை விடாமல் பிடித்துக்கொண்டாள். கடைசியில் இருவரும் சேஷ்டைகளைக் கைவிட்டு வழக்கம்போல ஆனந்த்திடமே திரும்பிவிட்டார்கள்.

தன் கண்பார்வையில் இருப்பதுபோலவே தோன்றினாலும் அலுவலகத்தில் மற்ற அணிகளில் இருக்கக்கூடிய பெண்கள், மனிதவளத் துறை நிர்வாகி லூசியா எனப் பலருடனும் விரைவில் அறிமுகமாகிவிட்டாள். எளிதில் பிறரை ஈர்க்கக் கூடியவளாகவும் இருக்குமிடத்தில் நட்சத்திரமாகவும் இருந்தாள். அவளுக்கு எப்போதும் எதையேனும் செய்துகொண்டிருக்கவேண்டும். ஸ்பானிஷ் படிக்கப்போவதாகச் சொன்னாள். பேசப்படும் நிலத்தில் மொழியைக் கற்றுக்கொள்ளாவிட்டால் வேறெங்கு கற்றுக்கொள்ள முடியுமென்று அவள் கேட்டபோது டாக்டர் கிறிஸ்டாஃப் முன்பு கூறியது ஞாபகத்திற்கு வந்தது.

"எப்படி இவ்வளவு ஸ்பீடா லாங்குவேஜ் கத்துக்கற?"

மரியாதையோடு விளித்துக்கொள்வது விலக்கத்தை உருவாக்குகிறது என்று ஒருமை விளிப்புக்கு மாறிவிட்டிருந்தார்கள்.

"எழுதப் படிக்க கத்துக்கறதுக்கு வேணா உழைப்பு தேவைப்படலாம். பேசக் கத்துக்கறதுக்கு ஆர்வமும் பயிற்சியும் இருந்தாலே போதும்."

"யூ ஆர் ப்ரிலியண்ட் சந்தியா."

"சும்மா ஏத்திவிடாத, என்னால எது முடியும், எது முடியாதுங்கறது எனக்கு நல்லாத் தெரியும்."

"இல்ல, ஹானஸ்டாத்தான் சொல்றேன். கத்துக்கறதுக்கும் இன்ஸ்பையர் ஆகறதுக்கும் நெறைய விஷயங்கள் உங்கிட்ட இருக்கு."

புதிய விஷயங்களின் மீதான தயக்கங்களை உதறிவிட்டு முன்னகர வேண்டும் என்பதைச் சாதாரண சம்பவத்தின் மூலம் அவளிடமிருந்து கற்றுக்கொண்டான். கேரட், பீன்ஸ், பீட்ரூட், உருளைக்கிழங்கு, முட்டைக்கோஸ் என்று சமையலுக்கு வழக்கமான காய்களையே பயன்படுத்துவான். ஆஸ்பராகஸ், ப்ரோக்கோலி, ப்ரஸல்ஸ் ஸ்ப்ரவுட் போன்றவற்றை வாங்க விரும்பினாலும் எப்படிச் சமைப்பது என்கிற குழப்பத்தால் தவிர்த்துக்கொண்டிருந்தான். அவற்றையெல்லாம் வரிசையாகச் சமைத்து எடுத்துவருவாள். என்ன விதமான சுவைகளை அவன் இயல்பாக விரும்புகிறான் என்பதைக் கண்டுபிடித்து அவனுக்கே உணர்த்தினாள்.

அவளுடைய ஆளுமையோடு தன்னை ஒப்பிட்டுப் பார்க்கும் காரியத்தைத் தவிர்ப்பதற்கு எவ்வளவு முயற்சி செய்தும் அதனைச் செய்யாமலிருக்க முடியவில்லை. அவளிடம் தனக்கு ஏற்பட்டிருப்பது பொறாமையா என்று கேட்டுக்கொண்டான். வெறுப்போ கோபமோ இல்லாததால் நிச்சயம் பொறாமையல்ல என்று தீர்மானித்தாலும் தான் இப்படி இருப்பது மனச்சோர்வூட்டியது. அவன் தன்னை மாற்றிக்கொள்வதில் அடையவேண்டிய எல்லைக்கோடுகளைச் சந்தியாவின் ஆளுமை மாற்றியமைத்துவிட்டது.

3

ஒழுங்கு கூடி குடிப்பது மட்டுப்பட்டது. மரியுவானாவில் ஒரு பொட்டலம் இருக்கிறது. தூக்கி எறிந்துவிட மனமின்றி எடுத்து வைத்தபோது அதனிடமிருந்து முழுமையாக விலக முடியாத பலகீனம் குற்றவுணர்வை ஏற்படுத்தியது. லாகிரி சார்ந்த தன்னுடைய பழக்கங்கள் சந்தியாவுக்குத் தெரியக்கூடாது என்பதில் உறுதியாக இருந்தான். தான் மட்டுமான சூழலில் விட்டேத்தியாக இருக்கலாம். சந்தியாவின் நட்பினால் ஒருவிதமான பொறுப்புணர்வுக்கு இப்போது முகங்கொடுக்க வேண்டியிருந்தது.

வினோதமான ஓவியங்கள் மற்றும் சிறு சிறு அரும்பொருட்களை வாங்கித் தான் வசிக்கும் அப்பார்ட்மெண்ட்டின் வரவேற்பறையை அவள் அலங்கரிக்கத் தொடங்கியபோதுதான் புதிதாக ஒரு சிறு பொருளைக்கூடத் தான் வாங்கி வைக்கவில்லை என்பது உறைத்தது. பொருட்கள் உயிரற்றவையாக இருந்தாலும் அவற்றில் மனிதர்களுடைய கற்பனைகளும் எண்ணங்களும் படிந்திருக்கின்றன என்றாள்.

மாண்டிவீடியோவைச் சுற்றிப்பார்க்க அழைத்தாள். ப்ளாஸா இண்டிபெண்டன்சியாவில்தான் தொடங்கினார்கள். நூற்றாண்டுப் பழமையும் நவீனத்திய புதுமையுமாக அமைந்த கட்டடங்களுக்கு நடுவே மிகப்பெரிய சதுக்கம். மத்தியில் உயர்ந்த பீடத்தில் ஹொாசே அர்த்திகாஸ் குதிரையின் மேல் அமர்ந்திருக்கும் சிலை. சதுக்கத்தை ஒட்டி நாடாளுமன்றம், அதிபரின் அலுவலகம், தியேட்டரோ ஸோலில் அரங்கம் மூன்றும் சூழ்ந்திருந்தன. உயரமான கட்டடங்களுக்கு இடையில் விரிந்திருந்த சதுக்கம் தன்னில் வானையும் அங்கமாக்கிக்கொண்டதால் பிரம்மாண்டம் மடங்குகளில் பெருகித் தெரிந்தது.

சியுதாத் வியகவில் கற்தளம் பாவப்பட்ட பாதையோரத்தில் குடைகளின் கீழே அமைக்கப்பட்டிருந்த கடைகளில் கிடைத்த விதவிதமான அலங்காரப் பொருட்களை ஆராய்ந்து வாங்கினாள். அவற்றில் பலவற்றின் பெயர்கூட அவனுக்குத் தெரியவில்லை.

முகமூடிகள் விற்கப்பட்ட கடையில் லயித்து நின்றுவிட்டாள். வெவ்வேறு நிறங்களில் விதவிதமான உணர்ச்சிகளை முகமூடிகள் காட்டின. ஒரு ஜதையில் பெண்முகம் சந்தியாவுக்குப் பிடித்துவிட்டது. விலை கேட்டாள். இரண்டையும் ஒன்றாகத்தான் தரமுடியுமென்றாள் கடைப்பெண். வாங்கியவுடன் தனக்குப் பிடிக்கவில்லை என்று ஆண் முகமூடியை அவனுக்குக் கொடுத்துவிட்டாள். முதல்முறையாக எதிர்மறையான விஷயமொன்றை அவள் பேசியிருப்பதாகக் கூறியபோது புன்னகையை மட்டும் பதிலாகத் தந்தாள்.

பழைய புத்தகக் கடையைக் கண்டவுடன் உள்ளே நுழைந்துவிட்டாள். வரிசையான மேசைகளில் ஸ்பானிஷ் புத்தகங்கள் குவியலாய்க் கிடக்க வரிசையின் கடைசியில் ஆங்கிலப் புத்தகங்களுக்கான தனி மேசை இருந்தது. ஓரிரு புத்தகங்களை எடுத்து அட்டைப் படங்களைப் பார்த்தவன் அவளுக்குச் சைகை காட்டிவிட்டு வெளியே வந்துவிட்டான். சிகரெட்டை முடிக்கும் தறுவாயில் வெளியே வந்தவளின் கையிலிருந்த புத்தகத்தை வாங்கிப் பார்த்தான். சிமோன் தி பியூவா என்பவர் எழுதிய ‘தி செக்கண்ட் செக்ஸ்’ என்கிற புத்தகம். பின்னட்டையில் எழுதப்பட்டிருந்த வாக்கியங்களைப் படித்துவிட்டுக் கேட்டான்.

“நீ ஃபெமினிஸ்டா?”

“அது ஃபெமினிஸம் அப்படீங்கறதுக்கு நீ கொடுக்கற டெஃப்னிஷன பொறுத்து, என்னப் பொறுத்தவரை எந்த பீயிங்கும் அப்ரஷனுக்கு உள்ளாகக் கூடாது. அவ்வளவுதான்.”

பேசியவாறே வளர்ப்புக் கிளிகள் விற்கும் கடையின் முகப்பை நெருங்கியபோது கிளிகளின் ஆலோலம் கேட்டது. அவனிடம் கண்ணைக் காட்டியவாறே உள்ளே நுழைந்துவிட்டாள். அவளுடைய ஆர்வங்களின் பரப்பு ஆச்சரியமூட்டியது. பார்க்கக் கிடைக்கும் அத்தனை சாளரங்களின் வழியாகவும் வாழ்க்கையைப் பார்க்கிறாள். இந்த ஆர்வத்தைத்தான் அவளிடமிருந்து தான் கற்றுக்கொள்ள வேண்டுமென நினைத்தான்.

கடையிலிருந்த பெண் சந்தியாவுக்குக் கிளிகளைக் காட்டி ஆர்வமாய் விளக்கிக்கொண்டிருந்தபோது அவன் அவற்றைப் பார்த்தான். பச்சை மஞ்சள் சிவப்பு என வண்ணவுடல் கொண்ட

சிற்றுயிர்கள் வசீகரமாக இருந்தன. அவள் தேர்ந்தெடுத்து வாங்கிய கிளிகளோடு டாக்ஸியில் திரும்புகையில் கேட்டான்.

"இது கூடுதல் பொறுப்பு இல்லியா? சதா நேரமும் மனசுல ஒரு கவனம் இருக்கணும்."

"நீ ஏன் அப்படிப் பாக்கறே? நம்மகூட எப்பவும் உயிர்த்துணை இருக்குங்கற விஷயத்தை யோசியேன்."

வரவேற்பறையில் பொருத்தமான இடத்தில் கூண்டைப் பொருத்தி நீருக்கும் தானியத்துக்குமான தானியங்கிக் குவளைகளை நிரப்பினாள். அவன் அங்கிருந்து கிளம்பும்வரை அவை கீச்சுக் கீச்சென்று கத்திக்கொண்டிருந்தன. ஒருவாரத்திற்குப் பிறகுதான் அவளுடைய அப்பார்ட்மெண்ட்டுக்குப் போக சமயம் வாய்த்தது. ஆர்வத்தோடு கூண்டை நெருங்கிப் பார்த்தபோது இரண்டும் சந்தியா சந்தியா என்று கத்தி ஆச்சரியமூட்டின.

4

நட்பு ஆழப்பட்டிருந்தாலும் கடந்தகால வாழ்க்கை குறித்து பெரிதாகப் பகிர்ந்திருக்கவில்லை. றாம்ப்லா காந்தியின் புல்வெளியில் அமர்ந்திருந்த மாலையில் குடும்பப் பின்புலம் குறித்த பேச்சு வந்தது. சென்னையில் பிறந்து வளர்ந்து படித்தது, பணி ஓய்வு பெறப்போகும் இயற்பியல் பேராசிரியரான அப்பா, ஆங்கிலப் பேராசிரியையான அம்மா, திருமணமாகிக் குழந்தைகளோடு ஆஸ்திரேலியாவில் குடியுரிமை வாங்கிவிட்ட அக்கா என்று தன்னுடைய குடும்பத்தைப் பற்றிச் சொல்லிவிட்டுக் கேட்டாள்.

“ஆனந்த், உன்னோட ஃபேமிலிய பத்தி சொல்லவேயில்லையே?”

சுருக்கமாகச் சொன்னபோது அவனுடைய வலது கையை ஆதுரமாய்ப் பற்றிக்கொடுத்தாள். அவளிடம் கரிசனையை எதிர்பார்க்கும் விதமாகச் சொல்லிவிட்டோமோ என்றொரு குழப்பம் தோன்றி மறைந்தது. தூரத்து அலைகளைப் பார்த்தவாறு சில நிமிஷங்கள் கழிந்தன.

“ஆனந்த், ஐயம் டிவோர்ஸ்டு.”

அவள் கூறியதைக் கேட்டுச் சற்று துணுக்குற்றான். சுயவிவரக் குறிப்பில் தனியர் என்றிருந்ததைக் கண்டு திருமணமாகாதவள் என்றுதான் நினைத்திருந்தான். ஒருவர் தான் விவாகரத்தானவர் என்று சொல்லும்போது நிச்சயமாய் அதற்குள் மகிழ்ச்சியற்ற காலங்கள் உறைந்திருக்கின்றன. அவளாகக் காரணத்தைச் சொல்லாதவரை கேட்பது நாகரீகமாக இருக்காது என்று மௌனமாக இருந்துவிட்டான். இன்னொரு அந்தியில் மணற்பரப்பில் அலைகளைப் பார்த்தவாறு அமர்ந்திருந்தபோது அவளாகவே சொன்னாள்.

“அது வெறும் ஆறு மாசம், கல்யாணத்துக்கு முன்னாடி எப்படி இருந்தேன் தெரியுமா? என் ஃபேமிலி சர்க்கிள்ல எல்லோரும் என்னக் கொண்டாடுவாங்க, அவ்வளவு பிரகாசமா இருந்தேன்,

பட், ஆறே மாசத்துக்குள்ள அப்படியே தலைகீழா மாறிடுச்சு. டிவோர்ஸ் ஆனவுடனே சட்டுனு அதுவொரு அமங்கலமான விஷயமா ஆயிடுச்சு. வுமன் இன்ஸ்டிட்டியூஷனுக்குள்ள இல்லீனா மத்தவங்களுக்கு அது இடறலான விஷயமாவே இருக்கு. பட், எனக்கு ஒரு ப்ரேக் தேவைப்பட்டுச்சு. எங்காவது தூரமாப் போய் கொஞ்சநாள் இருக்கணும்னு தோணுச்சு. திரும்ப யு.எஸ் போறதுக்கு இஷ்டமில்ல. ஏற்கெனவே நாலு வருஷம் இருந்தாச்சு. மேரேஜ் லைஃப்போட மோசமான நினைவுகள் அங்க இருக்கு. யுரோப் போலாம்னு நினைச்சிட்டிருந்தேன். அப்பத்தான் இந்த ஆஃபர் வந்துச்சு. இவ்வளவு தூரம் போகணுமான்னு அப்பாவுக்கும் அம்மாவுக்கும் தயக்கம். ஆனா நல்ல முடிவு எடுத்திருக்கேன்னு இப்போ தோணுது."

"ஆறுமாசங்கறது ரொம்பக் கம்மியான டைம் இல்லியா? ஒரு கல்யாணம் ஸ்திரமாகனும்னா ஏழு வருஷம் தேவைப்படும்னு கேள்விப்பட்டிருக்கேன். அதுவும் உன்னோடது அரேஞ்சுடு மேரேஜ். இன்னுங்கூட வெயிட் பண்ணிருக்கலாமே? ஸாரி, எனக்குத் தெரீல... நா வெளிய வளர்ந்த ஆள், இழந்த விஷயங்கறதால ஃபேமிலி பத்தி ஒரு கனவு இருக்கு, ஒரு ஃபேமிலிய பில்ட் பண்ணனும்னா சின்னச் சின்ன தியாகங்கள் பண்ணித்தானே ஆகணும்? எனக்குப் புரிஞ்ச விதத்தில சொல்றேன்."

"Happy families are all alike; every unhappy family is unhappy in its own way."

"என்ன இது?"

"டால்ஸ்டாய் படிச்சிருக்கியா?"

"கேள்விப்பட்டிருக்கேன், காலேஜ்ல ஃபர்ஸ்ட் செமஸ்டர் இங்கிலீஷ் சப்ளிமெண்ட்ல ஒரு கதை படிச்ச ஞாபகம். வேற எதுவும் படிச்சதில்ல."

"அவரோட அன்னா கரீனா நாவல் இப்படித்தான் ஆரம்பிக்கும். எவ்வளவு பெரிய உண்மை அது? என்னோடது அரெஞ்சுடு மேரேஜ்தான். ஒண்ணுவிட்டு ஒண்ணுவிட்டுன்னு ஒரு மாதிரி தூரத்துச் சொந்தம். நல்ல வசதியான குடும்பம். ரெண்டு பசங்க. இவன் இரண்டாவது பையன். அவனோட அண்ணன் கல்யாணம் வேண்டாம்னு பெங்களூர்ல இருக்கற சாமியாரோட ஆசிரமத்துக்குப் போய்ட்டான். நான் அட்லாண்டாவுல

இருந்தபோது இந்த அலையன்ஸ் வந்தது. அவன் ஃப்ளோரிடால இருந்தான். அங்கேயே மீட் பண்ணிருக்கலாம். ரெண்டு ஃபேமிலில இருந்தும் இந்தியா வரச் சொன்னாங்க. வெக்கேஷன் ப்ளான் பண்ணி வந்தபோது மீட் பண்ணினோம். எனக்குக் கல்யாணத்தப் பத்தி எந்த ரிசர்வேசனும் இருந்ததில்லை. அறிமுகமான குடும்பம். ஆளும் பர்சனாலிட்டியா இருந்தான். வீட்ல எல்லோருக்கும் பிடிச்சிருந்தது. நிராகரிக்கறதுக்கு எந்தக் காரணமும் தோணல. என்கேஜ்மெண்ட் முடிச்சுட்டு திரும்ப யு.எஸ் போயிட்டோம்.

மேரேஜுக்கு நாலு மாசம் இருந்தது. வாரத்துக்கு ஒரு தடவைதான் கால் பண்ணுவான். ஆச்சரியமா இருந்தது. அவனே வாரத்துக்கு ஒருதடவை கூப்டறதாலே அடிக்கடி கூப்பிடறதுக்கு எனக்கும் தயக்கம். பேச்சு சடங்கு மாதிரிதான் இருக்கும். ஸ்வீட் நத்திங்ஸ் மாதிரியெல்லாம் எதுவுமேயில்லை. அதிகமா பேசாத, மத்தவங்ககூட ஒட்டாத ஆளா தெரிஞ்சான். கொஞ்சம் குழப்பமாயிடுச்சு. ஏதோ வித்தியாசமா இருக்குன்னு அக்காகிட்ட பேசினேன். நா சொல்ல முயற்சி பண்ற விஷயம் அவளுக்குப் புரியல. மேரேஜ் முடிஞ்சு பாரு, உன்னையே சுத்திச்சுத்தி வருவான்னு சிரிச்சிக்கிட்டே சொன்னா. ரொம்பக் குழப்பிக்க வேணாம்னு அப்படியே விட்டுட்டேன். நான் வேலைய விட்டுடணும்னு அவன் பிடிவாதமா இருந்தான். எனக்கு அதில விருப்பமில்ல. ஆனா அம்மாவும் அப்பாவும் வற்புறுத்துனதால வேலைய விட்டுட்டேன். மேரேஜ் முடிஞ்சு ஒரே வாரத்தில கிளம்பிட்டோம்.

ரொம்ப ஆளுமை செலுத்துற ஆண்களுக்கு ஸ்பானிஷ்ல மாச்சோன்னு ஒரு பேரு இருக்கு, அவன் அப்படித்தான். மாச்சோ மட்டுமில்ல, சாடிஸ்ட்டுங் கூட. என்னை வதைச்சுப் பாக்கறதுல அத்தனை ஆனந்தம். சின்ன வார்த்தை, இல்லாட்டி, பார்வையை வைச்சே ரத்தக் காயத்த உண்டாக்கிடுவான். விளையாட்டுக்காகச் செய்யறான்னு ஆரம்பத்தில நெனைச்சேன். ஆனா அப்படியில்லன்னு போகப்போகப் புரிஞ்சுது. அது அவனுக்கு சைகலாஜிகல் டிஸ்ஸாடர். உலகம் தன்னைச் சுத்தியே சுழலுதுன்னு நினைக்கறவங்ககிட்ட இருக்கற ஒரு குணம் அது. எங்கிட்ட மட்டும்தான் அப்டி நடந்துக்கறானானு பார்த்தா அவனோட அடிப்படையான குணமே அப்படித்தான் இருந்தது.

என்னை மனுஷியா நினைக்காம தனக்குச் சொந்தமான பொருள் மாதிரிதான் நடத்துவான். பிஸிக்கல் இண்டிமசிலயும்

கெடைச்சதெல்லாம் வலிதான். அதில நினைச்சே பார்க்கமுடியாத டார்க்னெஸ் அவன்கிட்டே இருந்தது. ஒருநாள் தாங்கமுடியாம பாத்ரூமுக்குள்ள போய் லாக் பண்ணிட்டு உட்கார்ந்துட்டேன். நானா வர்ற வரைக்கும் வெளியே வான்னு ஒரு வார்த்தைகூடச் சொல்லலை. கோல்டு ப்ளட்டடுனு சொல்வாங்களே, கிட்டத்தட்ட அப்டீத்தான். அவனோட குணத்த மாத்தமுடியும்னு நம்பி எடுத்த எந்த முயற்சியும் பலிக்கல. அதுல ஒரு ஐரனி என்னன்னா, தான் ஒரு பிரச்சினைக்குரிய ஆள்ங்கிறத கடைசிவரை அவன் நம்பவே இல்லை. கவுன்சிலிங் கூப்பிட்டேன். என்னைப் பைத்தியக்காரன்னு சொல்றீயான்னு ஒரு வாரத்திற்கு டார்ச்சர் பண்ணினான்.

வெளியே எங்கயும் கூட்டிட்டுப் போகமாட்டான், கம்யூனிட்டில நிறைய தமிழ் ஃபேமிலிஸ் இருந்தாங்க. யார் வீட்டுக்கும் போகவிடமாட்டான். அவனுக்கு நிஜமான நண்பர்கள்னு யாருமே அங்கில்ல. என்மேல அவங்களுக்கெல்லாம் ஒரு பரிதாபம் வந்திருக்கறத சட்னு கண்டுபிடிச்சிட்டேன். ஆபிஸ் போய்ட்டு வந்தவுடன என்னோட செல்ஃபோன செக் பண்ணுவான். திடீர்னு ஒருநாள் பேங்க் பேலன்ஸ் அத்தனையும் அவனோட அக்கவுண்ட்டுக்கு டிரான்ஸ்பர் பண்ணச் சொன்னான். முடியாதுன்னுட்டேன். பாஸ்போர்ட்டப் பிடுங்கி வைச்சுக்குவான். அப்புறம் தினமும் சண்டைதான். இந்தப் பிரச்சினைகள வீட்ல சொல்லாம இருந்தாலும் என்னாலேயே ஹேண்டில் பண்ணிக்க முடியுங்கற நம்பிக்கையும் குறைஞ்சுட்டே வந்தது.

ஒருநாள் விஷயம் கைமீறிப் போய் நடந்த சண்டைல சமையல் கத்திய எடுத்து அவன் வீசுனபோது உண்டான காயத்தோட தழும்புதான் வலது கண்ணுக்கு மேலே இருக்கறது. அடுத்தநாளே கிளம்பி இந்தியா வந்துட்டேன். தன் மகன் அப்படிப்பட்டவன் இல்லைன்னு அவனோட அம்மா ஒரேயடியா குதிச்சாங்க. டிவோர்ஸ்ல கொஞ்சம் பிரச்சினைகளும் அலைச்சலும் இருந்தது. பட், கடைசில சால்வ் ஆயிடுச்சு. ஒரு பிரச்சினைக்குத் தீர்வுங்கறது என்ன? நாம விடுதலையா உணர்றதுதான். டிவோர்ஸ் பேப்பர்ஸ கைல வாங்குனவுடனே எனக்கு அந்த மாதிரியான விடுதலையுணர்வு கிடைச்சது. அம்மாவுக்கும் அப்பாவுக்கும் குற்றவுணர்ச்சி. அம்மா தைரியமானவதான். ஆனா என்னோட விஷயத்துல அவளோட பலகீனம் புரிஞ்சுது. தூக்கத்திலிருந்து சட்டுன்னு விழிச்சுப் பார்த்தா உட்கார்ந்துட்டு என்னையே பாத்துட்டு இருப்பா. வேற அலையன்ஸ் பார்க்கலாம்னு அம்மாவும்

அப்பாவும் திரும்பப் பேச உட்கார்ந்தப்ப அந்தப் பேச்சையே எடுக்கக்கூடாதுன்னு உறுதியா சொல்லிட்டேன்."

"ஸாரி, எனக்கு என்ன சொல்றதுன்னு தெரியல."

"தட்ஸ் ஓ.கே. நான் அதிலிருந்து விலகி வந்துட்டேன்."

5

சந்தியா முழுமையாகத் தகவமைந்துவிட்டாள். அலுவலகத் தோழிகளோடு ஷாப்பிங் போகிறாள். இந்த ஊரைக் குறித்து அவனுக்குத் தெரியாத புதிய தகவல்களைச் சொல்கிறாள். அவளைப்போல மனதைப்பிடித்து ஏதாவதொன்றில் பொருத்திவைக்க முடியாததே அவனுடைய பிரச்சினையாக இருக்கிறது. அவளுடைய இருப்பு சிறிய மாற்றத்தைக் கொடுத்திருந்தாலும் ஒரு கட்டத்தில் சாதாரணமாக மாறிவிட்டது. மனதின் சுயவதைத் தருணங்கள் மீண்டெழுந்தன. இருட்டிலிருந்து வெளிவந்து வெளிச்சத்தில் நடந்து மீண்டும் இருட்டுக்குள் நுழைவதுபோல் மனநிலை மாறிவிட்டது.

"ஒருவாரமா அமைதியா இருக்கே. உன்னோட லைவ்லினெஸ் மிஸ்ஸிங், ஏதாவது பிரச்சினையா?" மதிய உணவுக்குப் பின்னான சிறுநடையில் கேட்டாள்.

"அப்டியெல்லாம் ஒண்ணுமில்ல."

"நீ வேணா ரெண்டுநாள் ஆஃப் எடுத்துக்க, நான் கவர் பண்ணிக்கறேன்."

"இல்ல, அதெல்லாம் தேவைப்படாது, தூங்கி ரெஸ்ட் எடுத்தா சரியாயிடும்."

"ஓ.கே. பாத்துக்கோ. அப்றம் இந்த வீக் எண்ட் லூசியாவோட சால்ட்டோ போறேன். அவளோட ஹோம் டவுன். என்னையும் கூப்பிட்டா, சரி இன்னும் வெளியே போனதில்லையே, போய்ட்டு வரலாம்னு தோணுச்சு. ஃபெரியாவுல எனக்கும் சேர்த்து வெஜிடபிள்ஸ் வாங்கிடறியா? அப்படியே சண்டே மார்னிங் போய் பேர்ட்ஸயும் ஒரு தடவ பாத்துடு."

"ஷ்யூர். கார்ல போறீங்களா?"

"இல்ல, பஸ் புக் பண்ணிருக்கோம். மண்டே காலைல வந்துடுவேன்."

வெள்ளி மாலையில் தனியாக ஷட்டிலில் திரும்பியவன் மனதின் நச்சரிப்பைக் கட்டுப்படுத்த முயன்று இறுதியில் அதனிடம் சரணடைந்துவிட்டான். ஜேக் டானியல் விஸ்கியும் பாஸ்கல் ஒயினும் அரைகிலோ கோழிக் கறியும் வாங்கிக்கொண்டான். பாத் டப்பில் கிடந்தபோது புத்துணர்வாக உணர்ந்தாலும் நிம்மதியற்ற உணர்வு முழுமையாகத் தணியவில்லை.

இந்த இருபத்தெட்டு வயதில் வங்கிக் கணக்கில் லட்சங்களில் சேமிப்பு. நல்ல சம்பளம். உலகில் எங்கு வேண்டுமானாலும் வேலை வாங்கக்கூடிய திறமை, எல்லாமே இருக்கிறது. ஆனால் ஏன் இந்த உளநடுக்கமும் தனிமையுணர்ச்சியும்? புற வாழ்க்கையின் வலு அகத்தில் ஏன் கூடவில்லை? சந்தியா எவ்வளவு நம்பிக்கையோடு இருக்கிறாள்? தன்னுடைய அகத்தைச் சமனப்படுத்த தனக்கு இந்தக் கணத்தில் என்ன வேண்டும்? ஆறுதலூட்டும் தாய்மடியாக போதை இருந்தாலும் அது தற்காலிக விடுதலையை மட்டுமே கொடுக்கிறது.

காந்தியைப் பார்க்க றாம்ப்லாவுக்கு இறங்கினான். சமிக்ஞை விளக்கில் சிவப்பு விழுந்திருக்கும் நிமிஷங்களின் இடைவெளியில் வளையங்களை வீசி வித்தை காட்டும் தன் வயதொத்த இளைஞனின் நம்பிக்கைதான் என்ன? அவனுடைய காரியத்தில் எப்படி இவ்வளவு தீர்க்கம்? அவனுடைய உற்சாகம் தன்னிடமில்லையே?

“காந்தி, பெரிய காரியங்களைச் செய்யும் மன வலு உங்களுக்கு எப்படி வாய்த்தது? அந்தத் திடமும் உறுதியும் காலத்திடமிருந்து பெற்ற பரிசா? நான் வயதுக்கு மீறி விழைகிறேனா? என் வயதில் நீங்கள் எப்படி இருந்தீர்கள்? தனிமனம் உறும் அல்லல்களை நீங்களும் எதிர்கொண்டிருப்பீர்கள். உலகின் மறுமுனையில் சிலைவைத்து மனிதர்களுக்கு நினைவூட்டும் ஒன்றை இந்த உலகத்துக்கு நீங்கள் கையளித்திருக்கிறீர்கள். தன்னையொரு பரிசோதனை மாதிரியாக வைத்துக்கொண்டதும் சத்தியத்தின் பாதையைத் தேர்ந்தெடுத்ததுமான பெரிய செயல்களைச் செய்திருக்கிறீர்கள். நானோ மனிதன், தன்னை அலட்சியப்படுத்திக்கொள்ளும் மாபெரும் குற்றத்தைச் செய்துகொண்டிருக்கிறேன். என் ஆன்மாவில் கழுவமுடியாத கறை படிகிறது, மனக் குகையில் இருள் சுரந்துகொண்டே இருக்கிறது.”

காந்தியிடம் புலம்பிவிட்டுத் திரும்பியவன் பால்கனியில் உறைந்துவிட்டான். எட்டுமணிக்கு இருள் பரவத் தொடங்கியது. கோழிக் கறியைச் சமைத்தவாறு ஜே.டி.யைப் பருகியபோது ஆல்கஹாலினால் மனபாரங்கள் ஆவியாகி மறைந்தன. லாகிரியைத் துய்க்கும்போது மட்டும் மனம் உடலின் செல்லப் பிராணியாக மாறிவிடுகிறது. யாரிடமேனும் பேச விரும்பினான். சந்தியா சால்ட்டோவை நோக்கிப் போய்க்கொண்டிருப்பாள். அவளை அழைக்கும் எண்ணத்தை அழித்துவிட்டு மத்தியாஸுக்கு முயற்சி செய்தபோது அவர் அழைப்பை எடுக்கவில்லை. எப்போது அழைத்தாலும் எடுக்கக்கூடிய ஒரே ஒருத்தி தீபா மட்டும்தான். ஆனால், இந்தியாவில் இது பின்னிரவு.

மனமும் உடலும் அதி விழிப்பை அடைந்திருந்தன. உறக்கம் வரவில்லை. தொந்தரவற்ற ஆறேழு மணி நேரத் தூக்கம் சில மாதங்களாக வாய்த்திருந்தது. ஆனால், உறக்கமின்மை என்னும் டிராகுலாவின் காலடிச் சரசரப்பு திரும்பவும் கேட்கிறது. ஒலிக்கவிட்ட இசையில் மனம் குவியமறுக்க வேறுவழியின்றி ராம்ப்லாவுக்குப் போனான். தூரதூரங்களில் சிலர் அமர்ந்திருந்தார்கள். அமெந்தே பூனை நடையிட்டவாறு வாடிக்கையாளருக்குக் காத்திருந்தாள். அவளுடைய கையசைப்புக்குப் பதிலைக் கொடுத்துவிட்டு நடந்தான்.

ராம்ப்லாவின் திண்ணைச்சுவரில் அமர்ந்திருந்த மத்திம வயதினன் கிடார் இசைத்துக்கொண்டிருந்தான். வாரப்படாத சிகை கழுத்தைச் சுற்றி வழிந்தது. சிகரெட்டைப் பற்றவைத்தவாறே சற்றுத் தள்ளி ஆனந்த் அமர்ந்தபோது தலையுயர்த்தி மெலிதாகப் புன்னகைத்தான். கிடார் கம்பிகளின் ரீங்காரமும் அலைகளின் ஓசையும் ஒன்றுகலந்தன. அப்படியே கண்களை மூடிக்கொண்டு இருபது நிமிடங்கள் கழிந்தன.

"ச்சாவ்" சொல்லிவிட்டு எழுந்தவன் கிடாரோடு சாலையைக் கடந்து மறைந்துவிட்டான். இசையை மனதுக்குள் மீட்டியவாறு திரும்பியபோது இன்னும் வாடிக்கையாளர் கிடைக்காமல் அமெந்தே நின்றிருந்தாள். ஒரு கோணத்தில் அவளைக் கண்டபோது சட்டென்று அந்த எண்ணம் எழுந்தது. தான் ஏன் அவளை அழைக்கக்கூடாது? முளைத்த அந்த எண்ணத்தை நங்கூரம் போட்டதுபோல் எதுவோ பிடித்து பின்னால் இழுத்தது. சம்பந்தமில்லாமல் சந்தியா ஞாபகத்திற்கு வந்தாள்.

புகைக்கும் சிகரெட் முடியும்வரை வாடிக்கையாளர் கிடைக்காமல் அவள் நின்றிருந்தால் நிச்சயமாகக் கேட்பது என்கிற முடிவிலிருந்தான். சாலையின் புறங்களைப் பார்த்தவாறு நடையிட்டுக்கொண்டிருந்தாள். சிகரெட் சிறுத்து வந்தது. இரு திசைகளிலும் வாகனத்தின் தடயமில்லை. சிகரெட்டை அணைத்துவிட்டுத் தீர்க்கத்தோடு எழுந்தபோது றாம்ப்லா காந்தியிலிருந்து வந்த கார் அமெந்தேவின் அருகில் நின்றது. குனிந்து பேசியவள் காருக்குள் ஏறும்போது அங்கிருந்து கையசைத்தாள். வேகமெடுத்த காரின் பின்புறத்தைப் பார்த்தவாறு ச்சாவ் என்று மனசுக்குள் முனகினான்.

6

சந்தியாவின் அப்பார்ட்மெண்டுக்கு அவள் இல்லாதபோது செல்வது இதுதான் முதல்முறை. மாற்றுச் சாவிகளைப் பரஸ்பரம் கொடுத்து வைத்திருந்தார்கள். உள்ளே நுழைந்தபோது கூண்டுக்குள்ளிருந்து தலையுயர்த்திய கிளிகள் அவனை அடையாளம் கண்டு மகிழ்ச்சிக் கீச்சுக்களை வெளிப்படுத்தின. வரவேற்பறையில் பரவியிருந்த வாசனையை ஆழ முகர்ந்தபோது நிறைவு பரவியது. தானியம் மாற்றப்படவேண்டிய தேவையின்றி குறையாமல் குவளையில் இருக்க நீரை மட்டும் மாற்றிவிட்டுக் கிளிகளை நோக்கி விரலை நீட்டினான். கிளிகளில் ஒன்று தன் அலகால் விரலைப் பற்றியபோது ரோமாஞ்சனம் ஏற்பட்டது. இரண்டையும் வருடிக்கொடுத்துவிட்டுக் கூண்டை மூடினான்.

படுக்கையறையின் கதவை நீக்கியவன் துளியும் கசங்கலின்றி இருந்த மெத்தையின் வெண்விரிப்பையே இரண்டு நிமிடங்களுக்கு வெறித்தவாறு நின்றபோது வாழ்க்கையிடமிருந்து தான் விழைவது என்ன என்பதற்கான விடை நெருப்புப் பொறியைப்போல் மின்னியது. ஆமாம், சந்தியாவைப் போன்ற ஒரு பெண்ணின் மடியில் தலைசாய்த்துக் கிடக்கும் விழிப்பும் உறக்கமும் கலந்த ஒரு கனவு நிலைதான் அவனுக்கு வேண்டும். அந்த எண்ணம் ஏற்படுத்திய அதிர்ச்சியில் உடலைக் குலுக்கிக்கொண்டான்.

நீண்ட பெருமூச்சோடு விளக்குகளை அணைத்தான். சூழ்ந்த இருட்டுக்குக் கிளிகள் கீச்சுக்குரல் எழுப்பின. திரும்பவும் விளக்கைப் போட்டபோது அமைதியாகி அவனையே பார்த்தன. உங்களுக்கென்ன, நீங்கள் ஜோடிகள் என்று முணுமுணுத்தவன் விளக்கை அணைத்துவிட்டு வெளியேறினான். வெளியே நகரம் இரவு வாழ்க்கைக்குத் தயாராகிக்கொண்டிருந்தது.

திரும்பவும் அமுக்குப் பிசாசு அவனைப் பீடித்துவிட்டது. தன் நாக்கைச் சப்புக்கொட்டிக்கொண்டு போதை போதை என்று உந்தவும் குடியிலேயே கிடந்தான். நேரத்தைக் குறித்த பிரக்ஞையுணர்வு நழுவிவிட்டது. எண்ணற்ற உருவெளித்

தோற்றங்கள். இன்னதென்று புரியாத தெளிவற்ற காட்சிகள். உயரங்களிலிருந்து திரும்பத் திரும்பக் கீழே விழுகிறான், உடல் எதனாலோ அழுத்தப்படுகிறது, முகமற்ற மனிதவுருக்கள் முண்டத்தோடு குதியாளமிடுகின்றன. வாதை முடிவில்லாமல் பெருகுகிறது.

கண் விழித்தபோது அறையில் வெளிச்சமிருந்தது. வரவேற்பறை கார்ப்பெட்டின் மீது அவன் கிடந்தான். சுற்றிலும் காலி மதுப் புட்டிகள். கழுவப்படாத உணவுத் தட்டுகள். சந்தியாவிடமிருந்து ஏழு தவறிய அழைப்புகள், ஒரு குறுஞ்செய்தி. கண்களை உறுத்து நாளையும் நேரத்தையும் பார்த்தான். திங்கள் காலை எட்டு மணி. உடலில் காய்ச்சல் தகித்தது. நடுங்கும் கரங்களால் சந்தியாவுக்கு அழைத்தான். அவளுடைய பதட்டக் குரலுக்குப் பதில் சொல்ல குரல் எழும்பவில்லை. செல்ஃபோன் கையிலிருந்து நழுவியது.

அழைப்பு மணிக்கு சுவரைப் பிடித்துக்கொண்டு அடிமேல் அடிவைத்தபோது தூரம் முடிவில்லாமல் நீண்டது. உடலின் வலு முழுக்கவும் உறிஞ்சியெடுக்கப்பட்டுவிட்ட பலகீனம். கதவை நீக்கி சந்தியாவைக் கண்டவுடன் அவமானமும் வெட்கமும் ஏற்பட்டன. அவளுடைய கண்களை ஏறிட்டுப் பார்க்கும் துணிச்சல் ஏற்படவில்லை. சுவரைப் பிடித்தவாறு திரும்பும்போது நிலை தடுமாறியவனை தாங்கியவளின் கையில் அவனுடைய காய்ச்சல் சூடு தகித்தது.

அவள் ஜன்னலை நீக்கிவிட்டபோது உள்ளே வந்த புதுக் காற்றில் உடல் நடுங்கியது. படுக்கையில் சரிந்து உடலைக் குறுக்கிக் கொண்டான். வரவேற்பறையைச் சுத்தமாக்கும் அவளுடைய நடமாட்டம் நிழலுருவாய்த் தெரிந்தது. அன்றைய நாளின் முக்கியமான அலுவலகக் கலந்துரையாடல்களில் அவள் பேசுவது தூரத்துக் குரலாய்க் கேட்டது. மதியம் அவள் தயாரித்துப் புகட்டிய கஞ்சி உள்ளே தங்காமல் வாந்தியானது. சுத்தப்படுத்துகிறேன் என்று எழ முயன்றவனை அதட்டிவிட்டு அவளே சுத்தம் செய்தாள். இந்தச் சூழ்நிலைக்காகத் தன் மீதே அவனுக்குக் கோபம் வந்தது. மருத்துவமனைக்குச் செல்லும் அவளுடைய யோசனையை மறுத்துவிட்டான்.

காலையில் வந்தால் போதுமென்று அவளைக் கிளம்பச் சொன்னதைப் பொருட்படுத்தவில்லை. வரவேற்பறையின் கௌச்சிலேயே படுத்துவிட்டாள். இரவெல்லாம் அவன்

அரற்றிக்கொண்டிருந்ததாகக் காலையில் சொன்னாள். இரண்டாவது தினம் உடல் உணவை ஏற்றுக்கொள்ளத் தொடங்கி மாலையில் காய்ச்சல் தணிந்துவிட்டிருந்தது. எப்போதும் திருத்தமாக இருக்கும் சந்தியா சற்றே கலைந்திருந்தாள்.

மூன்றாவது நாள் அவள் அலுவலகத்திற்குச் செல்ல அவன் வீட்டிலிருந்தே இணைந்துகொண்டான். சந்தியாவின் புழக்கத்தால் அப்பார்ட்மெண்டிற்குள் வாசனை மாறியிருந்தது. நோய்மைக்கு மனித அணுக்கமும் ஒரு மருந்துபோல. இரவுக்கான உணவைச் சமைத்து எடுத்து வந்திருந்தாள். மன்னிப்பு கோரும் தொனியில் விளக்க முற்பட்டபோது சட்டென்று இடைமறித்துச் சொன்னாள்.

“நான் உன்ன ஜட்ஜ் பண்ண நினைக்கறதும் அதுக்கு நீ ஜஸ்டிஃபை பண்ண நினைக்கறதும் தேவையில்லாத விஷயங்கள். ஒரு ப்ரெண்டா நா சொல்றது எல்லாம் நம்மோட ஆரோக்கியத்தை நாமே பாழ் பண்ணிக்கறது பெரிய இக்னோரன்ஸ். தட்ஸ் இட்.”

7

நகரமெங்கும் கார்னிவல் கொண்டாட்டத்தின் மகிழ்ச்சி நிரம்பியிருக்கிறது. கொண்டாட்டங்கள் மகிழ்ச்சியானவை என்றாலும் மனம் முழுமையாகக் குவிந்து அவன் அவற்றில் பங்கெடுத்துப் பழக்கமில்லை. பெரும்பாலும் மலையருவியைத் தூரத்திலிருந்து பார்க்கும் சந்தோஷத்தைப் போலத்தான். சில சமயங்களில் நெருங்கிச் சாரலை அனுபவித்திருக்கிறான், அதன் முழக்கத்தில் திளைத்து நின்றதேயில்லை.

கல்லூரி நண்பர்களோடு பொங்கல், நோன்பு சாட்டுதல், குண்டம் இறங்குதல் மாதிரியான ஊர்த் திருவிழாக்களுக்குப் போயிருக்கிறான். நண்பர்களின் வீட்டில் அவன் என்ன ஆள் என்பதைத் தெரிந்துகொள்ளும் துடிப்போடு இருப்பார்கள். வெளிப்படையாகக் கேட்காவிட்டாலும் பேச்சிலும் உடல்மொழியிலும் நுட்பமான இடைவெளிகள் தெரியும். தண்ணி புழங்கும் சாதிதான் என்று நண்பர்கள் சொல்லிச் சமாதானப்படுத்துவதை ஓரிரு முறைகள் கேட்க நேர்ந்திருக்கிறது. சங்கடமூட்டக்கூடிய அந்த ஒன்றைத் தவிர மற்ற அனுபவங்கள் மகிழ்ச்சியானவையாகவே இருந்திருக்கின்றன.

பெண்கள் தெருவில் நீர் தெளித்துக்கொண்டு முன்னால் போவார்கள். ஆண்களின் சிரங்களில் தீர்த்தக் கலசங்கள். ஊர்வலம் ஊரைச் சுற்றி வரும். நீரினால் சூடு கிளர்ந்து மண்வாசனை எழும். பூக்கள், ஊதுபத்தி, சாம்பிராணி என்று பூசைப் பொருட்களின் வாசனை மூச்சை நிறைக்க மங்கல மகிழ்ச்சி துலங்கும். பறையடிப்பவர்கள் சுழன்று சுழன்று அடிப்பார்கள். காற்றை அறைந்து முழங்கும் பறையொலிக்கு உடல் தனக்குள் ஆடத்தொடங்கும். திருவிழாக்களின் பூரணமான கணங்கள் என்றால் அவை அந்த ஆட்டத்தைக் காணும் நேரங்களாகவே அவனுக்கு இருந்திருக்கின்றன.

அலங்காரமும் இசையும் நடனமும் கலந்த கொண்டாட்டம்தான் கார்னிவல் திருவிழாவும். தென் அமெரிக்காவின் நீண்ட கார்னிவல்

கிட்டத்தட்ட ஐம்பது நாள்களுக்கு மாண்டிவீடியோவின் வெவ்வேறு பகுதிகளில் இசையோடும் நடனத்தோடும் நடக்கிறது. முடிவதற்கு நள்ளிரவாகிவிடும். திரும்பிவந்து றாம்ப்லாவை வெறித்தவாறு பால்கனியில் அமர்ந்தால் இசையும் காட்சிகளும் உடல்களும் திரும்ப மனக்காட்சியில் அரங்கேறும்.

போக்குவரத்து தடுக்கப்பட்ட பரந்த சாலையில் இசையை முழக்கிக்கொண்டு அணியணியாக வருகிறார்கள். ஒவ்வொரு குழுவுக்குமே தனிச் சீருடை, அலங்காரம், பிரத்யேகமான ராட்ஷதக் கொடியை அசைத்துக்கொண்டு கட்டியக்காரர்கள் முன்னால் வருகிறார்கள். ஆண்கள் தொளதொளப்பான மேற்சட்டையும் காற்சட்டையும் அணிந்து லிங்கன் தொப்பியோடு டிரம்ஸ் இசைக்கிறார்கள்.

அடுத்து வரும் கார்னிவல் பெண்கள் மாயாஜாலத்தை உருவாக்குகிறார்கள். சிற்றுடை அணிந்து மினுங்கும் அலங்காரத்தோடு இருக்கிறார்கள். அழுத்திப் பின்னப்பட்ட கூந்தல். தோளில் பொருத்தப்பட்ட சிறகுகள். கிரீடங்களில் பெரிய இறகுகள். குதி உயர்த்திய காற்செருப்புகள். தாளத்திற்கேற்ப வளைந்து நெளிந்து துள்ளும் உடல்கள். நடனத்தின் வழியே பெண் மகிழ்ச்சியை வெளிப்படுத்தும்போது அது ஒளியைப் போல் எங்கெங்கும் தகதகத்துப் பரவுகிறது. அதிர்ந்து பரவும் இசையினூடே சிறுவர்களும் குழந்தைகளும் ஓடி விளையாடுகிறார்கள். எத்தனையோ துன்பங்களுக்கும் இடையில் மனிதர்கள் தங்கள் மகிழ்ச்சிகளைக் கண்டுபிடித்துத்தான் ஆகவேண்டும், துன்பம் தவிர்க்கமுடியாதது, இன்பம் மறுக்கக்கூடாதது. கார்னிவல் நாள்களில் அதைத்தான் உணர்ந்தான் ஆனந்த்.

புகைப்படங்களை ரசித்து எடுத்தாள் சந்தியா. சில நெரிசற் தருணங்களில் இயல்பாகவே கைகளைப் பிடித்துக்கொண்டார்கள். இசையில், தாள லயத்தில், உடையில், அசைவுகளில் நுட்பங்களைக் கவனித்துச் சொல்லுவாள். அவளிடம் பெருகும் ஈர்ப்பைக் கார்னிவல் நாள்களில் எப்படியேனும் உணர்த்திவிடத் தவித்தான். மனசுக்குள் மதநீர் பொசியத் தொடங்கிவிட்டபின் மனத் தவிப்பு கூடிவிட்டது.

அவளுடைய பிறந்தநாளுக்கு இரண்டு வாரங்கள் இருக்கின்றன. ஏதேனும் பரிசளித்து அதனூடே தன் விருப்பத்தை வெளிப்படுத்தத் தோன்றியது. இடையில் காதலர் தினம் வருகிறது. அவளிடம்

ஏற்பட்டிருக்கும் ஈர்ப்பைக் காதல் என்று அறுதியிட்டுச் சொல்லமுடியாவிட்டாலும் பிரியமும் ஆசையும் கட்டற்றுப் பெருகுகின்றன. அவள் எப்படி எதிர்கொண்டாலும் சரி, இந்த உணர்வுகளை அவளிடம் வெளிப்படுத்துவது மட்டுமே தனக்கு ஆசுவாசத்தைக் கொடுக்கும். அலுவலகத்தில் மதிய உணவை ஓவனில் வைத்துச் சூடுபடுத்தியபோது கேட்டான்.

"உனக்கு யாராவது ப்ரோபோஸ் பண்ணிருக்காங்களா? ஐ மீன், உன் கல்யாணத்துக்கு முன்னாடி? நீ படிக்கும்போது, இல்ல ஓர்க் பண்ணும்போது?"

ஏறிட்டு உற்றுப் பார்த்தவள் மலர்ந்த நமுட்டுச் சிரிப்போடு கேட்டாள்.

"என்ன நினைக்கறே? எனக்குப் ப்ரோபோஸ் பண்ணிருப்பாங்கன்னு நினைக்கறியா, இல்லேன்னு நினைக்கிறியா?"

"அதையெப்படி நான் சொல்றது? வாய்ப்பிருந்திருக்கலாம்னு யூகமாச் சொல்லலாம்."

"ம்ம்" அணைந்த ஓவனிலிருந்து டப்பாக்களை வெளியே எடுத்தாள்.

"நீ இன்னும் பதில் சொல்லல."

"சொல்றதுக்கு எதுவுமில்லை."

"இவ்வளவு அழகான சந்தியாவுக்கு யாருமே ப்ரோபோஸ் பண்ணலேன்றது ஆச்சரியமா இருக்கு."

"வ்வாட்?" அவள் உறுத்துப் பார்த்தபோது முகத்தில் சலனமற்ற பாவனையைப் பொருத்திக்கொண்டு உணவை மென்றவாறே அவளையே பார்த்தான்.

"பாக்கறது, பேசறது அப்டீன்னு எல்லா விதத்திலும் கொஞ்சநாளா நீ என்ன ஃப்ளிர்ட் பண்றே" உதடுகளின் ஓரத்தில் துளியளவுப் புன்னகையோடு சொன்னாள்.

"ஏன்? அது உனக்குப் பிடிக்கலையா?"

உடனடி எதிர்க்கேள்விக்கு அவளிடமிருந்து பதிலில்லை. தன்னுடைய தைரியத்தின் மீதான ஆச்சரியத்தோடு ஏறிட்டபோது அவளும் மூகமூடியை அணிந்துவிட்டிருந்தாள்.

"சரி, எனக்கு யாராவது ப்ரோபோஸ் பண்ணிருக்காங்களான்னு கேட்டே. ஆனா நா யாருக்காவது ப்ரோபோஸ் பண்ணிருக்கனானு

நீ ஏன் கேட்கவே இல்லை? அதுக்கும் வாய்ப்புகள் இருந்திருக்கலாம் இல்லையா?"

சீண்டி ஆழம் பார்ப்பதற்காக இந்தக் கேள்வியைக் கேட்பதாகத் தோன்றியது.

"இல்ல, வழக்கமா ஆண்கள்தானே இந்த விஷயத்தை ஆரம்பிப்பாங்க? ஆண் பின்னாடி வர்ற பெண்ணைவிட, பெண் பின்னாடி போற ஆண்தானே அதிகம்? சரி நீ பதில ரெண்டுக்கும் சேர்த்தே சொல்லேன்."

"சரி அத விடு. நீ ப்ரோப்போஸ் பண்ணிருக்கையா?"

"நோ."

துண்டுதுண்டான கேள்விகளோடும் பதில்களோடும் ஆடுபுலி ஆட்டம் போல் வெட்டி விளையாடும் விளையாட்டாய் அந்தப் பேச்சு பாதியில் முடிந்தது.

சந்தியாவின் பிறந்தநாளுக்குப் பரிசு வாங்குவதற்காக மாண்டிவீடியோ ஷாப்பிங்கிலும் புன்த்த கரத்தாஸ் மாலிலும் அலைந்தான். ஏதேனும் உடை, இல்லை, அது சரிப்பட்டு வராது. ஆபரணங்கள், ம்ஹூம், அது அதீதமான உரிமையை வெளிப்படுத்துகிற விஷயம். கைப்பை? அவள் ஏற்கெனவே இரண்டு வைத்திருக்கிறாள். கொடுப்பவர் பெறுபவரை எவ்வளவு புரிந்து வைத்திருக்கிறார் என்பதற்குப் பரிசு சாட்சியாக இருக்கவேண்டுமென்றாலும் தான் கொடுக்கும் பரிசு தன்னுடைய ஈர்ப்பை வெளிப்படுத்துவதாகவும் இருக்கவேண்டுமென்று நினைத்தான். சட்டென்று தோன்றியது, பர்ஃபியூம். நினைத்தவுடன் அவள் உபயோகப்படுத்தும் பர்ஃபியூமின் வாசனை நாசியில் எழுந்தது. அவனுக்கு மிகப் பிடித்த வாசனை.

புன்த்த கரத்தாஸ் மாலில் வாசனைத் திரவியங்களுக்கு மட்டுமேயான கடையில் விதவிதமான ப்ராண்ட்கள் இருந்தன. வேறு வாடிக்கையாளர்கள் எவரும் இருந்திராத அத்தருணத்தில் சிப்பந்திப்பெண் ஹோலா என்று சிரித்தவாறே வரவேற்றாள். பெண்களுக்குப் பரிசளிக்கப் பொருத்தமான நல்ல உயர்தரமான பர்மியூம் வேண்டுமென்றான். ஏழெட்டு மாதிரிகளைத் தேர்ந்து வாசனையைப் பரிசோதிக்க ஒவ்வொன்றாக அவனுடைய புறங்கையில் மெலிதாகப் பீய்ச்சினாள். ஒவ்வொரு புட்டியும் ஒரு தனித்த வாசனைப் பிரபஞ்சம். எதைத் தேர்வது என்கிற

குழப்பம். மெரூன் நிறத்தில் இருந்த புட்டியைத் தேர்வுசெய்ய உள்மனம் சொல்லியது. சிப்பந்திப்பெண்ணிடமே பரிந்துரை கேட்க அவளும் அதையே முன்னகர்த்தினாள். விலை அதிகமென்றாலும் மனதில் திருப்தி கூடியது.

மறுநாள் சனிக்கிழமை சந்தியாவின் பிறந்தநாள். வாழ்த்து அட்டையையும் பர்ஃபியூமையும் பையிலேயே வைத்திருந்தான். வெள்ளியன்று முக்கியமான கார்னிவல் விழா. அலுவலகத்திலிருந்து நேரிடையாகக் கிளம்பிவிட்டார்கள். அன்றைய கார்னிவல் அரசிகள் கூடுதலான பேரழகோடு இருந்தார்கள். நாற்பது வயது சொல்லத்தக்க விதத்தில் ஒல்லியான உடல்வாகோடு லாகவமாக ஆடிய பெண்தான் அன்றைய நடனத்தில் நாயகி. சந்தியாவுங்கூட அதைக் கவனித்துச் சொன்னாள்.

முன்னிரவில் டாக்ஸியில் திரும்பும்போது மறுநாள் ஃபெரியாவுக்குச் செல்வது குறித்தும் மதிய உணவைச் சேர்ந்து சமைப்பது குறித்தும் பேசியவாறு வந்தார்கள். அப்பார்ட்மெண்டிற்குள் நுழைந்து அவள் விளக்கைப் போட்டபோது கிளிகள் வரவேற்பொலி எழுப்பின. அருகில் சென்றவன் கம்பிகளின் இடைவெளியில் விரலை நுழைத்து அழைத்தான். ஆனால் அவை அசையாமல் இருந்தன. முகத்தைத் திருப்பாமல் சொன்னான்.

“நூடுல்ஸ் செய்யறியா, லைட்டா பசிக்குது.”

வரவேற்பறையின் சுவர்களுக்குள் வழக்கமான இதம் சூழ்ந்திருந்தது. வசிப்பவர்களின் மனநிலைக்கு ஏற்ப வீடுகள் பொலிவதும் குலைவதுமாக இருக்கின்றன. ஐந்து நிமிடங்களில் இரண்டு போர்சீலின் கிண்ணங்களில் ஆவி பறக்கும் நூடுல்ஸோடு வந்தாள். கூந்தலை அவிழ்த்துப் பிரித்துக் கொண்டையாக முடிந்திருந்தாள். உண்டு முடித்தவுடன் பையில் பரிசுப் பொதியாக இருந்த பர்ஃபியூமையும் வாழ்த்து அட்டையையும் நீட்டியவாறு வாழ்த்துகளைச் சொன்னான். விழிகளில் மெலிதான விரிவுடன் வாங்கிப் பிரித்தவள் சிரிப்போடு நன்றி சொன்னாள்.

அவனுடைய முதுகை ஓர் அரூபக்கரம் உந்தியது. அவளுடைய கண்களிலிருந்து பார்வையை விலக்காமல் அவளுடைய கைகளைப் பற்றி மெல்ல இழுத்தான். இழுக்கப்பட்டதுபோல் இல்லாமல் உந்தப்பட்டதுபோல நெருங்கியவளின் முகத்தைக் கைகளில் ஏந்தி உதடுகளில் முத்தமிடுகையில் அவளிடம் தயக்கமும் பின்வாங்கலும் இல்லாததைக் கண்டு நிம்மதி பரவியது.

8

அவள் விழித்தபோது ஆனந்த் அருகாமையில் உறங்கிக்கொண்டிருந்தான். வரவேற்பறைக்கு வந்தவள் திரைச் சீலையை விலக்கிப்பார்க்க காலை வெளிறலாக விடிந்துகொண்டிருந்தது. மனிதர்களற்ற தெருவில் நடைபாதையோரம் வரிசையாக நிறுத்தப்பட்டிருந்த கார்களின் மீது மெல்லிய புகைப்படலம் படிந்திருந்தது. தரையோடு வீசிய காற்றுக்கு ஓர் ஒற்றைக் காகிதம் நடைபாதையில் விட்டுவிட்டுப் பறந்தது. கண்களை மூடி உடலுக்குள் குருதியோட்டத்தின் வெதுவெதுப்பை அனுபவித்தாள்.

ஆனந்த் மென்மையானவன். மற்றவர்களுக்குத் துயரத்தையும் வருத்தத்தையும் கொடுக்க விரும்பாமல் தன்னை வதைத்துக்கொள்பவன். ஆழத்தில் சற்றே வலிமை குன்றிய துயரார்ந்த ஆன்மா. இந்தத் தொடக்கத்தை எப்படிப் பார்க்கிறான் என்று புரிந்துகொள்ள வேண்டும். அவனுடைய சமிக்ஞைகளைத் தொடக்கத்திலிருந்து அறிந்தேதான் இருந்தாள். ஆனால் தன்னுடைய வாழ்க்கையில் எந்த இடதத்தில் அவனைப் பொருத்துவது என்ற யோசனையிலிருந்த தருணத்தில் நேற்றைய இரவு எதிர்பார்த்திராத புதிய திசைக்குள் அவளைச் செலுத்திவிட்டது. குடும்பம், கணவன் என்ற தீயசுழலுக்குள் இன்னுமொருமுறை சிக்குவதைத் தான் விரும்பவில்லை என்பதை அவனிடம் ஆரம்பத்திலேயே தெளிவுபடுத்திவிடவேண்டும்.

ஆனந்த் எழுந்துவரும் ஓசைக்கு ஜன்னலிலிருந்து பார்வையை விலக்கினாள். தோற்றம் கலைந்த அவளுடைய அழகைக் குறித்துக் கிசுகிசுத்தவாறு புறங்கழுத்தைக் கட்டிக்கொண்டான். வாழ்க்கையின் அற்புதக்கணங்கள் நிகழ்கின்றன என்பதுபோல் மௌனத்தோடு இருந்தவர்களைக் கண்டு அதுவரை அமைதியிலிருந்த கிளிகள் சிறகடித்துக் குரலெழுப்பின.

***

மனதுக்குள் உல்லாசம். குளுமையூடிய மனநிலை. கட்டடங்களின் முகப்புகள், சமிக்ஞை விளக்குகள், இன்னும் திறக்காத கடைகளின் கண்ணாடிச் சுவர்களின் வழியே தெரியும் பொருட்கள், சாலையோர மரங்களிலிருந்து உதிரும் இலைகள், வளைவில் உருக்கொண்டு கண்நிறைக்கும் ரியோ தெ லா பிளாட்டாவும் றாம்ப்லாவும், நீருக்கு மேலே விரிந்த வானம் என எல்லாம் புதிய மகிழ்ச்சியைக் கொடுத்தன. கியோஸ்க்கில் சிகரெட் வாங்கிக்கொண்டு றாம்ப்லாவுக்குச் சென்றான். கூட்டம் குறைவாக இருந்தது. வாழ்க்கையில் முதன்முறையாக மகிழ்வின் அருவியில் திளைத்திருக்கிறான். குழந்தை விளையாடிச் சலிக்கும்வரை தொந்தரவூட்டாமல் பொறுமையாகக் காத்திருக்கும் தாயைப்போலக் காலம் காத்திருக்கிறது.

இருவருக்குமான உறவு வேறொரு நிறத்தை அடைந்துவிட்டது. அலுவலகத்தில் கள்ளப்பார்வை பார்த்துக்கொண்டு மனமும் உடலும் அவளது அண்மைக்கு ஏங்கின. ஒன்றாக உறங்கத் தொடங்கிய சில நாள்களுக்குப் பிறகு தன் கவனமின்மையை நொந்தவாறு பதட்டத்தோடு கேட்டான்.

“நீ கேட்டது சந்தோஷம். ஆனா அதை நா பாத்துக்கறேன். பாத்தியா? இதுதான் பயாலஜிக்கலி ஆணுக்கும் பெண்ணுக்குமான வித்தியாசம். பெண்களுக்கு இந்த ட்ராப் இருக்கு.”

“பிலஸ் யூஸ் பண்றியா? யூ நெவர் ஆஸ்க்டு மீ டூ யூஸ் ரப்பர்ஸ்.”

“ரொம்பப் பயப்படாதே. அதெல்லாம் என் கவனத்துல இருக்கு.”

“பயமெல்லாம் இல்ல. இப்பவே வேணாலும் தாலி கட்டறேன்.”

“தமிழ்ல ஒரு சினிமா வந்துதே, ஹீரோ தாலியக் கைல வச்சிட்டு சுத்தற மாதிரி. விட்டா நீயும் அதுமாதிரி செய்வே போல?”

***

றாம்ப்லாவில் அமர்ந்திருந்தார்கள். நீலநிற ஜீன்ஸ். இளஞ்சிவப்பு உல்லன் ப்ரேஸியர், மேலே வெண்ணிற ஓவர்ஆல், உறுத்தாத லிப்ஸ்டிக். கூந்தலை அலையாகப் பரவவிட்டிருந்தாள். கண்களை விலக்கவே முடியவில்லை. அவளுடைய பொலிவில் அபூர்வம் கூடியிருந்தது.

“என்ன அப்படிப் பாக்கறே?”

“க்ளிஷேதான். ஆனாலும் சொல்றேன். நீ ரொம்ப அழகா இருக்கே.”

கைகளை எடுத்துக் கோத்தவாறு அவளுடைய கண்களைப் பார்த்தான்.

“வரவர ரொம்ப ரொமாண்டிக்கா மாறிட்டு வர்றே.”

“என்னால அப்படி உணராம இருக்க முடியல. உனக்கு இதுமாதிரி எதுவும் இல்லையா?”

“ஓப்பனாவே கேட்கறேன் ஆனந்த். நீ என்னை லவ் பண்றியா?”

“அப்படி உறுதியாச் சொல்ல முடியல. ஆனா அதுமாதிரி ஒண்ணு.”

“லுக் ஆனந்த், எனக்குப் புரியுது. ஆனா சில விஷயங்களை வெளிப்படையா பேசித் தெளிவா இருக்கறது முக்கியம். ப்ரெண்ட்ஷிப், லவ், லஸ்ட், நைட் ஸ்டாண்ட் எக்ஸ்ட்ரா எக்ஸ்ட்ரா... பேர் எப்படி வேணாலும் வைச்சுக்கலாம். ஆனா இந்த உறவு நிர்ப்பந்தமா ஆகறத நான் விரும்பல. கட்டுப்பாடுகளோட சுமை இல்லாம இருக்கறது முக்கியம். அப்படி ஷேப் பண்றது முடியாத காரியம்னு நீ நினைச்சா நாம பழைய ஆனந்த் சந்தியாவா தொடரலாம்.”

“இஃப் லூப் மாதிரி சிம்பிளாச் சொல்றே. ஆனா உணர்ச்சிகளைக் கணக்கிலே எடுக்க மாட்டறே. நாம இனிமேல் பழையமாதிரி மாறவேமுடியாது.”

“நோ ஆனந்த். எமோஷன்ஸ கணக்கிலெடுத்துக்கிட்டு தெளிவா டிஃபைன் பண்ண முயற்சி செய்யறேன். உண்மைய சொன்னா உணர்ச்சிகள்கூட ஒரு கணக்குதானே? சப்ஜக்டிவானது. நமக்குத் தேவையான விஷயம் மட்டுந்தானே முக்கியமானதா, உணர்வுப்பூர்வமா மாறுது?”

அமைதியாகவும் உறுதியாகவும் சொன்னாள். மனதுக்கு மூக்கணாங்கயிறு மாட்டுகிறாள். முழுமையாகப் பிடிபட மறுக்கிறாள். இதுதான் ஆழமென்று நினைத்துக் காலூன்ற எத்தனிக்கும்போது தரை கிடைக்காமல் தடுமாறவிடுகிறாள்.

“உன் கையத் தொடும்போது, உன் கண்ணப் பாக்கறப்போ மனசுக்குள்ள வைப்ஸ் வருதே? இந்த இண்டிமசி, அள்ளி எடுத்து உள்ளே புதைச்சிக்கணும்னு தோணற விஷயம், மொத்தமா

சரணாகதி ஆகிடணும்னு நினைக்கறது. இதுக்கெல்லாம் லஸ்ட் மட்டும்தான் காரணம்னு சொல்றியா?”

அவள் பதில் சொல்லாமல் மௌனமாக இருந்தாள்.

சந்தியாவிடம் மட்டும் மனம் ஏன் விழைகிறது? உடைமை யுணர்ச்சியின் வெளிப்பாடா இது? அவளுடைய அழகு, அதன் மூலகமான உடல், அதில் தான் துய்க்கும் இன்பம், இவற்றைத் தனக்கு மட்டுமே சொந்தமாக்கிக் கொள்ள முனையும் ஆண் என்பவனின் விழைவு. அதைத்தான் முளையிலேயே கிள்ளி எறிகிறாள். அஃப்கோர்ஸ், அவளுக்குக் கசப்பான அனுபவம் இருக்கிறது. அதன் காரணமாக அவள் எடுத்திருக்கும் முடிவை மறுக்கவோ முரண்படவோ தனக்கு உரிமையுமில்லை. அவனுடைய பார்வையின் குழைவைக் கண்டு கண்களாலேயே என்னவென்று வினவினாள். அவனுக்குள் எதுவோ உடைந்து சொற்களாகப் பரவியது.

“உண்மையைச் சொல்லனும்னா நீ வர்றதுக்கு முந்தின மாதங்கள்ல ரொம்பத் தனிமைல இருந்தேன். வேலை, சம்பளம், சர்வைவலுக்கான நுட்பம் இதெல்லாம் இருக்கறது விஷயமில்ல. ஆனா உள்ள நான் யாரு அப்டீங்கறது பெரிய சந்தேகமாயிடுச்சு. பிடிமானம் இல்லாம மிதந்துக்கிட்டு இருந்தேன். எப்ப வேணும்னாலும் விழுந்துடுவேன்னு பயம். கிட்டத்தட்ட ஆல்கஹாலிக் ஆயிட்டேன். என்னோட கட்டுப்பாட்டுல நான் இருக்கமுடியல. யோசிக்க யோசிக்க எனக்குத் தேவை ஒரு குடும்பங்கறது புரிஞ்சுது. அஃப்கோர்ஸ் குடும்பத்தில மகிழ்ச்சி மட்டுமே இருக்கும்னு சொல்லல. ஆனா, இதைவிடச் சிறந்த வேறொன்ன நாம இன்னும் உருவாக்கலையே?”

“நீ நினைக்கறதுல தப்பில்ல. இயற்கையான விஷயந்தான். ஒரு ஃபேமிலி வேணுங்கறது உன்னோட வாழ்க்கைல இருந்து பார்க்கும்போது நியாயமான ஆசை. ஆனா என்னோட இப்போதைய மனநிலை அதிலிருந்து விலகி இருக்கறதுதான். நாம எதிர்த்திசையில் நடக்கிறோம்னு தோணுது ஆனந். நா சுதந்திரமா வளர்க்கப்பட்டவ. வொர்க் பண்ணிட்டு இருந்தேன், எக்னாமிக்கலி இண்டிபெண்டண்ட். இத்தனை இருந்தும் அவனோட வாழ்ந்த சில மாசங்கள்ல அவ்வளவு பலவீனப்பட்டுட்டேன். குடும்பங்கற அமைப்பு என்னை எக்ஸ்ப்ளாய்ட் பண்ணிருச்சு. கல்யாணம் பண்ணிக்கிட்டு குழந்தை பெத்தாத்தான் பெண்ணோட வாழ்க்கை

முழுமை அடையுங்கறதை நான் நம்பலை. உனக்குத் தேவை சிஸ்டத்துல நம்பிக்கையுள்ள ஒருத்தி. கண்டிப்பா அது நான் இல்ல. ப்ளீஸ் புரிஞ்சுக்கோ."

"சரி, நம்மோட ரிலேஷன்ஷிப் என்னவாகும்? அதப் பத்தி என்ன சொல்றே?"

"சொல்றதுக்கு என்ன இருக்கு? எனக்கு இந்த நிமிஷத்தில் இப்படி இருக்கறது பிடிச்சிருக்கு. இதுக்குமேல நீதான் சொல்லணும். எல்லாமே ஒரு கட்டத்துல முடியத்தான் செய்யும், வித் ஆர் வித்அவுட் பெய்ன்."

9

பலவிதமான குணவார்ப்புகளைக் கொண்ட தந்தைகளைப் பற்றி நண்பர்களின் மூலம் கேள்விப்பட்டிருக்கிறான். தன் தந்தை இருந்திருந்தால் எப்படிப்பட்டவராக இருப்பார்? பெரும்பாலான தந்தை மகன் உறவைப்போல விருப்பும் வெறுப்பும் கலந்த உறவாகவே இருந்திருக்க வாய்ப்புகள் அதிகம். தந்தையின் ஸ்தானத்தில் இருந்திருக்க வேண்டிய மாமாவைக் கவனித்திருக்கிறான், பார்வையில் படாமல் கவனிக்கும்போது சாதாரண பாவனையில் இருக்கும் அவருடைய முகம் அவனைக் கண்டுவிட்டால் கடுகடுப்பின் முகமூடியை அணிந்துகொள்வதற்கான காரணம் பிடிபட்டதேயில்லை. ராகவன், ஆர்.ஜே.எஸ், எம்கே, மத்தியாஸ் என மூத்தவர்களின் வழியே தன்னையுமறியாமல் தான் தந்தையின் பிம்பத்தைத் தேடிக்கொண்டே இருப்பதாக நினைத்தான்.

தந்தை என்னும் பிடிமானம் அவனுக்குக் கிடைக்கவில்லை. தாய் இல்லாமல் போய்விட்டாலும் இந்த உடலே அவளின் சாட்சி. அவளுடைய தடயம் ஒவ்வொரு அணுவிலும் இருக்கிறது. சந்தியாவின் உடலை ஸ்பரிசிக்கும்போது அது நனவிலி மனதில் உறைந்திருக்கும் கருவறை ஆதுரத்தை மீளக் கொணர்கிறது. அவளோடு இருக்கும் தருணங்களில் அர்த்தங்கள் கூடுதல் செறிவடைகின்றன.

ஒருநாள் அவள் கணினியில் இருந்த பழைய புகைப்படங்களைக் காட்டினாள். அலங்கரிக்கப்பட்ட குழந்தை, சைக்கிள் பழகும் சிறுமி, இரட்டை ஜடையோடு சீருடையணிந்த மேல்நிலைப் பள்ளி மாணவி, இளமைத் துள்ளலான கல்லூரி மாணவி என்று பல காலகட்டங்களின் புகைப்படங்கள் இருந்தன. சுற்றுலா சென்ற இடங்கள், அலுவலக நண்பர்களோடு நயாகரா நீர்வீழ்ச்சியோரம், வால்ஸ்ட்ரீட் எருதின் அருகில் என நூற்றுக்கணக்கான புகைப்படங்கள்.

புகைப்படங்களில் நிறைந்திருந்த அவளுடைய உயிர்மையின் பூரணம் கிளர்த்திய தாபத்தில் அவளை முத்தமிட்டான். தான் முத்தமிடுவது இக்கணம் தோளில் சாய்ந்திருப்பவளுக்கு அல்ல, புகைப்படத்தில் இருக்கும் சந்தியாவுக்குத்தான் இந்த முத்தங்கள் என்றபோது புன்சிரித்தாள். வரிசையின் கடைசியில் அவளுடைய திருமணப் புகைப்படத் தொகுப்பு இருந்தது. கர்சரின் நீலநிறம் அதன்மீது ஒளிர்ந்தபோது தயங்கி அவளை ஏறிட்டான்.

“டெலீட் பண்ணலாம்னுதான் நினைச்சேன். பட் இருக்கட்டும்னு விட்டுட்டேன். நீ சும்மா பாரு.”

அந்தப் புகைப்படங்களில் ஒளிரும் ஆபரணங்களோடு தருணத்தின் மங்கலம் கொடுத்த பேரழகோடு அலங்கார பூஷிதையாக இருந்தாள். சந்தியாவின் முன்னாள் கணவனைக் குறித்து ஒரு வில்லனின் சித்திரம் மனதில் படிந்திருந்தது. ஆனால், அந்த எண்ணத்துக்கு மாறாகத் தோற்றத்தில் வசீகரமான அழகனாகத் தெரிந்தான்.

மற்றதெல்லாம் சாரமிழந்துவிட சந்தியாவுடனான கணங்கள் மட்டுமே உயிர்ப்புடன் இருக்கின்றன. அவள் பேச்சைக் கேட்பதில் அத்தனை நிம்மதி. அவளது செல்லக் கோபங்கள், சிணுங்கல்கள், நளினம், ஒவ்வொரு கணத்தையும் சலிப்பில்லாமல் புதிதாக எதிர்கொள்வது என வசீகரங்கள் முடிவில்லாமல் பெருகுகின்றன. ஆனால் அத்தனை நிறைவிற்கும் கீழே அவள் தன்னுடைய பெயர் எழுதப்பட்ட அரிசிமணியல்ல என்ற ஏக்கம் இருந்தது. இயற்கையின் ரசவாதம் ஏதாவது நிகழ்ந்து அவளுக்குள் காதல் துளிர்விடாதா? இப்போதைக்கு அவளுடன் வழங்கப்பட்டிருக்கும் காலத்தை அணுவணுவாகத் துய்ப்பதைத் தவிர வேறு வழியில்லை. தன் எதிர்கால வாழ்க்கையில் அவள் இல்லாமல் போய்விடும் சாத்தியம், தற்கண வேட்கையைத் தூண்டுகிறது.

அவளைத் தீண்டுவது பெருவெடிப்பை நிகழ்த்துகிறது. தொடுகையில் உயிர் மலர்ந்து சுடரும் பூரணத்தில் பொங்கிப் பிரவாகிக்கிறான். உயிர்களின் காந்தர்வ நடனம். ஒலித்தடங்கிய இசையின் அதிர்வு காற்றில் மிதந்திருப்பதைப்போல் தணியும் தருணங்களில் உயிர்ப்பின் ரீங்காரம் எஞ்சுகிறது. நிறைந்த முலைகளில் முகம் புதைக்கையில் கருவில் பால்மை விழிக்காதிருந்த காலத்துக்குள் திரும்பவும் நுழைந்துவிடுகிறான்.

10

அடுத்தவாரம் சந்தியாவுக்கு ஸ்பானிஷ் எழுத்துத் தேர்வு. அலுவலக இடைவெளிகளில் சிறிய அவகாசம் கிடைத்தாலும் தேர்வுக்குத் தயாராவதில் செலவிட்டாள். உபவிளைவாய் அவனும் புதிய வார்த்தைகளையும் சொற்றொடர்களையும் கற்றுக்கொண்டான். அப்படித்தான் அவளை 'மீ அமோர்' என்று அழைக்கத் தொடங்கினான். மனதின் சன்னதம் வெளிப்படும் நேரங்களில் கவிதைபோல் சில வாக்கியங்களைச் சொல்லுவான். காற்று விசிறி கங்கு எரிவதுபோல அவளுடைய அண்மை சொற்களை உருவாக்கியது.

தேர்வுத் தயாரிப்புகளின் பொருட்டுச் சில தினங்களாக மாலை நேராக அப்பார்ட்மெண்டிற்கு வந்துவிடுகிறான். மாலை நடைபோனபோது ரிபப்ளிகா தெல் பெருவில் நாற்காலியோடு சேர்த்து நிறுத்தப்பட்டிருந்த சைக்கிளைச் சந்தேகத்தோடு பார்த்தான். மத்தியாஸுடையதுதான். பேசி மூன்று மாதங்களுக்கு மேலாயிற்று. கடைசிமுறை பேசியபோது தன் சகோதரி இனி மீளுவது கடினம் என்றார். அவர் சீலேவிலிருந்து திரும்பியிருக்கவில்லை என்று நினைத்திருந்தான். றாம்ப்லாவுக்கு வருகிறவராக இருந்தால் நிச்சயம் அவனை அழைத்திருப்பார். கரைக்குள் எங்கேனும் தென்படுகிறாரா என்று பார்த்தவாறு அவருடைய செல்ஃபோனுக்கு அழைத்தான். அவர் அழைப்பை எடுக்கவில்லை.

மறுநாள் மதியம் திருப்பி அழைத்திருந்த மத்தியாஸின் குரலில் சோர்விருந்தது. ஒரு வாரத்திற்கு முன்புதான் மாண்டிவீடியோ திரும்பியதாகக் கூறினார். அவருடைய சகோதரியைக் குறித்து விசாரிக்கச் சொற்களைத் தேடுகையில் மாலை வீட்டுக்கு அழைத்தார். நேரிடையாகவே கேட்டுக்கொள்ளலாம் என்று விட்டுவிட்டான். அவெனிதா ப்ரேஸிலில் இறங்கி லேப்டாப் பையைச் சந்தியாவிடம் கொடுத்துவிட்டு இரண்டு பில்சன் பியர் பாட்டில்களோடு மத்தியாஸின் வீட்டிற்கு டாக்ஸி பிடித்தான்.

உயரமான இரட்டைக் கதவு சாத்தியிருந்தது. அழைப்பு மணிக்கு கதவைத் திறந்த ஒல்லியான இளம்பெண்ணுக்கு இருபதுக்கு ஓரிரு வயது கூடுதலாக இருக்கலாம். டிரவுசரும் டீ சர்ட்டும் அணிந்து முடியைப் பின்னால் உயர்த்திக் கொண்டையாக முடிந்திருந்தாள்.

"மத்தியாஸ்?"

வழிவிட்டு ஒதுங்கியவள் கதவை மூடிவிட்டு முன்னால் நடந்தாள். மத்தியாஸின் சைக்கிள் ஓரமாக வைக்கப்பட்டிருந்தது. வரவேற்பறையில் கணினியின் முன்னால் அமர்ந்திருந்த மத்தியாஸ் தளர்வான அணைப்போடும் புன்னகையோடும் வரவேற்றார்.

"ஆனந்த், இது என் சகோதரியின் மகள் இசபெல்."

"ஹோலா"

சிறிதாகப் புன்னகைத்துவிட்டு அறைக்குள் நுழைந்து கதவை மூடிக்கொண்டாள் இஸபெல். உருவம் இளைத்து நரை கூடியிருந்தார் மத்தியாஸ். பராமரிப்பின்றி சிதைந்துபோயிருந்த பின்புறத் தோட்டத்தில் பியர் அருந்தியவாறே தன் தங்கையின் இறுதி நாள்களைச் சுருக்கமாகச் சொன்னார். பல்கலைக்கழகப் படிப்பை முடித்திருக்கும் இசபெல்லுக்கு சாண்டியாகோவில் வேறு உறவுகள் இல்லாததால் மாண்டிவீடியோவிலேயே வேலைதேடி நிலைகொள்ளும் முடிவோடு வந்துவிட்டாள். தன் மகள்களோடு தொடர்பை ஏற்படுத்திக்கொடுக்க முயற்சி செய்வதாகக் கூறினார்.

"என் சொந்த மகள்கள் நிரப்பவேண்டிய இடத்தை இப்போது இசபெல் நிரப்புகிறாள். எனக்குப் பொறுப்புணர்வு கூடியிருக்கிறது. இசபெல் வேலைக்குச் செல்லும்வரை கூடுதலாகச் சம்பாதிக்கவேண்டும். இந்த ஒரு வாரத்தில் மொழிபெயர்ப்பு வாய்ப்புகளைத் தேடுவதில் செலவிட்டதில் உன்னை அழைக்க முடியவில்லை. நீ எப்படியிருக்கிறாய்?"

சந்தியாவைக் குறித்த விஷயங்களை மேலோட்டமாகச் சொன்னான். இடையில் இசபெல் எட்டிப் பார்த்துவிட்டுப் போனாள். அவளுக்கு ஆங்கிலம் தெரியாது என்றார். றாம்ப்லாவில் சைக்கிளைக் கண்டதைச் சொன்னான். இசபெல் றாம்ப்லாவுக்கு வந்திருக்கலாமென்றார். நீர் அருந்துவதுபோல் அவர் பியரைக் குடித்துவிட்டிருக்க தன்னுடையதையும் அவரிடம் கொடுத்துவிட்டு சிகரெட் பற்றவைத்துக்கொண்டான்.

அவர் அருந்தி முடிக்கும்வரை காத்திருந்தவன் பர்ஸிலிருந்து நூறு டாலரை எடுத்து நீட்டினான். தன்னால் திருப்பிக்கொடுக்க முடியாது என்று மறுத்தவரின் கையில் கட்டாயமாகத் திணித்துவிட்டு வந்தான். மத்தியாஸைச் சந்தித்துவிட்டு வந்த தாக்கத்தில் மற்றவர்களுக்கும் வரிசையாக அழைத்தான். ரொமோனும் வெரோனிகாவும் அழைப்பை எடுக்கவில்லை. சலோமி நகரத்தில்தான் இருந்தாள். சனிக்கிழமை ராம்ப்லாவுக்கு வருகிறேன் என்றாள்.

சலோமி வருகிற செய்தியைச் சந்தியாவிடம் சொன்னபோது தன்னுடைய அப்பார்ட்மெண்ட்டுக்கே அழைக்கலாம் என்றாள். மறுப்பு சொல்லவில்லை. சலோமியை நேரில் கண்டபோது அவளுடைய கண்களில் சோர்வு இருந்தாலும் உடல்மொழியில் அதே அமைதி. சந்தியாவும் சலோமியும் இயல்பாக ஸ்பானிஷில் பேசத் தொடங்கிவிட்டார்கள். இந்திய மற்றும் மேற்கத்திய முறையில் அருமையான மதிய உணவை சந்தியா சமைத்திருந்தாள். ஸ்பானிஷ் தேர்வைச் சிறப்பாக முடித்ததில் அவளுக்குக் கூடுதல் உற்சாகம்.

அரசியல் விஞ்ஞானத்தில் மேற்படிப்புக்காகப் பார்சிலோனா செல்லும் திட்டத்தையும் அதற்கான முன்னேற்பாடுகளையும் சலோமி சொன்னாள். அவர்களின் பேச்சு பெண்களின் ஆடை அலங்காரத்தில் ஏற்பட்டிருக்கும் புதிய விஷயங்களுக்குத் திரும்ப பேச்சை அவர்களின் போக்கில் விட்டுவிட்டு உண்ட நிறைவின் இதத்தை அனுபவித்தபடியே மௌனமாக அமர்ந்திருந்தான்.

பேச்சு தன்னியல்பான இடைவெளியை அடைந்தபோது மணி ஐந்தாகி இருந்தது. ராம்ப்லாவுக்குச் செல்லலாமென்றான். தான் ஓய்வெடுப்பதாகச் சொல்லி சலோமிக்கு விடைகொடுத்தாள் சந்தியா. ராம்ப்லாவில் வாரயிறுதி நாளின் கூட்டமும் கொண்டாட்டமும் நிரம்பியிருந்தது. ரொமோனைப் பற்றி விசாரித்தபோது தொடர்பிலில்லை என்றாள். ரூச்சா பயணத்தின் இனிமையும் லா பலோமாவில் கலங்கரை விளக்கத்தின் சூழலும் ஒளிக்கற்றைகளினூடே நட்சத்திரங்களைப் பார்த்த கணத்தையும் நினைவுகூர்ந்தான்.

“ஆமாம், அதுவொரு அற்புதமான இரவுதான். ஒரேயொரு சிறிய கணத்தில் நிகழும் அற்புதம் நினைவில் நித்யத்தன்மையை அடைந்துவிடுகிறது. அதைப் போலத்தான் கணநேரத்து அபத்தங்களும் நித்யகாலமும் முள்ளாய் நினைவில் கடுக்கிறது.

விஷயங்களின் பெரிய வரைவில் நாம் சிறிய அலகுகள் என்று சமாதானப்படுத்திக்கொள்ள வேண்டியிருக்கிறது."

ஓர் இடைவெளி விட்டு சலோமி சொன்னாள்.

"உன் தோழி சந்தியா அழகானவள், திறமையானவளாகவும் தெரிகிறாள். இன்றைய மதியம் நல்லனுபவமாக இருந்தது. யூ லுக் கிரேட் ஆனந்த். முன்பைவிட நன்றாக இருக்கிறாய். அதற்கு அவள்தான் காரணமா? உங்கள் இருவருக்குமிடையே ஒரு கெமிஸ்ட்ரி இருக்கிறது."

குறுநகையோடு சொன்னவளுக்கு ஏற்பான புன்னகையைக் கொடுத்தான்.

***

மாலைகளில் இசபெல் சந்தியாவிடம் ஆங்கிலம் கற்றுக்கொள்ள வருகிறாள். சில நாள்கள் ஆனந்தும் உடனிருப்பான். சில எளிய அடிப்படைகளை ஏற்கெனவே மத்தியாஸ் சொல்லிக்கொடுத்திருந்தார். தன்னிடம் கற்பதைவிட ஸ்பானிஷைத் தாய்மொழியாகக் கொள்ளாத அவனிடம் வேகமாகக் கற்றுக்கொள்வாள் என்று கேட்டபோது அவன் சந்தியாவைப் பரிந்துரைத்தான். சந்தியாவும் விருப்பத்தோடு ஒப்புக்கொண்டாள்.

சாயங்காலம் ஆறுமணிக்கு இஸபெல் சைக்கிளில் வந்துவிடுவாள். கொஞ்சம் தடுமாற்றம் இருந்தாலும் அவளிடம் கற்றுக்கொள்ளும் ஆர்வம் இருந்தது. ஆங்கிலம் கற்றுக்கொள்வதுதான் இஸபெல்லின் நோக்கம் என்றாலும் அவளுக்குத் தமிழைச் சொல்லித்தரும் விளையாட்டை அவன்தான் தொடங்கிவைத்தான். தினமும் நான்கைந்து தமிழ்ச்சொற்களைச் சொல்லி மறுநாள் மனனமாய் ஒப்பிக்கச் சொன்னான். அவனை அண்ணா என்றும் சந்தியாவை அக்கா என்றும் அழைக்கச் சொல்லி பயிற்சி கொடுத்தான்.

தான் ஸ்பானிஷ் கற்றதில் பயன்படுத்திய நுட்பங்களை இசபெல்லா ஆங்கிலம் கற்பதற்கும் சொல்லிக்கொடுத்தாள் சந்தியா. மொழியோடு சேர்த்து பிற விஷயங்களையும் சந்தியா இசபெல்லுக்குச் சொல்லித் தருவதைக் கவனித்தான். சமயங்களில் ஆங்கிலத்தில் குறுக்குக்கேள்விகள் கேட்கும்போது பதில் சொல்லமுடியாத கடினமான கேள்விகளாகவே அண்ணா கேட்பதாக இசபெல் வெள்ளந்தியாக வருத்தப்படுவாள். வகுப்பு முடிந்தவுடன் தினமும் சிறிதுநேரம் கிளிகளோடு விளையாடிவிட்டுத்தான் கிளம்புவாள் இசபெல்.

11

இணங்கும்போது பன்மை அழிகிறது. இணங்கிக் கலத்தல் என்பது இரு உருவங்கள் இணைந்து ஒற்றை நிழலைத் தோற்றுவிப்பது. புயனஸ் ஏரிஸில் டாங்கோ நடனம் பார்த்தபோது அப்படித்தான் தோன்றியது. காதலின் அணுக்க நடனம். அறைக்குத் திரும்பியபோது இசையினாலும் நடனக் காட்சிகளாலும் இருவருமே கட்டுண்டிருந்தார்கள். டாங்கோவில் ஆண் வழிநடத்துகிறான், பெண் பின்தொடர்கிறாள். சில எளிய நடன அசைவுகளை ஆடிப்பார்த்தார்கள். விரைவில் கற்றுக்கொள்ளவேண்டுமென்று கால்களைச் சுழற்றிக்கொண்டே சொன்னாள் சந்தியா.

அவள் உறங்கிவிட உறக்கத்திற்கும் விழிப்புக்கும் இடைப்பட்ட புள்ளியில் மிதந்துகொண்டிருந்தான். கொலோனியாவுக்கும் புயனஸ் ஏரிஸிக்குமிடையே ஓடும் ரியோ தெ லா பிளாட்டாவின் பழுப்பு வண்ண நீரலைகள் நினைவில் எழுந்தன. அந்த ஒன்றரை மணிநேரப் பயணம்தான் அவனுடைய முதல் நீர்வழிப் பயணம். கடல் போல் விரிந்த ரியோ தெ லா பிளாட்டாவில் அவர்கள் பயணித்த ஃபெர்ரியிலிருந்து பார்த்தபோது தூரத்துத் தொடுவானில் புயனஸ் ஏரிஸின் விண்ணுயர்ந்த கட்டடங்கள் தெரிந்தன. சந்தியா ஃபெர்ரி பயணத்துக்கு அவ்வளவு பரவசமடையவில்லை. மியாமியில் இருந்து பஹாமாஸ் வரை ஒருமுறை கப்பலில் பயணித்திருப்பதாகச் சொன்னாள்.

ஸ்பானிஷ் தேர்வு முடிந்தபின் அடுத்தது என்ன என்கிற பேச்சு எழுந்தபோது உருகுவேயின் முக்கிய நகரங்களுக்குச் செல்லும் திட்டத்தைச் சொன்னாள். அவன்தான் புயனஸ் ஏரிஸ் போகலாமென்றான். இந்தப் பயணத்துக்கு முன்பு அவளை இணங்க வைக்கும் முயற்சியைத் திரும்பவும் செய்தான். தன்னுடைய அனந்த காலத்துக்குமான பெண்ணாக அவள் இருக்கவேண்டுமென்றால் தான் என்ன செய்யவேண்டுமென்று இறைஞ்சினான்.

"வில் யூ மேரி மீ?"

“ஆனந்த் என்னை நெருக்காதே. நீ ஓப்பன் மைண்டட்னு நம்பித்தான் இதுக்குள்ள வந்தேன். நம்மோட ரிலேஷன்ஷிப் தவிர்க்கவே முடியாத வாய்ப்புகளால் விதிக்கப்பட்ட ஒரு சூழல். இந்த இடத்தில் நீயில்லை, யாரா இருந்தாலும் இதே முடிவுதான். பரஸ்பரம் கொஞ்சம் புரிஞ்சுக்கிட்டோம். முழு வாழ்க்கையையும் சேர்ந்து வாழற அளவுக்கு நாம புரிஞ்சிக்கிட்டோம்னு நினைக்கல. ஒரு ஆசிட் டெஸ்டக்கூட நாம இன்னும் கடக்கல. கமிட் ஆகறதுங்கறது ஒரு பொறுப்புணர்வு. இப்ப நமக்கிடைல இருக்கற இந்த இடைவெளிதான் நம்ம ரிலேஷன்ஷிப்ப அழகாக்குது. தொந்தரவில்லாத ஊருல பார்க்கிற கண்கள்ல கொத்தற கியூரியாஸிட்டி இல்லாத சூழல்ல இந்த உலகத்தோட முதல் ஆணும் பெண்ணும் மாதிரி நாம் இருக்கற இந்த நாட்கள் எவ்வளவு அழகா இருக்கு. லெட்ஸ் என்ஜாய் திஸ் அலோன்.”

விடுதிக்கு வெளியே புயனஸ் ஏரிஸின் பின்னிரவு நிசப்தம் பரவியிருந்தது. ஆழ்ந்து உறங்குகிறாள். மங்கலான இரவு விளக்கொளியில் அந்தக் கோட்டோவியத்தை எடுத்துப் பார்த்தான். மாலையில் அவர்கள் சென்ற நகரச் சுற்றுலா பேருந்து கேமிண்டோவில் அரை மணி நேரம் நின்றபோது வீதி ஓவியரால் வரையப்பட்டது. இருவருடைய தோற்றத்தையும் தத்ரூபமாக டாங்கோவின் நளினத்துக்குள் பொருத்தியிருந்தார். அவனுடைய இடது கையும் அவளுடைய வலதுகையும் மேல்நோக்கிக் கோத்திருக்கின்றன. அவனுடைய வலதுகை அவள் இடுப்பை வளைத்திருக்கிறது. அவளது இடதுகை அவனுடைய வலது தோளில் இருக்கிறது. அவனுடைய கண்கள் காதலோடு நோக்குகின்றன.

“உன்ன மாதிரியே ரொமாண்டிக்கா இருக்கு” சந்தியா சொன்னாள்.

முழுக்கவும் சுற்றுலாப் பயணிகளால் நிரம்பிய நகரச் சுற்றுலா மாலை மூன்றரை மணிக்குத் திறந்தவெளிப் பேருந்தில் ஆரம்பித்தது. வழிகாட்டிப் பெண் ஸ்பானிஷிலும் ஆங்கிலத்திலும் ஒவ்வொரு இடத்தின் முக்கியத்துவத்தையும் வரலாற்றுத் தகவல்களையும் சொல்லிக்கொண்டு வந்தாள். நகரச் சுற்றுலா ஏழு மணிக்கு முடிவடைய விடுதிக்கு அருகில் இறங்கிக்கொண்டார்கள். ஒரு சிறிய உறக்கத்திற்குப்பின் எழுந்து ஒன்பதரை மணிக்கு டாங்கோ காட்சிக்காகத் தயாரானபோது டாக்ஸி வந்துவிட்டது.

டாங்கோ அரங்கம் ரியோ தெ லா பிளாட்டாவின் கரையோரத்தில் இருந்தது. அரைவட்டத்திலிருந்த அரங்கத்தின் முன்பகுதி மேடையைச் சிவப்புத் திரை மூடியிருந்தது. மதுவும் உணவும் கட்டண வகுப்புக்குத் தகுந்தாற்போல் பரிமாறப்பட்டன. காதல் எதிர்கொள்ளும் பிரச்சினைகளைச் சொல்லும் செவ்வியல் கதை இசையாலும் நடனத்தாலும் ஒன்றரை மணி நேரத்திற்கு மேலே சொல்லப்பட்டது. நாயகனும் நாயகியும் உச்சகாட்சியில் ஆடிய நடனம் அபாரமாக இருந்தது.

பல நினைவுகளினூடே விடியற்காலையில்தான் ஆழ்ந்து உறங்கத் தொடங்கினான். ஏற்கெனவே எழுந்து தயாராகியிருந்த சந்தியா ஒன்பது மணிக்கு எழுப்பினாள். சோம்பலோடு விழித்தவனின் மனநிலையைச் சந்தியாவின் உற்சாகம் மாற்றிவிட்டது. கணங்களை வண்ணங்களால் அழகூட்டிவிடும் ஏதோவொரு ரகசியம் அவளிடத்தில் இருக்கிறது.

காலை மால்பா மியூசியமும் ஜப்பானியப் பூங்காவும் பார்த்தார்கள். வானம் மேகமூட்டத்தோடு அவ்வப்போது தூறல் போட்டது. சந்தியாவுக்கு புயனஸ் ஏரிஸ் பிடித்துவிட்டது. இரண்டு நாள்கள் போதவில்லை, இன்னொரு நீண்ட வாரயிறுதியில் திரும்ப வரலாம் என்றாள். அவனுக்குங்கூட அந்த யோசனை இருந்தது. வெரோனிகாவைச் சந்திப்பதும் இந்தப் பயணத்தின் நோக்கமாக இருந்தது. வருகின்ற தகவலை முன்பே சொல்லியிருந்தான். ஆனால், சில நாள்களுக்குமுன் அழைத்திருந்த வெரோனிகா தவிர்க்கமுடியாமல் தான் ரொசாரியோ செல்லவேண்டியிருப்பதாகவும் எவ்வளவு முயற்சி செய்தும் அந்தக் கட்டாயத்தைத் தவிர்க்கமுடியவில்லை என்றும் வருந்தினாள்.

சான் மார்டின் சதுக்கத்திற்கு அருகிலிருந்த ரெஸ்ட்டாரண்டிற்குள் மதிய உணவுக்கு நுழைந்தபோது மழை பெய்யத் தொடங்கியது. சந்தியா சிவப்பு ஒயினும் அவன் விஸ்கியும் எடுத்துக்கொண்டார்கள். சூடான கோழி இறைச்சி அந்த மழைக் குளிருக்கு இதமாக இருந்தது. பிலார் தேவாலயமும் ரிகோல்டா கல்லறையும் மட்டும் பார்க்க மிச்சமிருந்தன. இரண்டையும் முடித்துவிட்டு மாலை ஆறுமணிக்கு கொலோனியாவுக்கு ஃபெர்ரி பிடிக்கவேண்டும்.

பிலார் தேவாலயத்தை அடைந்தபோது மழை நின்றுவிட்டிருந்தது. உள்ளே விளக்குகள் மின்னின. இருபுறமும் போடப்பட்டிருந்த நீண்ட

மரப்பெஞ்சுகளில் அமர்ந்தும் பீடத்தின் முன்னால் மண்டியிட்டும் சிலர் பிரார்த்தித்துக்கொண்டிருந்தார்கள். கேமிராவில் ப்ளாஷை அணைத்துவிட்டுப் புகைப்படங்களை எடுத்தாள் சந்தியா. சிசுபாலனை ஏந்தியிருந்த கன்னிமேரியின் முன்நின்று சந்தியா தன்னை ஏந்திக்கொள்ளும் வகையில் அவளுடைய மனநிலை மாறவேண்டுமென்று பிரார்த்தித்துக்கொண்டான்.

ரிகோல்டா சிமெட்டரி சில ஏக்கர்கள் பரப்பளவில் இருந்தது. அவை கல்லறைகள் அல்ல. சலவைக் கல்லால் ஆன கல்லறை வீடுகள். சிற்பங்களும் ஓவியங்களும் கலையழகோடு இருந்தன. தங்கள் மீளா இறுதித் துயிலுக்குள் நூற்றுக்கணக்கான நகரத்தின் உயர்குடி மக்கள் இருந்தார்கள். கல்லறைக்குள் நுழைந்தவுடன் இருவரும் தன்னிச்சையாக மௌனமாகிவிட்டார்கள். குழந்தைகள், இளம்பெண்கள், மத்திம வயது ஆண்கள், நூற்றாண்டு வாழ்ந்தவர்கள் எனப் பலரின் கல்லறை வீடுகள். கறுப்புப் பூனையொன்று எங்கிருந்தோ குதித்தோடியது. அவனுடைய கைகளைச் சந்தியா பற்றிக்கொள்ள அதை இறுக்கிக்கொண்டான்.

கல்லறைத்தோட்டத்தின் எதிர்ப்புறமிருந்த சிமெண்ட் பெஞ்சில் வந்து அமர்ந்துகொண்டார்கள். தோளில் சாய்ந்துகொண்டாள் சந்தியா. இன்னதென்று விளங்காத மௌனத்தை ரிகோல்டா கொடுத்துவிட்டது. சுவரோரத்தில் இருந்த வீதி இசைக்கலைஞன் தன் மின்கிடாரில் துயரார்ந்த அமைதியைக் கொடுக்கும் இசையை வாசித்தபோது எழுந்துபோன சந்தியா முன்னால் வைத்திருந்த தொப்பிக்குள் நூறு பீஸோக்களை வைத்தபோது தலையசைத்து நன்றி தெரிவித்தான். டாக்ஸியில் அறைக்குத் திரும்பும்வரை அவர்களுக்குள் விநோதமான மௌனம் சூழ்ந்திருந்தது. அறைக்குள் நுழைந்த இருவரிடம் வாழ்க்கையை இறுகப் பற்றிக்கொள்ளும் ஆவேசம் மூண்டிருந்தது.

***

அடுத்த சில வாரங்களுக்குள் ரூச்சா பயணம் நிகழ்ந்தது. முந்தைய பயண அனுபவத்தை ஆனந்த் பகிர்ந்துகொண்டாலும் சந்தியா தன் இயல்புப்படி பார்க்கவேண்டிய இடங்களை அலசி தயாரிப்புகளைச் செய்தாள். காரை வாடகைக்கு எடுத்துக்கொண்டு சனிக்கிழமை அதிகாலையில் கிளம்பிவிட்டார்கள். ஆனந்த் முன்னர் பயணித்திருந்த அதே பாதைதான் இம்முறையும்.

அட்லாண்டியாவையும் காஸா பியூப்லாவையும் முடித்துவிட்டு மதியம் புந்தா தெல் எஸ்தேவை அடைவதற்கு முன்பு அவர்களுடைய பயணத்திட்டத்தில் ப்ளேயா சியுஹுவா எதிர்பாராமல் நுழைந்துவிட்டது. ஆடை அணிவது கட்டாயமில்லாத இயற்கைக் கடற்கரை. பயணத்திட்டத்தை இறுதியாக்கும்போது அங்கு செல்வது குறித்து விவாதித்திருந்தாலும் தயக்கத்தோடு முடிவெடுக்காமல் விட்டிருந்தார்கள். இப்போது வழித்தடத்தில் ப்ளேயா சியுஹுவா நெருங்கியபோது காலை நேரமென்பதால் கடற்கரையில் எவரும் இருப்பதற்கான வாய்ப்பில்லையென்று யூகித்துக் காரைத் திருப்பிவிட்டார்கள்.

சாலையிலிருந்து ஒரு பர்லாங் தூரத்தில் சில குடில்கள் இருந்தன. ஆனால், மனிதர்களின் தடயமே தெரியவில்லை. ஆங்காங்கே நாணல்கள் முளைத்திருந்த மணற்குவியல் மேட்டின் வழியே ஏறியபோது கடல் விரிந்து கிடந்தது. மனிதர்களற்ற தனிமை. இயற்கைக் கடற்கரை குறித்த அறிவிப்புப் பலகையைக் காற்றின் உப்பு கொஞ்சம் அரித்துவிட்டிருந்தது. காற்சட்டைகளைச் சுருட்டிவிட்டுக்கொண்டு அலைகளினூடே நடந்தார்கள். நீலவானம், வெள்ளைமேகங்கள், திரைகடல் மூன்றுமிணைந்த வெளியில் ஒரு நீண்ட முத்தம். இயற்கையின் பிரம்மாண்டமும் பேருணர்வும் அவனுக்குள் ஒன்றிணைந்த அந்தத் தருணத்தில் நெஞ்சத்தில் விம்மல் எழுந்தது.

காருக்குத் திரும்பியபோது பழைய மாதிரி காரொன்று மெதுவாக ஊர்ந்து வந்துநின்றது. எழுபது வயது சொல்லத்தக்க முதிய ஆணும் பெண்ணும் இறங்கினார்கள். பெண்மணி உயரம் குறைவாகப் பருமனோடு முகமெல்லாம் சுருக்கங்களோடு இருக்க பெரியவர் சற்று திடகாத்திரமாகவே தெரிந்தார்.

"ஹோலா"

முதிய பெண்மணி புன்சிரிப்போடு சொன்னாள். முகமன் சொல்லிவிட்டுச் சற்று தள்ளிச்சென்று சிகரெட் பற்றவைத்துக்கொண்டான். அவள் பேசிவிட்டு வர எப்படியும் சில நிமிஷங்கள் ஆகும். அவர்கள் நகர்ந்தவுடன் சிகரெட்டை அணைத்துவிட்டுக் காருக்குத் திரும்பினான்.

"அவங்களோட நாற்பதாவது திருமணநாளைக் கொண்டாடறதுக்காக வந்துருக்காங்களாம்" நமுட்டுச் சிரிப்போடு சொன்னாள்.

“நீண்டகாலம் ஒன்றாக இருக்கிற இரண்டு, இரண்டல்ல, ஒன்றுதான்” அவன் ஆங்கிலத்தில் சொன்னபோது வியப்போடு புருவம் நெரித்துப் பார்த்தாள்.

“நீ பிலாசஃபராகவும் ஆயிட்டியா?”

கிண்டலைப் பொருட்படுத்தாமல் வண்டியைக் கிளப்பினான். புந்தா தெல் எஸ்தேவில் ஷாப்பிங் செய்யப்போனதில் கூடுதலாக நேரம் எடுத்துவிட்டது. இரவு பத்துமணிக்கு லா பலோமாவை அடைந்தார்கள். இருள்படிந்த கரையில் கடலின் மீது விழும் கலங்கரை விளக்கத்தின் ஒளிக் கற்றைகளில் சந்தியா மிகவும் லயித்துவிட்டாள்.

திட்டமிட்டிருந்ததுபோல அவன் சென்றமுறை தங்கியிருந்த ஹாஸ்டலுக்குச் சென்றார்கள். ஆனந்தை அடையாளம் கண்டுகொண்ட உரிமையாளினியின் நினைவாற்றல் ஆச்சரியமூட்டியது. நாயைக் காணாமல் விசாரித்தபோது அது இரண்டுமாதங்களுக்கு முன்னால் இறந்துவிட்டதென்று வருத்தமான குரலில் சொன்னாள். மனக்கண்ணில் அதன் உருவம் மேலெழுந்துவர அவனுக்குள் மெல்லிய வருத்தம் கவிந்தது.

12

சில நாள்களாக சந்தியா வழக்கமில்லாத சோர்வோடு இருந்தாள். பேச்சில் உற்சாகம் இல்லை. அலுவலக வளாகத்தில் அவனை அழைக்காமல் தனியாக நடைபோனது சற்று துணுக்குறலாக இருந்தாலும் அவளிடம் எதுவும் கேட்டுக்கொள்ளவில்லை. ஒருவருக்குத் தனிமை தேவைப்படுவதற்கு இன்னொருவரிடம் பகிர்ந்துகொள்ள முடியாத எத்தனையோ காரணங்கள் இருக்கலாமெனத் தன்னைச் சமாதானப்படுத்திக்கொண்டான். ஷட்டிலில் திரும்பும்போது கேட்டதற்குச் சோர்வான புன்னகையோடு தலைவலிப்பதாகச் சொன்னாள். இசபெல்லை அழைத்துத் திரும்பக் கூப்பிடும்வரை டியூஷனுக்கு வரத்தேவையில்லை என்றாள். வரவேற்பறைக்குள் நுழையும்போது கீச்சுக் குரல் எழுப்பிய கிளிகளைக் கவனிக்காமல் சோபாவில் அமர்ந்தாள்.

"என்னாச்சு? முடியலீன்னா மாத்திரையப் போட்டுட்டுத் தூங்கேன்?"

"உட்காரு. உங்கிட்டப் பேசணும்."

"என்ன?"

"பீரியட்ஸ் தள்ளிப்போயிருக்கு."

எண்ணமற்ற புலத்தில் சிலநொடிகள் மனம் மறைந்தது. இதுவொரு விரும்பத்தகாத செய்தி என்பதை அவளுடைய உடல்மொழி சொன்னது.

"ஆனா எப்படி? இதப் பத்திப் பேசிருக்கோம். கான்ஷியஸா இருக்கறதா சொன்னே?"

"ஆமா. ஆனா புயனஸ் ஏரிஸ்ல இருந்து திரும்பறதுக்கு முன்னாடி, அப்போ ஸ்லிப் ஆயிடுச்சுன்னு நினைக்கறேன்."

"ஸ்யூரா?"

ஆமோதிப்பான தலையசைப்பைக் கொடுத்துவிட்டு மௌனமாகிவிட்டாள். என்ன சொல்வது என்ற தடுமாற்றத்தோடு வார்த்தைகளைத் தேடிக்கொண்டு அவளையே வெறித்தான்.

“யோசிக்க எதுவுமில்ல. அபார்ஷன் பண்ணிடப் போறேன்.”

“அவசரப்படாதே சந்தியா. இது எத்திக்கலா சரியான விஷயமா படல.”

“டோண்ட் பீ ஸில்லி ஆனந்த். எந்தக் காலத்துல இருக்கே? இதுல என்ன எத்திக்கல் பிரச்சினை இருக்கு? இத உன்னோட விருப்பத்துக்குச் சாதகமா பயன்படுத்த நினைக்காத. நீ கற்பனை செஞ்சு வைச்சிருக்கற எதிர்காலத்துல எனக்கு விருப்பமில்ல. இதை எப்படி மேனேஜ் பண்ணணும்னு தெரியும். நீ அமைதியா இருக்கறதே எனக்குப் பெரிய ஆதரவு.”

அவளுடைய வார்த்தைகள் அவனைச் சீண்டிக் கோபத்தை உண்டாக்கின. அவள் கருவுற்றிருப்பதைக் கேட்டு மனதின் அடியாழத்தில் முளைவிட்ட ரகசியமான நம்பிக்கையை ஒரே கணத்தில் நசுக்கி அழித்துவிட்டாள். தன் மனச்சமநிலை குலைந்துவிட்டதை உணர்ந்து தப்பான சொற்களை இறைத்துவிடக் கூடாது என்று அமைதியாக இருந்தான்.

“சரி, எனக்கு டயர்டா இருக்கு. தூங்கப்போறேன்.”

“சமைக்கவா?”

“இல்ல எனக்குப் பசியில்ல. நீ வேணா ஏதாவது செஞ்சுக்கோ.”

படுக்கையறைக்குள் சென்று சுருண்டுகொண்டாள். சில நிமிஷங்கள் உறைந்து அமர்ந்திருந்தவன் எழுந்துபோய் மூடியிருந்த கதவின் இடைவெளியில் பார்த்தான். உறங்குகிறாளா விழித்திருக்கிறாளா என்று தெரியாவிட்டாலும் விழித்துக்கொண்டுதானிருப்பாள் என்று தோன்றியது. கிளிகளிடம் திரும்பி கண்ணாடிக் கூண்டில் முகம் பதித்தபோது ஒன்று அவன் கண்களைக் கொத்த வந்தது. மயிரிழையில் சுதாரித்து முகத்தைப் பின்னால் இழுத்துக்கொண்டான். அவளிடம் சொல்லிக்கொள்ளாமலேயே கிளம்பி வந்துவிட்டான்.

றாம்ப்லாவுக்குச் சென்றபோது மனமெங்கும் கசப்பு. எதிர்ப்பட்ட உருவங்கள் மனதில் பதியாமல் கண்களிலிருந்து உதிர்ந்தன. இமையசையாமல் அலைகளையே வெறித்தான். ஜனித்திருக்கும்

உயிரை அழிக்கிறேன் என்கிறாள். மறுக்க உரிமையுமில்லை. இவள் வேறொரு சந்தியா. உறவு இப்படியொரு நிறத்துக்கு மாறும் என்பதை எதிர்பார்த்திருக்கவில்லை.

கருவைக் கலைக்கப்போவதாகச் சொன்னபோது தன்னால் ஏன் தயக்கங்கள் ஏதுமில்லாமல் ஒப்புக்கொள்ள முடியவில்லை? தன் நிலைப்பாட்டை முன்பே அவள் தெளிவாகச் சொல்லிவிட்டாள். அதன் வழியே இப்போது யதார்த்தமானதொரு முடிவை எடுத்திருக்கிறாள். ஆனாலும் அவளுடைய தர்க்கத்தை மனம் ஏற்றுக்கொள்ள மறுக்கிறது. அறிவுக்கும் உணர்ச்சிக்கும் கீழே உண்மையில் புதையுண்டிருப்பது உயிரின் சுயநலமான விழைவுதான் என்ற நிஜத்தின் அப்பட்டத்தைச் செரிக்கமுடியாமல் அகத்தவிப்பு உண்டானது.

இரவெல்லாம் உறங்கமுடியாமல் விடியற்காலையில் உறங்கப்போனவன் தாமதமாகத்தான் விழித்தான். ஷட்டிலைப் பிடிக்க அரைமணி நேரம்தான் இருந்தது. சந்தியாவுக்கு அழைத்தபோது அன்றைக்கு விடுப்பு எடுத்துக்கொள்வதாகச் சொல்லிவிட்டாள். இன்று வெள்ளிக்கிழமை. வாராந்திர புரொடக்ஷன் டிப்ளாய்மெண்ட். யாரேனும் ஒருவர் நிச்சயம் அலுவலகத்தில் இருந்து வழிநடத்தவேண்டும். மாலையில் சந்திப்பதாகச் சொல்லிவிட்டு அவசரமாகக் கிளம்பிப்போனான்.

அன்றைய வேலை சிக்கலாக மாறிவிட்டது. சர்வர்களில் முக்கியமான பேட்ச் அப்டேட் தவறியிருந்ததால் மென்பொருளில் புதிய மாற்றங்கள் சரியாக இயங்கவில்லை. சர்வர் பிரச்சினைகளைச் சரிசெய்வதற்கு நேரமெடுத்துவிட்டது. இடையில் அழைத்தபோது அவளது செல்ஃபோன் அணைக்கப்பட்டிருந்தது. லேண்ட்லைனுக்கு அழைத்தால் குரல்பதிவுக்குப் போனது.

மதிய உணவுக்குக்கூட நேரம் கிடைக்கவில்லை. ஒருவழியாக பிரச்சினைகளைச் சரிசெய்து டிப்ளாய்மெண்ட்டை முடித்தபோது மாலை ஆறரை மணி. வெளியே வளாகம் கிட்டத்தட்ட வெறுமையாக இருந்தது. டாக்ஸிக்குப் பதிவு செய்துவிட்டு பேஷியோ குடையின் கீழமர்ந்து சிகரெட் புகைத்தவனின் மனதுக்குள் இனம்புரியாத அழுத்தம். அவளுடைய செல்ஃபோன் இன்னும் அணைத்துத்தான் வைக்கப்பட்டிருந்தது.

சந்தியாவின் அப்பார்ட்மெண்ட் வளாகத்துக்குள் நுழையும்போது அன்றைய நாளின் வேலைமுடிந்து கிளம்பிக்கொண்டிருந்த

ஜானிட்டர் வழக்கமான புன்னகையைக் கொடுத்தாள். காலிங்பெல்லை அழுத்திவிட்டுக் காத்திருந்தான். கதவைத் திறந்த சந்தியாவின் முகம் வெளிறியிருக்க தோற்றம் புகைந்திருந்தது. உடலைக் குறுக்கிக்கொண்டு நாற்காலியில் அமர்ந்தாள். எப்படித் தொடங்குவதென்று மனதுக்குள் வார்த்தைகளைத் தேடியபோது அவனுடைய கண்களைப் பார்த்துச் சொன்னாள்.

"பில்ஸ் எடுத்துக்கிட்டேன். ப்ளீடிங் ஆரம்பிச்சிடுச்சு."

அவனுடைய முகத்தில் தெரிந்த கோபத்தையும் வெறுப்பையும் கண்டு கண்களைத் திருப்பிக்கொண்டாள்.

"ஏன் இப்படி செஞ்சே? ப்ராப்பரா பண்ணியிருக்கலாமே? ஏதாவது சிக்கல் ஆச்சுன்னா என்ன செய்யறது? உனக்குப் பில்ஸ் எப்படிக் கிடைச்சது?"

மனதிலிருக்கிற கோபத்தையும் அவமானவுணர்வையும் வெளிக்காட்டாமல் அதற்கு முற்றிலும் எதிரான விதத்தில் மேலோட்டமான கேள்விகளைக் கேட்பது அவனுக்கே விசித்திரமாகத் தெரிந்தது. பதிலெதுவும் சொல்லாமல் அவள் மௌனமாக இருக்க மனம் தளர்ந்துவிட்டான். எங்கேனும் ஓடி ஒளிந்துகொள்ள வேண்டும். நினைவு மழுங்கும்வரை குடித்துவிட்டு மயங்கிவிடவேண்டும். ஆனால் அவள் பலகீனமாகத் தெரிந்தாள். விருப்பம் இருந்தாலும் இல்லாவிட்டாலும் இப்போது ஆதரவாய் உடனிருப்பது முக்கியம்.

"எனக்குத் தெரியும் உனக்கு இது பிடிக்கலைன்னு. ஆனா விஷயங்களைச் சிக்கலாக்காம இருக்க வேற வழியில்ல. பீ ப்ரேக்மேட்டிக் ப்ளீஸ்."

நிலவிய மௌனத்துக்கு இடையில் கிளிகளின் கீச்சுக்கள் மட்டும் ஒலித்தன. தான் நினைக்கும் விதத்தில் அவள் நடக்கவேண்டும் என்று எதிர்ப்பார்க்க தனக்கு உரிமையில்லை. உரிமையை எடுத்துக்கொள்ளும் பிரியத்தின் மூர்க்கத்தை அவன் என்றுமே கொண்டிருக்கவில்லை.

அவள் மீதான வசீகரமும் பிரியமும் சொட்டுச்சொட்டாக வடிந்தன. சட்டென்று அகநெருக்கத்தை இழந்துவிட்டான். கற்பித்து வைத்திருந்த அர்த்தங்கள் தலைகீழாக மாறிவிட்டன. இதைத்தான் அமிலச்சோதனை என்றாளா? எல்லோருமே சுயநலமானவர்கள்தான், தேவைகள்தான் வேஷம்

போடவைக்கின்றன. தானுமே சுயநலமிதான், அவளுடைய முடிவுக்கு மரியாதை கொடுத்து இயல்பாய் இருக்கமுடியாத சுயநலமி.

ஒரு அணைப்பின் வழியே இதைக் கடந்திருக்க முடியும். ஆனால் அதைச் செய்ய முடியாமல் மனதின் போக்கு எதிர்மறைகளை நோக்கியே இருக்கிறது. மனதின் வினோதம் புதிராகவும் அச்சமூட்டுவதாகவும் இருந்தது. அவளின் மீதிருந்த உள்ளார்ந்த காதல், இணக்கம் அத்தனையும் அவளுடைய உதிரப்போக்கோடு சேர்ந்து அழிந்துவிட்டது. தனக்கு அவள் நிரந்தரமானவள் அல்ல என்பதை ஆழ்மனம் ஏற்கெனவே உணர்ந்திருந்ததால் இக்கணத்தில் இப்படி வினைபுரிகிறதா? இலையின் பசுமை உலர்ந்துவிட்டால் அது என்றென்றைக்குமாக உலர்ந்ததுதான். விலக்கம் வந்தபிறகு சகஜத்தைக் கைகொள்ள முடியவில்லை.

அவள் உடல்நலம் தேறியபோது புளியம்பழம் ஓடு பிரிவதுபோல் உறவு பிரிந்துவிட்டது. சனிக்கிழமைகளில் ஃபெரியாவுக்குத் தனித்தனியே போனார்கள். அலுவலகத்தில் தவிர்க்கமுடியாத தருணத்தில் மட்டுமே நேர்ப்பேச்சு. வேலை விஷயங்களில் பேசத் தேவையில்லாத அளவுக்கு ஏற்கெனவே புரிந்துணர்வு ஏற்பட்டுவிட்டதால் அடிக்கடி விவாதிக்கவேண்டிய தேவைகளும் இல்லை. ஓரிருமுறை மனம்விட்டுப் பேச சந்தியா முயற்சி செய்தபோது அவன் ஆர்வங்காட்டவில்லை. புறக்கணிப்பது ஒருவிதமான மனச்சமாதானத்தை கொடுத்தது.

புதிதாக எதைச் சொல்லப்போகிறாள்? சுதந்திரமாக இருக்க விரும்புவதைப் பற்றிச் சொல்வாள். இருந்துவிட்டுப் போகட்டும். அவனை ஏற்றுக்கொண்டால் அது பறிபோகும் என்று நினைப்பது அவளுடைய கற்பனை. தன் தசையைச் சிறிதேனும் அரிந்துகொடுக்காமல் உலகில் எந்த உறவும் சாத்தியப்படாது. தெளிவும் அறிவும் உடையவளாக இருந்தாலும் இது அவளுக்குப் புரியவில்லை. கருவைக் கலைப்பதற்கு அவனுடைய சம்மதம் தேவையில்லை என்று அவனை வெளியே நிறுத்திய அவளுடைய தீர்க்கம்தான் அவனைக் காயப்படுத்தியது. மனம், காதல், ஆதுரம் என்று பட்டுப்பூச்சியின் கூட்டைப்போல் எதையெதையோ நெய்துவிட்ட மடையன் அவன்.

தன்னைச் சிதைத்துக்கொள்கிறோம் என்று தெரிந்தாலும் திரும்பவும் போதையிடம் சரணடைந்தான். மனதின் வலியும்

உடலின் அனிச்சையான வேட்கையும் இரண்டு வேறுபட்ட விஷயங்கள். மனம் அவளை வெறுக்க முயற்சி செய்கிறது, உடல் அவளுடனான அணுக்கத்தைத் திரும்பவும் கற்பனையில் நிகழ்த்துகிறது. போதை மட்டுமே தற்காலிக மரணம் அல்லது விடுதலையாக இருந்தது.

13

சந்தியாவின் படுக்கையறையில் இருளுக்குள் அமர்ந்திருந்தான். இருவரும் புழங்கிய நினைவுகளும் காட்சிகளும் ஒவ்வொன்றாய் மேலெழுந்தன. அவள் இந்தியாவுக்குக் கிளம்பிப்போய் ஒருவாரமாகிறது. அவளுடனான உறவு எப்போதோ பழைய காலத்தில் நடந்த விஷயமாக மாறி ஈரங்காயாத நேற்றைய நினைவுகளுக்குக்கூட பழுப்புத்தன்மையைக் கொடுத்துவிட்டது.

மூன்று நாட்களாக இரவுகளில் அவளது அப்பார்ட்மெண்டிற்குப் போகிறான். கிளிகளுக்கு நீரும் தீனியும் மாற்றுகிறான். சந்தியாவைக் காணாமல் அவை பதட்டமாகக் கூண்டுக்குள் அலைமோதுகின்றன. கீச்சுக்குரலில் அவளுடைய பெயரை விளிக்கின்றன. அவற்றுக்குத் தகுந்த ஏற்பாட்டைச் செய்துவிடும்படி சொல்லியிருக்கிறாள். இரு நாள்களுக்குள் சாவியை மார்த்தாவிடம் ஒப்படைக்கவேண்டும். அவனுடைய அப்பார்ட்மெண்டிற்குத்தான் அவற்றை எடுத்துச் செல்லவேண்டும்.

விலகி அவளை ஒதுக்கியபோதும் சந்தியா நிதானத்துடனும் தெளிவுடனும் இருந்தாள். அவள் தன் பழைய பொலிவுக்கு முழுமையாகத் திரும்பியபோது அவன் மீண்டும் ஆல்கஹாலின் பிடியிலிருந்தான். பேசிப் புரியவைக்கும் நோக்கத்தோடு அப்பார்ட்மெண்டுக்கு வந்தவளுக்கு அங்கிருந்த கோலம் வருத்தமூட்டியது. அவளிடம் உண்மையான அக்கறையை உணர்ந்தாலும் தான் செய்யும் காரியங்களில் தனக்கு விழிப்புணர்வு இருப்பதாகச் சொல்லிவிட்டான்.

உச்சியில் உயரத்தின் அழகையும் பரவசத்தையும் அனுபவித்துவிட்டுத் தரைக்குத் திரும்பியபின் ஏற்படுகிற அசாதாரணத்தின் இழப்புணர்வும் சாதாரணத்தின் புத்துணர்வற்ற தன்மையும் சூழ்ந்திருந்தன. சந்தியாவிடமிருந்து விலகியபின் வெற்றிடமாகிவிட்ட மனப் பரப்பை லாகிரியைத் தவிர்த்து வேறு எதனைக்கொண்டு நிரப்புவதென்று தெரியவில்லை.

தினமும் முகத்தைப் பார்க்க வேண்டியிருப்பது மனவதையைக் கொடுத்தது. இடம் மாறுவது விடுதலையைக் கொடுக்கலாம் என்று தோன்ற ஊருக்குத் திரும்புவது குறித்துத் தீவிரமாக யோசித்தான். கால்வினிடம் சொல்லி அமெரிக்க விசாவுக்குக் கேட்கலாம். அதற்குமுன் தன்னை மீட்டெடுத்துக்கொள்ள அவன் ஊருக்குச் சென்றாகவேண்டும்.

ஆனால் சந்தியா கிளம்பநேர்ந்தது முற்றிலும் எதிர்பாராதது. சந்தியாவின் தந்தைக்கு மாரடைப்பு என்று ஊருக்கு வரச்சொல்லி வந்த அழைப்பை அலுவலகத்தில் அவனிடம் சொன்னபோது சந்தியாவின் கண்களில் நீர் திரையிட்டிருந்தது. முதன்முதலாக அவளுடைய கண்ணீரைப் பார்த்தான். ஒன்றும் நடக்காது என்று சொல்லி அவளைத் தைரியமூட்ட முயற்சி செய்தான். அவனுடைய தலைமையில் அணி முழுக்கவும் காரியத்தில் இறங்கியது.

விமானப் பயணச்சீட்டு கிடைக்கும் உடனடிச் சாத்தியத்தை ஆராய்ந்தார்கள். மாலை ஏழு மணிக்கு கராஸ்கோவிலிருந்து சா பாவ்லோ, அங்கிருந்து துபாய் மார்க்கமாக சென்னை என்று இணைப்பு விமானங்கள் இருந்தன. பலகட்ட அனுமதிகளைப் பெற்று அலுவலகம் மூலமாகப் பதிவு செய்வது தாமதமாகும் என்பதால் தற்போதைக்குச் சொந்தப் பணத்தில் விமானச்சீட்டு எடுத்துவிட்டு பிறகு விண்ணப்பித்துக்கொள்ளலாம் என்று முடிவானது. அவன் தன் கடனட்டை எண்ணை உள்ளீடு செய்யத் தொடங்கியபோது தடுத்துவிட்டுத் தன்னுடையதைக் கொடுத்தாள். இடைப்பட்ட நேரத்தில் ஓரளவிற்குத் தேறியிருந்தாள்.

விமானத்திற்கு ஐந்துமணி நேரம் இருந்தது. பயணத்திற்கான ஏற்பாடுகளை முடித்துவிட்டு டாக்ஸியில் அப்பார்ட்மெண்டிற்குத் திரும்பினார்கள். வழியில் பணப் பரிமாற்றம் செய்ய டாக்ஸியை நிறுத்தச் சொன்னாள். அவன் புகைத்துக்கொண்டு காத்திருந்தான். அலுவலக வங்கிக் கணக்கிலிருந்த மொத்தத் தொகையையும் இந்திய வங்கிக் கணக்குக்கு அனுப்பிவிட்டதாகச் சொன்னாள். அப்பார்ட்மெண்டில் பொருட்களை அடுக்குவதில் அவளுக்கு உதவினான். இது தேவை, இது தேவையில்லையென்று தீர்மானித்து அவள் அடுக்கிய வேகம் ஆச்சரியமூட்டியது. எல்லாவற்றையும் ஒன்றுக்கு இரண்டு முறை பார்த்து உறுதிப்படுத்தினாள். இனி திரும்புவதற்கு வாய்ப்பில்லாமல் போகலாம் என்பதைக் கருதிச் செய்யப்படுபவையாக அவளுடைய காரியங்கள் தெரிந்தன.

கிளிகள் இரண்டையும் எடுத்து நெஞ்சோடு அணைத்துக் கண்களை மூடியிருந்தவள் அவற்றைத் திரும்பவும் கூண்டில்விட்டாள். விமான நிலையத்திற்குச் செல்லும்போது அப்பார்ட்மெண்டின் சாவியைக் கொடுத்தாள். பேச எதுவுமே இல்லை என்பதுபோல் மௌனம் நிலவியது.

"சரி கிளம்பறேன். பேர்ட்ஸப் பாத்துக்கோ ப்ளீஸ். கால் பண்றேன்."

"பாத்துப் போ. பை."

போய்விட்டாள். அவளை வரவேற்பதற்காகக் காத்திருந்த வெளிப்புற லாஞ்ச்சின் அதே நாற்காலியில் சென்றமர்ந்து சிகரெட் பற்றவைத்தான். பத்து மாதங்களுக்கு முன்னால் அவளுக்காகக் காத்திருந்தான். இடைப்பட்ட காலத்தில் வேறொருவனாக உருமாறி இப்போது அவளை வழியனுப்பிவிட்டு அமர்ந்திருக்கிறான்.

இணைப்பு விமானங்களின் நேரத்தை இணையத்தில் கண்காணித்து அவை குறித்த நேரத்திற்குச் சென்று சேர்ந்ததை உறுதிப்படுத்தியிருந்தான். ஆனால், சென்றவளிடமிருந்து எந்தத் தகவலுமில்லை. ஐந்தாவது நாள் அவளுடைய எண்ணுக்கு அழைத்தபோது அழைப்பு எடுக்கப்படவில்லை. சூழ்நிலையின் இறுக்கத்தை உணர்ந்து தொந்தரவுபடுத்த விரும்பாமல் விட்டுவிட்டான். அவளுடைய தந்தையின் நலம்குறித்து ஒருமுறை விசாரித்துவிடுவது சற்று நிம்மதியைக் கொடுக்கும். அவள் நிச்சயம் மாண்டிவீடியோவுக்குத் திரும்பமாட்டாள் என்று உள்ளுணர்வு சொல்லியது.

ஒருவாரத்திற்கு பின்பு அழைத்தாள். மூளைக்குச் செல்லும் இரத்தக்குழாய்களில் அடைப்பேற்பட்டுத் தந்தைக்கு ஒரு கையும் காலும் செயலிழந்திருப்பதாகவும் முழுமையாகத் தேறுவதற்கு ஆறுமாதங்களேனும் தேவைப்படுமென்றாள். அம்மாவுக்கும் அப்பாவுக்கும் துணையாக இருக்கவேண்டிய கட்டாயத்தினால் வேலையிலிருந்து விலகுவதாகவும் இரண்டொரு நாள்களில் மின்னஞ்சல் அனுப்புவதாகவும் சொன்னாள். அப்பார்ட்மெண்டைக் காலி செய்வதற்கும் இணைய இணைப்பை ரத்து செய்வதற்கும் உதவியை வேண்டினாள். உரிமையாளரிடமும் மார்த்தாவிடமும் ஏற்கெனவே பேசிவிட்டதாகவும் பொருட்களை மட்டும் ஒழித்துக் கொடுத்துவிடும்படியும் சொன்னாள்.

"நான் பாத்துக்கிறேன்."

அவளுடைய அப்பார்மெண்ட் சுத்தமாக இருந்ததால் பெரிய வேலைகள் இருக்கவில்லை. சந்தியாவைக் காணாமல் அப்பார்ட்மெண்டின் ஜானிட்டர் விசாரித்தாள். அவள் அவசரமாக இந்தியாவுக்குக் கிளம்ப நேர்ந்த விவரத்தைச் சொன்னான். அவளோடு பேசும்போது தன் நலவிசாரிப்பைச் சொல்லும்படி கேட்டுக்கொண்டாள். முன்னிரவில் கிளிகளைத் தன் அப்பார்ட்மெண்டிற்கு இடம் மாற்றியபோது புது இடத்தில் அவை சற்றே பதட்டப்பட்டன.

அப்பார்ட்மெண்ட்டை மார்த்தாவிடம் ஒப்படைத்துவிட்டு சந்தியாவுக்குத் தகவல் சொன்னான். தந்தையை வீட்டிற்கு அழைத்து வந்துவிட்டதாகவும் பிஸியோதெரபிக்கான ஏற்பாடுகளில் இருப்பதாகவும் சொன்னாள். பின்னணியில் குழந்தைகளின் சத்தம் கேட்டது. தன் அக்கா வந்திருப்பதாகக் கூறினாள்.

சொந்தக் காரணங்களின் பொருட்டு வேலையிலிருந்து விலகுவதாக சந்தியா அனுப்பியிருந்த மின்னஞ்சலில் அவனையும் இணைத்திருந்தாள். சந்தியாவின் அவசர விடுப்பை ஏற்கெனவே அறிந்திருந்த கால்வின் அதுகுறித்து அவனிடம் விவாதித்தபோது தன் தந்தையின் உடல்நலம் காரணமாக அவள் வேலையிலிருந்து விலகுவதைக் கோடிட்டுக் காட்டினான்.

அடுத்தடுத்த நாள்களில் அகத்தனிமை தீவிரமாக ஆக்ரமித்தது. இது மறுசுழல். சந்தியாவின் இருப்பு பாலைவனச் சோலையாகக் கடந்துவிட்டது. மனதைத் திசைதிருப்பி தப்பித்துக்கொள்வதற்குப் பதிலாக புண்ணை நோண்டிச் சுகமடைவதுபோல் தனிமைக்குள்ளேயே உழலத் தொடங்கினான்.

14

உண்மையில் அலுவலக நேரங்கள்தான் ஆசுவாசத்தைக் கொடுத்தன. வேலை கொடுக்கும் களைப்பு சாயங்காலங்களைக் கடப்பதற்கு உதவுகிறது. பொசிட்டோசை நெருங்கும்போதே மனக்கடுமை கூடிவிடுகிறது. இரவை என்ன செய்வதென்று தெரியாமல் விடியும்வரை கிடக்கிறான். மனதின் அவஸ்த்தைக்கு மருந்தாக போதை இருந்தாலும் அது தணியும்போது நோய்மையை அதிகப்படுத்திவிடுகிறது.

இந்தக் கதியிலேயே செல்லும் மனதைக் கட்டுப்படுத்த முடியவில்லை. மனம் தெளிவாக இருக்கும்போது வாழ்க்கையைக் குறித்த நம்பிக்கை பெருக்கெடுக்கிறது. ஆனால் அதுவே சிறு சஞ்சலத்திற்கும் தன் உறுதியை இழந்துவிடுகிறது. உலகின் சிக்கல்களையும் மனிதர்களின் துயரங்களையும் பார்க்கும்போது தன்னுடைய நோய்மைக்கு எந்தப் பெறுமதியுமில்லை என்பது அறிவுக்குப் புரிந்தாலும் மனம் ஏற்றுத் தேற மறுக்கிறது.

பொருண்மைவயமானதாகவும் நுகர்வில் இன்பமடையக் கூடியதாகவும் புறம் இருக்கையில் அகத்தில் சூனியத்தன்மை எங்கிருந்து கவிகிறது? இந்த முரணைப் புரிந்து சிக்கலிலிருந்து வெளியேறும் வழி தெரியவில்லை. ஊசலாட்டங்களையும் அபத்தங்களையும் மனதின் கோளாறுகளையும் கண்காணிக்கும் தர்க்கம் மிகுந்த விழிப்புணர்வொன்று தனக்குள் எப்போதும் இயங்குவதால் இந்தச் சிக்கல் நிச்சயம் மனநோயாக இருக்க வாய்ப்பில்லை என்று நம்பினான்.

தற்கொலையைக் குறித்த பகற்கனவுகள் விருப்பமானதாக இருந்தன. மரணம் என்பது என்ன? நினைவின் அறுபடல். அவன் தற்கொலை செய்துகொண்டால் என்ன ஆகும்? இந்தத் தேசத்தின் காவல்துறையின் புள்ளிவிவரங்களில் ஒரு கோப்பாக எஞ்சுவான். அவனை அறிந்தவர்களுக்குத் தகவலாக போய்ச் சேரக்கூடும். பத்து நாள்கள் அல்லது ஒருமாதம் சிலரின் நினைவுகளில் இருப்பான். பிறகு காலத்தின் மீப்பெரும் மறதியின் வெறுமைவெளியில்

அடையாளமற்றுக் கலந்துவிடுவான். அப்படியொரு எதிர்கால ஸ்திதிக்கு முன்னால் இந்த மனஅவசங்களும் குழப்பங்களும் எவ்வளவு பொருளற்றவை?

வாரயிறுதிகளின் பகல்களில் டவுண்டவுனிலும் புறநகர்ப் பகுதிகளிலும் சுற்றியலைந்தான். சுவர்களில் அடர்த்தியான வண்ணங்களில் போராட்டக் கோஷங்களோடு வரையப்பட்டிருக்கும் கையுயர்த்திய முஷ்டிகளைக் கண்டபோது அந்தச் சுவர்ச்சித்திரங்களுக்கு இருக்கும் அர்த்தம்கூடத் தன் வாழ்க்கைக்கு இல்லையென்று நினைத்தான். களைப்படையும்வரை சுற்றிவிட்டு வந்து படுக்கையில் சுருண்டுகிடப்பது ஆசுவாசமாக இருந்தது.

வரவேற்பறைக்குள் அமைதியற்று உலவும்போது கிளிகள் அவனை வெறிக்கின்றன. அவற்றை அவன் கவனித்துக்கொண்டாலும் சமீப நாள்களில் மௌனமாகிவிட்டன. தன்னுடைய நோய்மை அவற்றையும் பாதித்துவிட்டதா? சிறிய யோசனைக்குப் பிறகு இசபெல்லை அழைத்துக் கேட்டான். கிளிகளைப் பராமரிக்க சந்தோஷத்தோடு ஒப்புக்கொண்டாள். டாக்ஸியில் கூண்டை எடுத்துக்கொண்டு சென்றான். கண்களைக் கண்டு மத்தியாஸ் நலம் விசாரித்தபோது மழுப்பிவிட்டான். உண்மையில் இருவரும் வெவ்வேறான உலகங்களுக்குள் நகர்ந்துவிட்டார்கள். அவரிடம் தன் மனநிலையைப் பகிர்ந்துகொள்ளும் எண்ணம் வரவில்லை.

மனம் உச்சமான முறிவுப் புள்ளியை நெருங்குவதை உணர்ந்தான். எதிலாவது பொருத்திக்கொண்டு தப்பித்துக்கொள்ளச் சொல்லி உள்ளொரு குரல் ஒலித்தது. மனதின் ஆக்டோபஸ் பிடியிலிருந்து தப்பிக்கும் எத்தனிப்பில்தான் அமெந்தேவுடனான இரவுகளை ஏற்படுத்திக்கொண்டான். நிழற்குடையில் நின்றிருந்தவளிடம் கேட்டபோது நம்பவியலாமல் ஆச்சரியப் புன்னகை செய்தாள்.

"பொர்க்கே? ரியலி?"

"ஸீ ஸீ."

"டோண்ட் டூ திஸ். யூ குட் பாய்."

சிரித்தவாறு மென்மையாக மறுத்தவளிடம் மறுபடியும் வற்புறுத்த ஒரு மணி நேரத்திற்கு ஐம்பது டாலர்கள், டாக்ஸிக்கும் விடுதிக்குமான செலவுகளையும் அவனே ஏற்கவேண்டும் என்றபோது ஏற்பாகத் தோளைக் குலுக்கினான். ஆனால் அவள் அழைத்துச்சென்ற

காதல்விடுதிகள் எல்லாம் இரண்டாந்தரமானவை. சில நேரங்களில் அறைக்குக் காத்திருக்க நேரிடும். அறை ஒழுங்கானவுடன் ஆளுக்கொரு லார்ஜ் விஸ்கி சொல்வான்.

புதிய வாடிக்கையாளர்களிடம் காட்டும் தந்திரங்களை அவள் செய்யவில்லை. அவளுடைய உடலுக்கு வதையூட்டும் மூர்க்கமும் அவனிடமில்லை. அவளுடன் நேரத்தைச் செலவழித்த தருணங்களில் மனநிலையைத் திசைமாற்ற முடிந்தது. தற்காலிக நட்புணர்வு உருவாகியிருந்தாலும் இடைவெளிகளில் தெளிவிருந்தது. எண்களைப் பரிமாறிக்கொள்ளவில்லை. சந்திப்புகளைப் பெரும்பாலும் வாய்ப்புகளுக்கே விட்டுவிடுவான்.

இரவுணவை முடித்துவிட்டு றாம்ப்லாவில் நடைபோகும் வழக்கம் திரும்பவும் உருவாகியிருந்தது. சில நாள்களில் அவள் இருக்கமாட்டாள். கண்டபோது கையசைத்துக் கடந்த நாள்களும் உண்டு. எங்கோ புறநகர்ப் பகுதியிலிருந்து வருகிறாள். அவன் பொலிவாரா ஸ்பானியாவில் வசிப்பது அவளுக்குத் தெரிந்தாலும் இந்த அப்பார்ட்மெண்ட்தான் என்று குறிப்பிட்டுத் தெரியாது. அவளை அப்பார்ட்மெண்ட்க்கு அழைப்பதில் ஏனோ மனத் தயக்கங்கள் இருந்தன.

அன்று முன்னிரவில் நிழற்குடையில் நின்றிருந்தாள் அமெந்தே. கையசைத்துவிட்டு றாம்ப்லா காந்தியை நோக்கி நகரும்போது அவனை நோக்கி வந்தாள். உடல்நிலை சற்று தொந்தரவாக இருப்பதால் அவனுடைய அப்பார்ட்மெண்டில் சற்றுநேரம் ஓய்வெடுக்க அனுமதிக்கமுடியுமா என்று கேட்டாள். மறுப்பு சொல்லாமல் அழைத்துவந்தான். உள்ளே நுழைந்தவுடன் கைப்பையை மேசையில் வைத்துவிட்டுக் கண்களால் கழிப்பறையைத் தேடியபோது கைகாட்டினான்.

அவள் ஓங்கரித்து வாந்தியெடுப்பது கேட்டது. பத்துநிமிஷம் கழித்து முகம் கழுவிவிட்டு வெளியே வந்தவளின் முகப்பூச்சு கலைந்து முற்றிலும் வேறொருத்தியாக இருந்தாள். கைப்பையிலிருந்த சாதாரண காற்சட்டையும் தளர்வான டீ சர்ட்டையும் அணிந்துகொண்டாள். இப்போது அவளைக் கண்டால் ஒரு பாலியல் தொழிலாளி என்று சொல்லவே முடியாது. அது தன் பாவனைகளால் அவள் உருவாக்கிக்கொள்ளும் மாயத்தோற்றம் என்று தெரிந்தது.

அவனுடைய படுக்கையில் படுத்து ஓய்வெடுத்துக்கொள்ளச் சொன்னபோது மறுத்துவிட்டு கௌச்சிலேயே அமர்ந்து கொண்டாள். வரவேற்பறையின் விளக்கை அணைத்துவிட்டு நீலநிற இரவுவிளக்கைப் போட்டான். அவள் சிகரெட்டை எடுத்தபோது ஆஷ்ட்ரேவை நகர்த்தி வைத்தான். தனக்குள் ஆழ்ந்தவளாய்ப் புகைத்தவள் ஞாபகம் வந்தாற்போல செல்ஃபோனை எடுத்து அந்தப் புகைப்படத்தைக் காட்டினாள். ஐந்தும் மூன்றும் வயது சொல்லத்தக்க ஆணும் பெண்ணுமாய் இரண்டு குழந்தைகள். தன் குழந்தைகள் என்று புன்னகையோடு சொன்னபோது அவளுடைய உண்மையான பெயரைக் கேட்டான்.

"மார்செலா."

இரண்டாவது சிகரெட்டைப் புகைத்துவிட்டுத் திரும்பவும் கழிவறைக்குப் போய் வந்தபின்னால் சற்றே தெளிவானாள். முன்பு அணிந்திருந்த ஆடையை அணிந்து முகப்பூச்சுப் போட்டுக்கொண்டவளுக்குப் பழைய பாவனை திரும்பவும் வந்துவிட்டது. அவளுடைய உருமாற்றத்தைப் பார்த்தவாறு பணம் எதுவும் தேவையா என்று கேட்டான். உறுதியான குரலில் மறுத்துவிட்டவள் தோளை அணைத்து விடைபெற்றாள். அவள் சாலையில் சென்று மறைவதை பால்கனியில் இருந்து பார்த்தான். அவளொரு பாலியல் தொழிலாளி என்கிற சித்திரம் புகையைப்போலக் கலைந்து தன் குழந்தைகளின் புகைப்படத்தைக் காட்டிய ஒப்பனையற்ற தாயின் சித்திரம் அவனுள் உறைந்துவிட்டது. அதற்குப் பிறகு அவளை அவன் சந்திக்கவே இல்லை.

15

தீபாவின் குரலில் இருந்தது இன்னவிதமான உணர்ச்சி என்று தெளிவாக யூகிக்கமுடியவில்லை. நெடுநாள்களுக்குப் பிறகு பேசுகிறார்கள். வீட்டில் அவளுடைய திருமணப் பேச்சு தொடங்கப்பட்டிருப்பதால் அவனுடைய திட்டம் என்னவென்று அவள் நேரிடையாகக் கேட்டபோது தடுமாறிவிட்டான். உடனடியாகப் பதில் சொல்லும் தெளிவு இல்லை. சில வாரங்கள் அவகாசம் கொடுக்கும்படி சொன்னபோது மறுமுனைப் பெருமூச்சு தெளிவாகவே கேட்டது.

திசைமாறவேண்டும். ஒன்றரை வருஷங்கள் ஆயிற்று. ஊருக்குத் திரும்புவதுதான் சகலவிதத்திலும் ஆரோக்கியமானது. இனியொருபோதும் ரத்தமும் சதையுமாகத் திரும்பமுடியாத கடந்தகாலத்தின் பிம்பமாகச் சந்தியா மாறிவிட்டாள். தான் அடைந்திருக்கும் மாற்றங்கள் தீபாவுக்குத் தெரியாது. பழைய ஆனந்த்தாகவே தன்னை நினைத்திருக்கக்கூடும். வேறு யாரையேனும் திருமணம் செய்துகொள்ளும்படி அவளிடம் சொல்லிவிடுவதே நியாயமான முடிவாக இருக்கும். ஆனால் அதனை உறுதியாகத் தீர்மானிக்கமுடியவில்லை.

மாலைகளில் காந்திசிலை வரை நடைபோவது திரும்பவும் வழக்கத்திற்கு வந்தது. அவரது முகத்தைப் பார்த்தவாறு மௌனமாக அமர்ந்திருப்பதே போதுமானதாக இருந்தது. தன் வாழ்க்கையின் அர்த்தமென்ன? தான் என்ன செய்கிறோம் என்கிற கேள்விகள் எழுந்தன. காந்தியை ஆழமாகப் படித்துப் பார்க்கலாம். இப்போது காந்தி அவனுக்கு ஒரு வழிகாட்டும் சின்னம், டோட்டம். அந்தச் சின்னத்தை வைத்துக்கொண்டு அவன் தன் குழப்பங்களையும் மயக்கங்களையும் களைய முயற்சி செய்யவேண்டும்.

சாரமற்ற போலி அர்த்தங்கள் அடுக்குத்தொலிகளாகப் படிந்திருக்கின்றன. மனம் போடும் வேஷங்களையும் அதற்கான தர்க்கங்களையும் கண்டுபிடிக்கும்போது தன்னை அறியும்

முயற்சி எவ்வளவு விழிப்புணர்வான செயல் என்று புரிந்தாலும் நடைமுறையில் அவ்வளவு எளிதில் வசப்படுகிற காரியமாக அது இல்லை. மாறுவது என்பது எளிமையான காரியமாக இல்லை.

வாழ்க்கையில் அவன் மீட்சியைத் தேடவில்லை, அது மிகப்பெரிய காரியம், விழைவதெல்லாம் அதைச் சற்று மாற்றி அமைப்பதே. அதன்பிறகு அவன் தன் விடுதலைக்கான பாதையைக் கண்டுபிடிப்பான். ஒவ்வொரு கணத்தையும் காலம் புதிதாக வழங்குகிறது. நினைவின் கைதியாகக் கடந்தகாலத்தின் இருளில் தற்கணத்தைத் தொலைக்கும் முட்டாள்த்தனத்தை அவன் கைவிடவேண்டும்.

காண்பதற்கும் கேட்பதற்கும் அனுபவங்களை விழைவதற்கும் எத்தனையோ விஷயங்கள் வாழ்க்கையில் இருக்கின்றன. பூமியை அறிவதற்கும் மனிதர்கள் சேமித்திருக்கும் அறிவையும் கதைகளையும் கற்பதற்கும் இந்த ஒரு வாழ்க்கை போதாது. பிறகு எங்கிருந்து இவ்வளவு இருண்மையும் சலிப்பும் சுரக்கின்றன? தன் உயிரின் இருப்பைத் தானாக மட்டுமே கருதும் அறியாமை இது. இயற்கையையும் பூமியின் உயிரிகளையும் தன் இருப்புக்குள் உள்ளடக்கும்போது வாழ்க்கைக்குப் பொருள் கூடிவிடுகிறது.

உலகம் அன்பையும் ஜீவகாருண்யத்தையும் மட்டும் பயின்றுகொண்டு இருக்கவில்லைதான். அது மாபெரும் வதைக்கூடமாகவும் சில சமயங்களில் புராணங்களில் சித்திரிக்கப்படும் நாகத்தை ஒத்தும் இருக்கிறது. ஆயிரமாயிரம் வருஷங்களாக மனிதனைத் தரப்படுத்தும் வேலை நடந்துகொண்டிருந்தாலும் மிருகநிலைக்குக் வீழ்ந்துவிடும் சாத்தியம் எப்போதும் பின்தொடர்கிறது. தன் பலகீனங்களோடு மனிதனுக்கு இடையறாத போராட்டம்.

ஒளியைத் தேடும் தன் பயணத்தை அவன் தொடங்கவேண்டும். புதிர்களுக்கு இடையிலும் வாழ்க்கையின் தன்கதி இயக்கத்தைக் கண்டடையவேண்டும். தான் உருமாறும் இந்தச் சுழற்சியில் அறிதல்கள், பிழைகள், குற்றங்கள் யாவும் இருந்தாலும் தன் அகத்தின் இருண்ட பாதைகளினூடே நடந்து கடக்காமல் எவரொருவருடைய வாழ்க்கையும் இருக்கமுடியாது.

சந்தியாவின் இருப்பு இடையில் கண்ட வசந்தம். மையலும் வெறுப்புமாய் இரண்டு சுழற்சிகளுக்குப் பின் இக்கணத்தில் காய்தல் உவத்தல் இன்றி அவளை நினைக்கும்போது இன்னுங்கூட காதலின் பிழம்பு மூள்கிறது. அன்றைக்குப் புயனஸ் ஐரிஸில்

ரிகோல்டா கல்லறையிலிருந்து விடுதிக்குத் திரும்பியபோது பற்றியது காமத்தின் ஆவேசமா? இல்லை, அது வாழ்க்கையின் மீதான ஆவேசம். அந்த நாளில்தான் அவர்களுடைய வாழ்க்கையின் திசைவழியை இயற்கை மாற்றிவைத்தது. காதலின் வழியே அவன் தேடியது தாய்மையின் ஆதுரம். அது அவ்வளவு எளிதில் தனக்குக் கிடைக்காது என்கிற உண்மை புரிந்துவிட்டது. ஆனாலும் அதன் வெவ்வேறு வடிவங்களைப் பூமியில் தேடவேண்டும். தன் உயிராற்றலைப் பிரபஞ்சத்தின் பிற உயிராற்றல்களோடு பிணைத்துக்கொள்ளவேண்டும்.

புறத்தில் கெட்டித்த இருள். நள்ளிரவில் கரையின் இருளான பிரதேசத்தில் நின்றிருந்தான். முதன்முதலில் கடலாடிய இரவை நினைக்கையில் உடலில் சிலிர்ப்போடியது. மரியுவானா பொட்டலத்தைக் கிழித்து அலைகளில் உதிர்த்துவிட்டான். கேமிண்டோவில் வீதி ஓவியனால் வரையப்பட்ட டாங்கோ ஓவியத்தைத் துணுக்குகளாகக் கிழித்து அலைகளின் மீது வீசினான்.

ரியோ தெ லா பிளாட்டாதான் அவனுடைய புனித நதி. தன் கடந்தகாலத்தை அதில் தொலையவிடவேண்டும். ஈரமற்ற மணற்பரப்பில் செல்ஃபோனை வைத்துவிட்டு ஆடைகளோடு அலைகளுக்குள் நடந்தான். இடுப்புக்கு மேலே நீரிருக்கும் ஆழத்தை அடைந்து நீருக்குள் மூழ்கினான். இருண்ட நிசப்தம். தன்னையொரு மீனாகக் கற்பனை செய்தபோது உள்ளொரு வினோதம் பரவியது. சட்டென்று தலையை உதறி மேலெழுந்தவன் கரை எவ்வளவு தூரத்தில் இருக்கிறது என்று அனிச்சையாகத் தேடினான். அது அண்மையில் இருப்பதுபோலவும் சேய்மையில் இருப்பதுபோலவும் மாற்றி மாற்றி தோற்றங்காட்டியது. பின்னும் இருமுறை மூழ்கி எழுந்தவனைச் சற்றே விசைகூடி வந்த அலையொன்று வெளித்தள்ள கரையில் வந்து மல்லாந்தான். எழாமல் கிடந்தவனின் உடலை அலைகள் வந்துவந்து நனைத்துப் போயின. இரண்டு கைகளையும் வான்நோக்கி விரித்து உரத்துச் சொன்னான்.

"பிரபஞ்சமே, நான் உன்னை ஆரத் தழுவிக்கொள்கிறேன்."